D1772267

கருப்பு அம்பா கதை

கருப்பு அம்பா கதை

ஆதவன் (1942 – 1987)

இயற்பெயர் கே.எஸ். சுந்தரம். கல்லிடைக்குறிச்சியில் பிறந்தவர். இந்திய ரயில்வேயில் சில ஆண்டுகள் பணியாற்றியபின் தில்லி 'நேஷனல் புக் டிரஸ்ட்'டின் தமிழ்ப் பிரிவில் துணைப் பதிப்பாசிரியராகப் பணியாற்றினார். பின்னர் பெங்களூருக்கு மாற்றலாகி வந்த ஆதவன் 1987 ஜூலை 19ஆம் தேதி சிருங்கேரி துங்கா நதியின் சுழலில் சிக்கி மரணமடைந்தார்.

அறுபதுகளில் எழுதத் தொடங்கியவர்; தமிழ்ச் சிறுகதை உலகில் குறிப்பிடத்தக்க சாதனைகளை நிகழ்த்தியவர். 'முதலில் இரவு வரும்' என்ற சிறுகதைத் தொகுப்புக்கு சாகித்திய அகாதெமி (1987) விருது வழங்கப்பட்டது. இவரது பல படைப்புகள் இந்திய மொழிகளிலும் ஆங்கிலம், பிரெஞ்ச், ருஷ்ய மொழிகளிலும் பெயர்க்கப்பட்டுள்ளன.

மனைவி: ஹேமலதா சுந்தரம்

மக்கள்: சாருமதி, நீரஜா

சுரேஷ் வெங்கடாத்ரி (பி. 1945)
தொகுப்பாசிரியர்

கோவையில் பிறந்து வளர்ந்து வாழ்ந்துவருபவர். இந்திய தணிக்கை – கணக்காயத்துறையில் பணி யாற்றுகிறார். வீட்டில் நிலவிய சூழல் அளித்த ஆர்வத்தால் சிறு வயதிலிருந்தே வாசிப்பில் ஈடுபட்டார். நவீனத் தமிழ், ஆங்கில இலக்கியங்களிலும் ஆங்கிலம் வழியாகப் பிற மொழி இலக்கியங்களிலும் தீவிர வாசிப்புக் கொண்டவர். இணைய இதழ்களிலும் முக நூலிலும் கட்டுரைகளும் நூல் விமர்சனங்களும் எழுதி வருகிறார்.

மின் அஞ்சல்: *sureeven@gmail.com*

ஆதவன்

கருப்பு அம்பா கதை

தொகுப்பாசிரியர்
சுரேஷ் வெங்கடாத்ரி

காலச்சுவடு பதிப்பகம்

அன்பார்ந்த வாசகருக்கு,

வணக்கம்.

காலச்சுவடு நூலை வாங்கியமைக்கு நன்றி.

நூலின் உள்ளடக்கம், உருவாக்கம், அட்டைப்படம் இன்ன பிற அம்சங்கள் பற்றிய உங்கள் கருத்துகளையும் ஆலோசனைகளையும் காலச்சுவடு வரவேற்கிறது. தகவல், எழுத்து, வாக்கியப் பிழைகள் தென்பட்டால் கட்டாயம் தெரிவித்து உதவுங்கள். நூல் தயாரிப்பில் கடும் குறைபாடு இருப்பின் மாற்றுப் பிரதி உங்களுக்குக் கிடைக்கக் காலச்சுவடு ஏற்பாடு செய்யும்.

மின்னஞ்சல்: publisher@kalachuvadu.com

காலச்சுவடு நாகர்கோவில் அலுவலகத்திற்குக் கடிதம் அனுப்பலாம்.

தங்கள்
எஸ்.ஆர். சுந்தரம் (கண்ணன்)
பதிப்பாளர் – நிர்வாக இயக்குநர்

கருப்பு அம்பா கதை ◆ சிறுகதைகள் ◆ ஆசிரியர்: ஆதவன் ◆ © ஹேமலதா சுந்தரம் ◆ முதல் பதிப்பு: டிசம்பர் 2019, இரண்டாம் பதிப்பு: டிசம்பர் 2023 ◆ வெளியீடு: காலச்சுவடு பப்ளிகேஷன்ஸ் (பி) லிட்., 669, கே.பி. சாலை, நாகர்கோவில் 629001

karuppu ampaa katai ◆ Short Stories ◆ Author: Aadhavan ◆ © Hemalatha Sundaram ◆ Language: Tamil ◆ First Edition:December 2019, Second Edition: December 2023 ◆ Size: Demy1 x 8 ◆ Paper: 18.6 kg maplitho ◆ Pages: 224

Published by Kalachuvadu Publications Pvt. Ltd., 669, K.P. Road, Nagercoil 629001, India ◆ Phone: 91-4652-278525 ◆ mail: publications@kalachuvadu.com ◆ Printed at Clicto Print, Jaleel Towers,42 KB Dasan Road, Teynampet Chennai 600018

ISBN: 978-93-89820-05-8

12/2023/S.No.940 kcp 4932, 18.6 (2) uss

பொருளடக்கம்

முன்னுரை	9
இண்டர்வியூ	17
நிழல்கள்	33
ஒரு பழைய கிழவர்; ஒரு புதிய உலகம்	45
லைட்ஸ் ஆன், ரெடி ஃபார் தி டேக்!	68
ஒரு அறையில் இரண்டு நாற்காலிகள்	80
தில்லி அண்ணா	97
கார்த்திக்	109
சிரிப்பு	135
லேடி	153
அகந்தை	165
புதுமைப்பித்தனின் துரோகம்	175
கருப்பு அம்பா கதை	186
புறா	192
சின்ன ஜெயா	203
அகதிகள்	210
அந்தி	216

முன்னுரை

முகநூல், இதர சமூக ஊடகங்களில் நடக்கும் விவாதங்கள் நம் மனத்திலும், நடத்தையிலும் ஏற்படுத்தும் மாற்றங்கள் குறித்த ஒரு விவாதம் நண்பர்களிடையே அண்மையில் ஏற்பட்டது. அதன் இறுதியில், முகநூல் போன்ற சமூக ஊடகங்கங் களில் பெரும்பாலான சமயங்களில் நமது எதிர்வினைகள், வெளிப்பாடுகள், நமது சுயம் சார்ந்தவையாக இல்லாமல் எதிரில் வாதாடும் நபர்களை முன்வைத்து நேர்மறையாகவும் எதிர்மறையாகவும் மாறக்கூடியவை என்பதைக் கண்டடைந்தோம். பின் யோசிக்கையில், இது அப்படி ஒன்றும் புதிதல்ல என்றும் தோன்றியது. நம் சுயத்தை அடையாளம் காண்பதில் உள்ள சிரமங்களையும் நம் வெளிப்பாடுகள் சுயம் சார்ந்தவையாக இருக்க வேண்டிய அவசியத்தையும், அப்படி நிலைநிறுத்துவதில் உள்ள சிரமங்களையும் யோசித்துக்கொண்டிருந்தேன். இந்த இடத்தில் இதை மீண்டும் மீண்டும் பேசிய ஆதவனின் புனைவுலகம் எனக்கு எவ்வளவு நெருக்கமான ஒன்றென்ற எண்ணம் சட்டென்று எழுந்தது.

ஆதவன் தனது படைப்புகளில் மனிதனின் சுயத்தையும், அதன் நேர்மையான வெளிப்பாடுகளை யும் கூர்ந்து கவனித்துக்கொண்டே இருந்தார். நமது என்று நாம் நினைக்கும் தன்மைகளில் மற்றவர்களுக் குள்ள பங்கென்ன என்ற கேள்வியையும் தொடர்ந்து முன்வைத்து அலசினார். இதனாலேயே வேறு எந்த

எழுத்தாளருடைய எழுத்துக்களை விடவும் என் மனத்துக்கு மிகவும் நெருக்கமாக உணர்ந்தவை ஆதவனின் எழுத்துக்கள். என் சஞ்சலங்கள், சந்தேகங்கள், ஊகங்கள், கேள்விகள், முடிவுகள் அனைத்தையும் ஆதவனின் கதாபாத்திரங்களும் வெவ்வேறு அளவில் கொண்டிருந்தார்கள். தன்னைப் பற்றி ஆதவன் ஓரிடத்தில் இப்படிச் சொல்கிறார்–"ஒரு பெண் தன் கணவனை விட்டுவிட்டு இன்னொருவனுடன் சென்றுவிட்டாள் என்றால், யாரைத் திட்டுவது என்பதில் பலருக்கு சந்தேகமேயில்லை. ஆனால், எனக்கு அப்படியில்லை." இந்த மனப்பான்மை என்னை மிகவும் கவர்ந்த ஒன்று. அதே போல, அறிவுப்பூர்வமான விவாதங்களும் தர்க்கப்பூர்வமான பார்வைகளும் எந்த அளவுக்குத் தன்னைக் கவர்கிறதோ அதே அளவுக்கு உணர்வுச் சுழிப்புகளும், எளிதில் வரையறுத்துவிட முடியாத நியாயங்கள் பற்றிய தடுமாற்றங்களும் தனக்கு உண்டு என்கிறார் ஆதவன். எனக்கும் அப்படித்தான்.

பொதுவாக ஆதவனின் எழுத்துக்களை நகர்ப்புற எழுத்து என்று வகைப்படுத்துவார்கள் விமர்சகர்கள். இந்த வகைப்படுத்துதல் அவரது விரிந்த படைப்புலகத்துக்கு நியாயம் செய்வது அல்ல. நகரத்து, பெருநகரத்து மனிதர்கள் குறித்தே அதிகம் எழுதினார் என்பது உண்மைதான். ஆனால், அதில் அவர் எடுத்துக்கொண்ட பிரச்சனைகள் பலதரப்பட்டவை. 70களின் மிக முக்கிய பிரச்சனைகளான வேலையில்லாத் திண்டாட்டம், அடையாளச் சிக்கல், தனியார் நிறுவனங்களின் வளர்ச்சி அவ்வளவாக இல்லாத சோஷலிச யுகத்தின் உச்ச காலகட்டத்தின் அரசு வேலைகள் தரும் அலுப்பு, பெண்கள் குறித்த குறுகுறுப்பு, காதலின் ஆர்வம், காதல் திருமணத்தில் முடிவதன் நிறைவின்மை, மணவாழ்க்கை விரிசல்கள், வாழ்வு மீதான அதிருப்தி, நண்பர்களிடையேயான பரஸ்பர போட்டி பொறாமை, இன்னொருவரிடம் அனுசரித்துப் போக முடியாத குணங்கள், தனிமனிதன் தன் மிக நெருங்கிய மனிதர்களிடையேகூட வேடங்கள் புனைய வேண்டிய அவசியம் ஏற்படுத்தும் தருணங்கள், பெண்களின் பிரத்தியேகப் பிரச்சனைகளைப் பரிவுடன் அணுகுதல் என்று சொல்லிக்கொண்டே போகலாம். ஒவ்வொரு அம்சத்துக்கும் குறைந்தபட்சம் இரண்டு கதைகளாவது தேர்ந்தெடுக்கலாம்.

இந்தத் தொகுப்புக்காக நான் தேர்ந்தெடுத்திருக்கும் கதைகள் மேலே சொல்லியிருக்கும் தன்மைகளுக்கான வகைமாதிரிகள். ஒவ்வொரு கதையும் என் மனத்தில் எழுப்பிய கேள்விகளை யும் அதன் சிறப்பம்சங்களையும் சிறு குறிப்புகளாக இங்கே தருகிறேன்.

1. **புதுமைப்பித்தனின் துரோகம்:** லௌகீக வாழ்விலும் பெரும் வெற்றி பெறாத, வணிக இலக்கியத்தில் கிடைக்கும் பெரும்புகழையும் அடைய முடியாத ஒரு படைப்பாளிக்கு மிஞ்சுவதுதான் என்ன? தான் தனித்துவமானவன் என்ற ஆத்ம திருப்தியா? அல்லது, அந்த அகங்காரத்தின் நிறைவா? அந்த சுயஅடையாளமும் சில சமயங்களில் அசைக்கப்படும்போது என்ன மிஞ்சுகிறது?

2. **அகந்தை:** ஒரு கலைஞன் பயிலும் கலை, ரசிகர்கள் அவனை ஏற்றுக்கொள்வதில் முழுமை அடைகிறது. ஆனால் அந்தக் கலைஞன் எம்மாதிரியான பாராட்டுகளை விரும்பி ஏற்கிறான்? தன் கலையின் எல்லா நுணுக்கங்களையும் புரிந்துகொண்ட ஞானம் மிக்க சிலரின் பாராட்டா, அல்லது அவனது பிரபல்யத்தின் காரணமாக ஒரு மந்தைத்தனத்தோடு குவிக்கப்படும் வெற்றுப் புகழ் மொழிகளா?

3. **சிரிப்பு:** எளிய மத்தியதர வர்க்க, வயதான பிராமணப் பெண்ணின் வாழ்க்கை பற்றியது என்று தோன்றினாலும் மனிதர்கள் சக மனிதருக்குத் தரக்கூடிய மதிப்புமிக்க இடைவெளி குறித்தும் சக மனிதருக்கு நாம் அளிக்கக் கூடிய இடத்தையும் மதிப்பையும் நம் சுயத்தை இழக்காமல் கொடுக்க முடியுமா என்ற ஆழமான கேள்வியும் முன்வைப்பதே இந்தப் படைப்பு.

4. **அந்தி:** முதுமையையும் பிரிவையும் மனித மனம் எதிர்கொள்ளும் விதத்தை இதைவிட அழகாகச் சொன்ன ஒரு கதையை நான் தமிழில் படித்ததில்லை. ஆர். சூடாமணியின் ஒரு கதையே ஆதவனின் இந்தக் கதைக்குப்பின் என் நினைவில் வருகிறது. முதுமையின் துயர், எதிரில் நீண்டு நெருங்கும் பிரிவின் நிழல் இவையெல்லாம் தமிழ்ச் சிறுகதை உலகில் அதிகம் பதிவானதில்லை. வழக்கம் போல ஆழ்மனதின் நினைவோட்டங்களை உரையாடல்களாக மாற்றுவதில் ஆதவனுக்கிருந்த நுட்பமான திறமை வியக்க வைக்கிறது.

5. **கார்த்திக்:** மந்தையில் சேராதிருத்தல், தனித்து நின்று தன் அடையாளத்தைப் பேணுதல், மரபிலிருந்து விலகி நிற்றல் என்பவை அவரது நிறையக் கதாபாத்திரங்களின் பொது அம்சங்கள். வயதடைதல் என்ற நிகழ்வின் போக்குக்கு உதாரணப் படைப்பாக அவரது ‘என் பெயர் ராமசேஷன்’ நாவலைச் சொல்லலாம் என்றால், மந்தை திரும்புதலை

மிகத் துல்லியமாக எழுத்தில் கொண்டுவந்த அவரது சிறுகதை இது.

6. **லைட்ஸ் ஆன் ரெடி ஃபார் ஆக்ஷன்:** தன்மை ஒருமையில் விவரிக்கப்படும் இந்தக் கதையில் எந்த ஒரு பாத்திரத்துக்கும் பெயரே கிடையாது என்பது குறிப்பிடத் தகுந்தது. ஒரு கோணத்தில், வேஷங்கள் அணிவதில் உள்ள பொய்ம்மையைச் சித்திரிப்பது என்று தோன்றினாலும் இன்னொரு கோணத்தில், சலிக்கும் உண்மையிலிருந்து விடுபட வேஷங்கள் அணிவதில் உள்ள சவாலும் கற்பனைகள் தரும் சந்தோஷமும் ரசிக்கத்தக்கதாகவேகூடத் தோன்றுகிறது.

7. **இன்டெர்வியு:** *80*களின் தமிழ் இலக்கியத்திலும் வேலையில்லாத் திண்டாட்டத்தால் பாதிக்கப்பட்டு தனக்குள் சுருங்கி வெதும்பித் துயருறும் வாலிபர்கள் நிறையவே உண்டு. வண்ணநிலவனின், 'கரையும் உருவங்கள்' போன்ற சில கதைகள், அக்கால இளைஞர் களின் எதிர்வினைகளை உளவியல் ரீதியாகவும் வெளிப் படுத்தின. ஆனால் அந்த வகைக் கதைகளில் தனித்து நிற்கும் ஒன்று ஆதவனின் 'இன்டர்வியூ' என்றே பெயர் கொண்ட சிறுகதை.

8. **தில்லி அண்ணா:** இந்தக் கதையில் தில்லி அண்ணாவான வாசுதேவனின் மனம் ஒரு உண்மையைக் கண்டு கொள்கிறது. தன் தம்பிக்கு எப்படித் தன் வாழ்க்கை முறையை, தன் குணநலன்களை அடிப்படையாகக் கொண்ட உண்மையான மதிப்புக்குப் பதில் ஒரு மௌடீகமான பக்தி இருக்கிறதோ, அதே போலக் குடும்பத்தினருக்கும் தன் மேல் இருக்கும் பெருமை, அவரைப் புரிந்துகொண்டு வந்ததல்ல என்று அவர் புரிந்துகொள்கிறார்.லௌகீக சொத்துக்களை எளிதாகப் பிள்ளைகளுக்குக் கைமாற்றிக் கொடுக்கலாம், ஆனால், ரசனையையும் ஞானத்தையும் அப்படித் தர முடியுமா எனும் கேள்வியையும் எழுப்புகிறது இக்கதை.

9. **லேடி:** இந்தத் தலைப்பு சொல்லும் சேதியே அபாரம். தான் வேலைக்காரியாக இருக்கலாம், ஆனால் தன் மகன் நன்றாகப் படித்துப் பிற்காலத்தில் பெரிய ஆளாக வரப்போகிறவன், அவனுக்குத் தமக்குச் சமதையாக ஒரு எவர்சில்வர் தட்டு வாங்கிக்கொடுக்க மனமில்லாத அந்த வீட்டாரின் பரிசையும் அன்பையும் தூக்கி எறியும் பாப்பாவின் ரோஷமே கதைத் தலைப்பாக வைக்கத்

தூண்டியிருக்கலாம். ஏழைகளுக்குத் தன்மானமும் முக்கியமானது என்ற ஒரு முக்கியமான அம்சத்தைக் காட்டும் சிறுகதை.

10. **ஒரு அறையில் இரண்டு நாற்காலிகள்:** இரு மனிதர்களுக் கிடையேயான நட்பின் அடிப்படை என்ன? ஒருவரை ஒருவர் புரிந்துகொண்டு நட்பு கொள்கிறோமா? அல்லது நீண்ட காலம் நீடிக்கும் பழக்கம் புரிதலைச் சாத்தியமாக்கி, நட்பையும் ஆழப்படுத்துகிறதா? சில பேருடன் எளிதில் நட்பு கொள்ள முடிகிறது. சிலரிடம் காரணமே இல்லாமல் விலக்கலே உருவாகிறது. யாரை விரும்புகிறோம், வெறுக்கிறோம் என்பதற்கெல்லாம் காரணங்கள் உண்டா? அல்லது, முதலில் தோன்றும் பிடித்த / பிடிக்காத உணர்வுக்குத் தர்க்க ரீதியான காரணங்களை முனைந்து உருவாக்கிக் கொள்கிறோமா? எல்லாருடனுமே நட்பாய்ப் பழகவே மனம் ஆசைப்படுகிறது. ஆனால் சிலருடன் மட்டுமே அது சாத்தியப்படுகிறது. விருப்புக்கும் இருப்புக்குமான இந்த இடைவெளியின் காரணங்களைத் துல்லியமாக விளக்க முடியுமா? இந்தக் கேள்விகளே இக்கதையின் அடிப்படைகள்.

11. **சின்ன ஜெயா:** ஜெயாவின் தேவை தன்னைப் பொறுப்பு மிக்கவளாகவும் பெரியவளாகவும் உணரச் செய்யும்; சதா திருமணத்துக்காக ஏங்கிக்கொண்டிருப்பவளாகக் காட்டப்படும் அவளது பெற்றோரின் இருப்போ அல்லது கங்காதரன் போன்ற அவளை ஒரு பெண்ணாக உணரச் செய்து, தனக்காக அவள் மாற வேண்டிய அவசியத்தை நினைவூட்டி அச்சுறுத்தும் ஆண்களோ அல்லர். மாறாக அவளது தேவை, தன்னைச் சிறியவளாகக் கருதி, பாதுகாப்பாக உணரச் செய்யும் தோழிகளைப் போன்றவர் களும், தம்பியை நினைவூட்டும் புகைப்படமும்தான்.

12. **கருப்பு அம்பா கதை:** பெரிய நிறுவனங்களுக்கு முன் சிறுத்துப்போய் நியாய அநியாயங்களை எதிர்க்கவோ, அடையாளம் காட்டவோ துணிவின்றி, தன் உரிமைகளையும்கூட அதட்டிக் கேட்கத் தெரியாமல், குடும்பம் எனும் சிறு வளைக்குள் ஒடுங்கிப் புலம்பும் ஒரு ஆணின் மன அவசங்களைக் காட்டுகிறது இக்கதை. மற்றொரு கோணமாக, அவன் எந்த அளவுக்கு அதே வீட்டில் வாழ்ந்துகொண்டிருக்கும் தன் சக ஜீவனான மனைவியின் உலகைப்பற்றி அறியாமலேயே இருக்கிறான் என்பதையும் அனாயாசமாகக் காட்டுகிறது இக்கதை.

13. **அகதிகள்:** வித்தியாசங்கள்தான் ரசனையையும் ஈர்ப்பையும் தூண்டுகின்றன. ஆனால், அவையேதான் வெறுப்பைத் தூண்டவும் செய்கின்றன, இணக்கமான உறவுகள் கொண்ட உலகை அழிக்கின்றன. ஒவ்வொரு வீட்டிலும்கூட வித்தியாசங்கள் உண்டாக்கும் வெறுப்புகளும், அவை உருவாக்கும் அகதிகளும் இல்லையா என்ன என்ற நுட்பமான கேள்வியை முன்வைக்கும் சிறுகதை,

14. **ஒரு பழைய கிழவரும் புதிய உலகமும்:** "இலக்கியச் சிந்தனையின் சிறந்த கதைக்கான விருதுபெற்ற இந்தக் கதையைப் படித்தபோது, இதை எழுதிய ஆதவனுக்கு, 50 வயதுக்கு மேல் இருக்கும் என்று நினைத்தேன், ஆனால், 30 வயது கூட நிரம்பாத ஒரு இளைஞர் எழுதியது என்று அறிந்தபோது பிரமித்துப் போனேன்," என்று ஒரு பிரபல எழுத்தாளர் இக்கதையைப் பற்றிக் குறிப்பிடும் போது கூறியிருந்தார். முதியோர்களின் தனிமையையும் விலக்கத்தையும் முதன்மையாகக் கூறினாலும், இதில் வரும் வலதுசாரிப் பேராசிரியர் பாத்திரம், ஆதவனின் தீர்க்கதரிசனத்துக்கு ஒரு உதாரணம்.

15. **நிழல்கள்:** நகர்ப்புற ஆண்–பெண் உறவுகளின் பல்வேறு காணங்களும் ஆதவனின் கதைகளுக்குக் கருப்பொருளாகி யுள்ளது. அவரின், 'நிழல்கள்', இந்த வகையில் முக்கியமான ஒன்று.

16. **புறா:** 'ஒரு அறையில் இரண்டு நாற்காலிகள்' கதையின், இன்னொரு பக்கம் இந்தக் கதை. மீண்டும், இரு மனிதர்களுக்கிடையே அடிப்படையில் உருவாவது அன்பா வெறுப்பா என்ற கேள்வியையும், அன்பானாலும் வெறுப்பானாலும் அதன் அடிப்படை என்ன என்ற கேள்வியையும் முன்வைக்கிறது. தில்லி செங்கோட்டை யைப் பார்க்க வேண்டும் என்று என் மனதில் ஒரு பெரும் கனவை விதைத்ததில் இந்தக் கதைக்குப் பெரும் பங்குண்டு. நான் தில்லி, செங்கோட்டை, சென்றபோது என்னை 'புறா'வின் சண்முகமாகவே பாவித்துக்கொண்டு சுற்றினேன்.

ஆதவன் தன் 42 வயதுக்குள் எழுதியவற்றை இன்று பார்க்கும்போது நிறைய எழுதியிருப்பதாகத்தான் தோன்றுகிறது. அவர் மறைந்து 25 ஆண்டுகள் ஆகிவிட்ட நிலையில் ஆதவனின் கதைக்களமான நகர்ப்புற மத்தியதர வர்க்கம் இன்னும் பல்கிப் பெருகியுள்ளது. 90களின் புதிய பொருளாதாரக்

கொள்கைகளுக்குப்பின் பெருநகரங்களின் வளர்ச்சியும் அதில் வாழும் அந்நியப்படுத்தப்பட்ட நடுத்தர மக்களின் எண்ணிக்கையும் பல மடங்கு அதிகரித்துள்ளது. புதிய அடையாளத்துடன் காணப்படும் ஐடி இளைஞர்கள் மிக இயல்பாகவே ஆதவனின் கதைமாந்தர்கள் ஆகவேண்டியவர்கள். ஆனால் ஆதவன் இன்று இல்லை.

90களுக்குப் பிறகும் புத்தாயிரத்தின் இந்த இரண்டு தசாப்தங்களிலும் தமிழ் இலக்கியப் பரப்பில் தலித் இலக்கியம், வட்டார இலக்கியம், குலவரலாற்று நாவல்கள் போன்றவையே அதிகம் கவனம் பெற்றுள்ள நிலையில் ஆதவனின் மேற்சொன்ன கதைக்களம் பின்னுக்கு நகர்ந்து விட்டதாகத் தோன்றுகிறது. எம். கோபாலகிருஷ்ணனின் 'மணல் கடிகை'யின் களமும், பி.ஏ. கிருஷ்ணனின் இரு நாவல்களின் எழுத்து முறையும் ஆதவனை நினைவுபடுத்துகின்றன. மற்றபடி ஆதவன் விட்டுச் சென்ற வெற்றிடம் இன்னும் அப்படியேதான் உள்ளது.

சென்னை **சுரேஷ் வேங்கடாத்ரி**
29.11.2018

இண்டர்வியூ

சுவாமிநாதன் அப்பாவுடன் கடைத் தெருவில் நடந்துகொண்டிருந்தான்.

எவ்வளவு கடைகள், எவ்வளவு ஜனங்கள், எவ்வளவு காட்சிகள். ஆனால் சுவாமிநாதன் இதொன்றையும் கவனிக்கவில்லை. அப்பாவுடன் நடக்கிறோம், அப்பாவுடன் நடக்கிறோம், என்ற பெருமையில் அவன் மிதந்துகொண்டிருந்தான். திடீரென்று, 'ஐஸ்கிரீம் வேணுமாடா?' என்றார் அப்பா. சுவாமிநாதனுக்கு அப்பாவின் கேள்வி வியப்பாகவும் சற்றே ரோஷமாகவும் இருந்தது. 'வேண்டாம்பா, நான் குழந்தையா என்ன?' என்றான். அப்பா சிரித்தார்...

கிணுகிணுவென்ற சத்தம். அப்பா சிரிக்கும் சத்தமா? சாலையில் போகும் ஏதாவது சைக்கிள் மணிச் சத்தமா? அல்லது—சுவாமிநாதன் திடுக்கிட்டுப் படுக்கையில் எழுந்து உட்கார்ந்தான். கிணுகிணு வென்று கடிகாரத்தின் அலாரம் இறுதிவரை ஒலித்து ஓய்ந்தது.

ஆ! இன்று இண்டர்வியூ.

படுக்கையைச் சுற்றி வைத்தபிறகு, இரவில் அக்காவிடமிருந்து திருட்டுத்தனமாக எடுத்து வந்திருந்த கடிகாரத்துடன் அவன் மெல்ல அடுத்த அறைக்குச் சென்றான். தூங்கிக்கொண்டிருந்த அக்காவருகில் கடிகாரத்தை வைத்தான். அப்போது அலாரம் மீண்டும் லேசாகக் கிணுகிணுத்தது—

அழுது ஓய்ந்து தூங்கிப் போன குழந்தை தூக்கத்தின் நடுவே ஒரு முறை விசும்பிக்கொள்வது போல. நல்லவேளை, சத்தத்தில் அக்கா எழுந்திருக்கவில்லை.

பல்பொடியின் சுறுசுறுப்பான இனிப்பும் மொரமொரப்பும்; அவன் பேட்டியைப் பற்றி யோசிக்கத் தொடங்கினான் — பேட்டி அறைக்குள் நுழையும்போது 'குட்மார்னிங்' அல்லது 'குட் ஆஃப்டர்நூன்' (புன்னகையுடன்?) — கேள்விகளுக்கெல்லாம் பயப்படாமல் டக்டக்கென்று பதில் — எதற்காகப் பயப்பட வேண்டும்? அவனுக்கு எப்படி வேலை தேவையோ, அப்படியே அவர்களுக்கும் ஆள் தேவை. அந்த ஆள் அவனாகவே இருக்கலாம். அதைத்தான் இன்று சோதித்துப் பார்க்கப் போகிறார்கள். இப்போதைக்கு அவன் அவர்களுக்கு விண்ணப்பத்தாளில் எழுதப்பட்ட ஒரு வெறும் பெயர், பாஸ்போர்ட் அளவுப் புகைப்படத்தில் சுய உணர்வுக் கூச்சத்துடன் விழித்துக்கொண் டிருக்கும் இளைஞன் — ரத்தமும் சதையுமாக, அவனை அவர்கள் இனிமேல்தான் சந்திக்க வேண்டும்.

யார் இந்த சுவாமிநாதன்? எப்படிப்பட்டவன்? தைரியசாலியா? கோழையா? புத்திசாலியா, முட்டாளா? சுறுசுறுப்பானவனா, சோம்பேறியா? நாணயமுள்ளவனா, மோசக்காரனா? உபயோகமுள்ளவனா, உதவாக்கரையா? அவனுக்கு என்ன தெரியும், என்ன தெரியாது? இவ்வளவையும் இன்று ஒரு நாளில் — ஒரு சில நிமிடங்களில் — அவர்கள் கண்டுபிடிக்கப்போகிறார்கள். அடேயப்பா! அவனுக்கே இந்த இருபது வருடங்களில் தன்னைப்பற்றி முழுவதும் தெரிந்து கொண்டுவிட்டதாகச் சொல்ல முடியாது. சில சமயங்களில் தன் மீது இரக்கமாகவும் சில சமயங்களில் கோபமாகவும் இருந்தது. இருபது வருடங்கள், அதாவது ஏழாயிரத்து முந்நூறு நாள்கள் — இவற்றுள் ஒரு சில நாள்களில் ஒரு சில கட்டங்களில் மட்டுமாவது அவன் வேறு விதமாக நடந்துகொண்டிருந்தால் — வேறுவிதமான முடிவுகள் செய்து வேறுவிதமான பாதைகளில் அடியெடுத்து வைத்திருந்தால்? — இன்று அவன் இன்னொரு விதமான மனிதனாக, இன்னொரு விதமான வாழ்க்கை வாழ்ந்து கொண்டிருப்பான்.

திடீரென்று பால்காரன் கூப்பிடும் சத்தம் கேட்டது. அவன் பாலை வாங்கி ஸ்டவ்வில் வைத்தான். அதற்குள் அம்மாவும் எழுந்து கொண்டாள்.

நியூஸ்பேப்பரைப் படித்து முடிக்கும்போது அம்மா கையில் காப்பியுடன் வந்தாள். 'எததனை மணிக்குச் சாப்பிடுவாய்?' என்றாள்.

'எட்டு மணிக்கு'

'அவ்வளவு சீக்கிரமாகவா?'

'பஸ் கிடைச்சுப் போக வேண்டாமா? ஈசுவர மாமா வீட்டுக்கு வேறெ போகணும்.'

'சரி... கறிகாயை மட்டும் சித்தே நறுக்கிக் கொடுத்தாயானால் தேவலை.'

'இம்'.

வீட்டுக்குள்ளே சுற்று வேலைகளெல்லாம் அவன்தான் செய்ய வேண்டும். ஜானு சம்பாதிக்கிறாள். அவளை வேலை செய்யச் சொல்ல அம்மாவுக்குத் தைரியமில்லை. அவன் சம்பாதிக்கத் தொடங்கிய பிறகு?

அவன் கறிகாய் நறுக்கிக் கொண்டிருந்தபோது ஜானு வந்தாள். 'இன்றைக்கு என்னவோ அலாரம் அடிச்சதே காதிலே விழவில்லை' என்றாள். 'நீ ஏதாவது விஷமம் செய்தாயோடா?

'எனக்கொன்றும் தெரியாது உன் கடிகாரத்தைப் பத்தி' என்றான் சுவாமிநாதன்.

'அவன் என்னடி செய்தான், பாவம்' என்றாள் அம்மா.

அம்மாவுக்கும் பிள்ளைக்குமிடையே அபாயகரமாக அன்னியோன்யமும் ரகசிய உடன்படிக்கைகளும் நிலவுவதாக ஜானுவுக்குத் தோன்றியது. 'நீ ஒன்றும் அவனுக்காகப் பரிந்துகொண்டு வராதே' என்றாள். 'அவன் இப்படித்தான் வேணுமென்றே ஏதாவது செய்வான். ஒரு நாள் என் ஹேர் பின்னையெல்லாம் ஒளித்து வைத்திருந்தான்.'

'நீதான் முதலில் என் ஷேவிங் செட்டை ஒளித்து வைத்திருந்தாய்' என்றான் சுவாமிநாதன்.

'தினசரி நான் ஆபீஸுக்குப் போகிற நேரம் பார்த்து நீ டிரஸ்ஸிங் டேபிளுக்கெதிரில் க்ஷவரம் பண்ணிக்கொள்ள உட்காரத் தொடங்கினாய். அதனால்தான் ஒளித்து வைத்தேன்.'

'உனக்கு எப்படி ஆபீஸ் போகிற நேரமாயிருந்ததோ, அப்படியே எனக்கும் காலேஜ் போகிற நேரமாயிருந்தது.'

'முகத்திலே மயிருகூட முளைச்சிருக்கலை உனக்கு அப்போதெல்லாம் – அதுக்குள்ளே ஒரு க்ஷவரம். க்ஷவரம் பண்ணிக் கொள்ளாவிட்டால் காலேஜுக்குள்ளே விடமாட்டார்களா என்ன?'

'பவுடரையும் ஸ்நோவையும் அப்பிக்கொண்டு போகா விட்டால் உங்க ஆபீஸுக்குள்ளே விடமாட்டாங்களா என்ன?'

'ஜாஸ்தி பேசவேண்டாம்.'

'உன்னைவிடக் குறைச்சலாகத்தான் பேசினேன்.'

'நான் ஆபீஸுக்குப் போனதினாலேதான் நீ காலேஜுக்குப் போக முடிந்தது – ஞாபகம் வச்சுக்கோ' என்று ஜானு சீறினாள்.

'அப்பா பணத்திலேதான் நான் போனேன்.'

'ஆமாம்; தாத்தா பணம். நான் ஒருத்தி சம்பாதிக்கா விட்டால் அப்போ தெரிஞ்சிருக்கும். நாலு காசு சம்பாதிக்கத் துப்புக் கிடையாது; வெக்கமில்லாமல் என்னுடன் சண்டைக்கு வராதே.'

சுவாமிநாதனுக்குச் சுருக்கென்றது; மேலே பேச முடியாமல் மௌனமானான். பாணம் தைத்து விட்டதை உணர்ந்த திருப்தியுடன் ஜானுவும் மௌனமானாள். 'நான் சம்பாதிக்கிறேன், நான் மட்டுந்தான் சம்பாதிக்கிறேன்' – இது அவளுடைய பிரும்மாஸ்திரம்.

ஜானுவுக்குக் காப்பி கொடுத்துவிட்டு அம்மா சமையலறை யிலிருந்து சென்றுவிட்டிருந்தாள். சுவாமிநாதன் பொங்கி வந்த அழுகையை அடக்கிக்கொண்டு, காய்கறி முழுவதையும் நறுக்கி முடித்தான். பிறகு வேகமாக பாத்ரூமை நோக்கி நடந்தான், ஆசை தீர அழுது தீர்க்கலாமென்று. ஆனால் பாத்ரூமில் அம்மா குளித்துக்கொண்டிருந்தாள். சுவாமிநாதன் ஆத்திரத்துடன் படபடவென்று கதவை இடித்தான். இவளுக்கு என்ன இப்போது அவசரம்?

'யாரு?' என்றாள் அம்மா.

'எனக்கு லேட்டாச்சும்மா.'

'இதோ – அஞ்சே நிமிஷம்.'

அம்மா வருவதற்கு ஐந்து நிமிடங்களுக்கு மேலேயே ஆயிற்று. சுவாமிநாதன் பொறுமையிழந்தவனாகக் குறுக்கும் நெடுக்குமாக உலவினான். கடைசியில் ஒரு வழியாக அம்மா வந்தாள். 'குழாயிலே ரொம்பக் கொஞ்சமாக ஜலம் விழறதுடா' என்று மன்னிப்புக் கோரும் குரலில் கூறினாள். சுவாமிநாதன் ரவிக்கை அணியாமல் வெறும் புடைவையைச் சுற்றிக்கொண்டிருந்த அம்மாவைப் பார்க்கக் கூச்சப்பட்டுக்கொண்டு வேறு பக்கம் பார்த்தான். அவர்கள் இரண்டு பெண்கள், அவன் ஒரே ஆண். இப்போது அப்பா மட்டும் உயிருடன் இருந்திருந்தால்!

பாத்ரூமில் குழாயைத் திறந்து விட்டுவிட்டுச் சுவாமிநாதன் யோசித்தான். 'அப்பா செத்துப் போவதற்கு முன்பெல்லாம் – ஜானுவும் நானும் எவ்வளவு ஒற்றுமையாக இருந்தோம்! எப்போதும் விளையாட்டு, கூச்சல், சிரிப்பு, அமர்க்களம், 'டேய்! சித்தநாழி பேசாமலிருக்க மாட்டீர்கள்?' என்று அப்பாவின் அதட்டல், உடனே சற்று அமைதி. பிறகு மீண்டும் அமளி.

'ஆனால் இப்போது சிநேகிதமும் இல்லை, விளையாட்டும் இல்லை. சதா சண்டைதான் ...

அவன் குளித்துவிட்டு வரும்போது ஜானு சினிமாப் பாட்டொன்றை முனகியவாறு டிரஸ்ஸிங் டேபிளுக்கெதிரில் உட்கார்ந்து தலைமயிரில் எண்ணெய் தடவிக் கோதிக்கொண் டிருந்தாள். என்ன பாட்டு, என்ன ஆனந்தம், அவனுக்கு எரிச்சல் மூட்டுவதில் அவள் தேர்ந்தவள். டிரஸ்ஸிங் டேபிள் டிராயருக்குள் அவனுடைய பனியன் இருந்தது. 'டிராயரைத் திறக்கணும்' என்றான். அவள் இடத்திலிருந்து எழுந்திராமல் சற்றே ஒருக்களித்து உட்கார்ந்தாள். சுவாமிநாதன் கூசியவாறே அவளுடைய விலாப்பக்கத்தருகே குனிந்து டிராயரைத் திறந்து தேடிக்கொண்டிருந்தபோது கூந்தலை மேலிருந்து கீழாக சீவிக்கொண்டிருந்தாளாகையால் அவளுடைய முழங்கை அவன்மேல் இரண்டு மூன்று தடவை இடித்தது. அவளுடைய புடைவைத் தலைப்பு அவனுடைய வெற்று முதுகின்மேல் உரசியது. கூந்தலை அவள் நீவும்போது உண்டான கலகலவென்ற வளையலோசை; கிளுகிளுப்பான நறுமணம் – சுவாமிநாதனுக்குக் கண நேரத்துக்கு அவள் மேலிருந்த வெறுப்புக் குறைந்து ஒரு பூரிப்பும் இன்பக் கிளர்ச்சியும் உண்டாயிற்று. சில சமயங்களில் அவளைப் பார்க்கும்போது இப்படிப்பட்ட உணர்வுகள்தான் ஏற்படுகின்றன. உடனே இதற்காகத் தன்மீது கோபமும் வருகிறது. அலட்சியப்படுத்த முடியாத ஏதோ ஒன்றைப் பெற்றிருக்கும் காரணத்துக்காக அவள்மீது பொறாமை உண்டாகிறது.

அவன் தலைவாரிக் கொள்ளும்போது அவள் குளிப்பதற்காக எழுந்தாள். ஒருகணம் அவன் பின்னால் நின்று கண்ணாடியில் தன் முகத்தைப் பார்த்துக்கொண்டாள். சுவாமிநாதனுக்கு மீண்டும் எரிச்சலாக இருந்தது. தன் முகத்தில் அவனுக்கு இன்னமும் நம்பிக்கை வரவில்லை, அதைப் பிறர் முன்னிலையில் பார்க்க அவன் கூசினான்.

நெற்றியில் விபூதி இட்டுக்கொண்டு அவன் சுவாமியை நமஸ்காரம் செய்தான். சாப்பிட உட்கார்ந்தான். அவன் சாப்பிடத் தொடங்கும்போது திடீரென்று பாத்ரூமிலிருந்து ஜானு கூப்பிட்டாள்: 'அம்மா! அம்மா!'

அம்மா பாத்ரூமுக்குச் சென்றாள். சுவாமிநாதன் குழம்புஞ் சாதத்தைச் சாப்பிட்டு முடித்தான். தட்டில் மிச்சமிருந்த கறியையெல்லாம் தின்றான். கைவிரல்களையெல்லாம் ஒவ்வொன்றாக நக்கிக் கொண்டான். அம்மா குளித்து லேட்டாக்கினது போதாதென்று இப்போதும் லேட்டாக்குகிறாள். அம்மாவும் ஜானுவுமாக அவனைத் தாமதப்படுத்த சதி செய்கிறார்களோ? 'ஏ அம்மாவ்!'

அம்மா ஓடி ஓடி வந்தாள். 'முதுகைத் தேய்ச்சு விடணுமென்றாள் . . .' என்றவாறு அவசரமாக அவனுக்குச் சாதம் பரிமாறினாள். 'போதும்! போதும்!' என்று ஒரு பிடிச் சாதத்தை அவன் ஒதுக்கினான்.

'சாப்பிடறதேயில்லையே நீ.'

'இப்படிச் சாதம் போட மூணுமணி நேரமாக்கு; நிறையச் சாப்பிடலாம்.'

'நீ உட்கார்ந்திருப்பதே மறந்துபோச்சு.'

'என்னை உனக்கு மறந்துதான் போகும்.'

'நன்றாகக் கோபம் வருது உனக்கு, உங்கப்பா மாதிரி' என்று அம்மா மோர் ஊற்றத் தொடங்கினாள்.

அவசரமாகச் சாப்பிட்டு முடித்தான். சட்டையும் பேண்ட்டும் அணிந்துகொண்டு அவன் சாக்ஸை அணியும்போது ஜானு குளித்துவிட்டு வந்தாள். சாக்ஸ் நுனியில் ஓர் ஓட்டை. ஜானுவின் புடைவைகளும் ரவிக்கைகளும் கைக்குட்டைகளும் செருப்புகளும் வீடெங்கும் இருக்கின்றன. அவனுக்கோ ரகத்துக்கு ஒன்றுகூட இருப்பதில்லை. அப்பா இருந்தவரை அவனுக்கு வேண்டியதையெல்லாம் பார்த்துப் பார்த்து வாங்கி வருவார்.

'எங்கேடா உனக்கு இண்டர்வியூ' என்று புடைவை மடிப்புகளைச் சரிசெய்தவாறே ஜானு கேட்டாள். அவன் தான் போகும் கம்பெனியின் பெயரைச் சொன்னான்.

'பைசா ஏதாவது வேணுமா?'

'ஒண்ணும் வேண்டாம்.'

அவள் முகத்தில் ஒரு புன்னகை ரேகை. 'சிரி, சிரி. எனக்கு வேலை கிடைத்த பிறகு நானோ அம்மாவோ உன்னிடம் பிச்சை கேட்க வேண்டியிராது' என்று நினைத்தவாறு கர்சீப், பேனா, பர்ஸ், சர்ட்டிபிகேட்டுகள் முதலியவற்றைத் திரட்டிக்கொண்டு அவன் கிளம்பினான். 'போயிட்டு வரேம்மா.'

‘தைரியமாகப் போயிட்டு வா, சுவாமியை நினைச்சுக்கோ.’

வீட்டுக்கு வெளியே வந்ததும் நெற்றி விபூதியை அழித்துக் கொண்டான். சுவாமியை, நினைத்துக் கொள்ளத்தானே வேண்டும்? காலை வெய்யிலில் நடப்பது உற்சாகமாக இருந்தது. சாலையைப் பெருக்கிக்கொண்டிருந்த ஒரு தோட்டி அவனைப் பார்த்து ‘மணி என்ன?’ என்று கேட்டான். ஒருகணம் தடுமாறி விட்டு, ‘எட்டரை’ என்றான் சுவாமிநாதன். சம்பாதிக்க ஆரம்பித்த பிறகு ஒரு நல்ல ரிஸ்ட் வாட்ச் வாங்கவேண்டும். பிறகு, எல்லோருக்கும் கரெக்டாக மணி சொல்லலாம்...

ஈசுவர மாமா தன் வீட்டு வெராந்தாவிலேயே உட்கார்ந்திருந்தார். அவனை வரவேற்று உள்ளே அழைத்துச் சென்றார். ‘எத்தனை மணிக்கு இண்டர்வியூ?’ என்றார்.

‘பத்து மணிக்கு.’

‘இன்று செவ்வாயா? – திண்டுக்கல் சத்திரத்திலிருந்து வெள்ளிக்கிழமை புறப்பட்டவன் விழுப்புரத்திலே செத்தான் ஞாயிற்றுக்கிழமை – இன்று மூன்று மணிக்கு ராகு காலம்; கவலையில்லை’ என்றார் அவர். பிறகு, ‘உன் சர்டிபிகேட் ரெடி. கமலி! அந்தப் பையை எடுத்துக்கொண்டு வா’ என்றார் தன் பெண்ணிடம்.

நடத்தை சர்ட்டிபிகேட் வேண்டுமென்று அவரிடம் கேட்டிருந்தான் அவன். கமலி பையை எடுத்து வரும்போது அவளுடைய அம்மாவும் வந்தாள். ‘என்னப்பா சுவாமிநாதா, சௌக்கியமா?’ என்றாள்.

‘உம்’

‘உங்கம்மா இந்தப் பக்கம் வரதேயில்லையே.’

‘வேலை சரியாயிருக்கு’ என்றான் சுவாமிநாதன். ‘எனக்கு வேலை கிடைத்து நான் நல்ல நிலைமைக்கு வந்த பிறகு எங்கம்மா எல்லோரையும் பார்க்க வருவாள்’ என்று நினைத்தான்.

சர்ட்டிபிகேட்டை வாங்கிக்கொண்டு அவன் புறப்படும் போது, ‘என்கூடவே காரில் வந்து விடேன்’ என்றார் ஈசுவரன். புதிய கார், குலுக்கலில்லாத ஓட்டம். மெத்தென்ற ஆசனம். அம்மாவும் ஜானுவும் அவனைத் தாமதப்படுத்த நினைத்தார்கள். ஆனால் அவனுக்குக் காரில் லிப்ட் கிடைத்துவிட்டது. அப்பாவைப் போலவே அப்பாவின் சிநேகிதர்களும் நல்லவர்கள்.

ஈசுவரன் ஏதோ ராகத்தை முனகிக்கொண்டே கார் ஓட்டிக் கொண்டிருந்தார். அப்பாவும் இப்படித்தான் ஏதாவது ராகத்தை

முனகிக்கொண்டேயிருப்பார். ஈசுவரனுக்கு உச்சந்தலையில் சொட்டை விழத் தொடங்கியிருந்தது, அப்பாவைப் போலவே. அவனுக்குத் திடீரென்று அப்பாவுடன் டாக்சியில் போன நினைவுகள் எழுந்தன. காலையில் சொப்பனத்தில் பார்த்த அப்பா எவ்வளவு அழகாக இருந்தார். பேட்டிக்கு அழைத்திருந்த கம்பெனி வாயிலில் அவனை இறக்கிவிட்டு, 'ரைட்டோ – குட்லக்!' என்று ஈசுவரன் காரைச் செலுத்திக்கொண்டு போனார்.

சுவாமிநாதன் எதிரேயிருந்த பெரிய கட்டடத்தை நிமிர்ந்து பார்த்தான் – உயரமான, அழகான கட்டடம். கண்ணாடிக் கதவைத் தள்ளிக்கொண்டு உள்ளே நுழைந்தவுடன் கீழே விரிக்கப்பட்டிருந்த அழகிய மேட்டிங்க், கண்ணாடியாலும் பிளாஸ்டிக்கினாலும் பிளைவுட்டினாலும் அமைக்கப்பட்டிருந்த சுவர்களும் தூண்களும் – பளபளக்கும் மேஜையருகே அமர்ந்து போனில் பேசிக்கொண்டிருந்த ரிசப்ஷனிஸ்ட் மங்கை – இவ்வளவையும் பார்த்துத் தயக்கமாகவும் பயமாகவும் இருந்தது.

ரிசப்ஷனிஸ்ட் மிகவும்அழகாக இருந்தாள். சிவப்புப் புடைவைக்கும் கருப்பு ரவிக்கைக்கும் மூடப்படாமல் தப்பி அவளுடைய வெள்ள வெளேரென்ற சருமம் இங்குமங்குமாகத் தென்பட்டுக் கொண்டிருந்தது. சுவாமிநாதன் அவளருகே சென்றவுடன், 'யெஸ் ப்ளீஸ்' எனறாள் அவள் புன்னகையுடன். சுவாமிநாதனுக்கு இதயம் படபடவென்றது. 'இண்டர்வியூவுக்கு வந்தேன்' என்று தடுமாற்றத்துடன் கையிலிருந்த கடிதத்தை அவளிடம் காட்டினான்.'ஸெகண்ட் ஃப்ளோர் ப்ளீஸ் – ரூம் நம்பர் டூ நாட் டூ' என்றாள் அவள் அதே புன்னகையுடன்.

இரண்டாவது மாடியில் ஒரு மூலையில் பேசிக்கொண்டிருந்த மூன்று பியூன்களிடம் இருநூற்றிரண்டாம் நம்பர் அறைக்கு வழி கேட்டுக்கொண்ட அவன் மேலே நடந்தான். பின்னால் அவர்கள் சிரிக்கும் சத்தம் கேட்டது; தன் காரணமாகத்தான் சிரிக்கிறார்களோ என்னவோ? இவர்களுக்கு வேலை கிடையாதோ? அவன் இங்கே வந்த பிறகு இவர்களுக்கு நிறைய வேலை கொடுப்பான்.

இருநூற்றிரண்டாம் நம்பர் அறைக்குள் ஏற்கெனவே பல இளைஞர்கள் காத்திருந்தார்கள். அவன் உள்ளே நுழைந்ததும் எல்லோர் கண்களும் அவனை நோக்கித் திரும்பின. சுவாமிநாதன் கூச்சத்துடன் காலியாக இருந்த ஒரு நாற்காலியில் உட்கார்ந்தான். அவனைப் பார்த்துக்கொண்டிருந்தவர்கள் மெல்லப் பார்வையை வேறு திசைகளில் திருப்பினார்கள், இவன் ஒரு பிரமாதமான போட்டியாக வரக்கூடியவனல்ல என்று நினைத்தவர்கள் போல.

சுவாமிநாதன் அவர்களை ஒரு நோட்டம் விட்டான். அவர்களில் சிலரையாவது அவனால் தோற்கடிக்க முடியாதா?

திடீரென்று ஒரு நறுக்கு மீசை இளைஞன் ‘ஹலோ!’ என்றான் சுவாமிநாதனைப் பார்த்து. முன்பு எம்ப்ளாய்மெண்ட் எக்ஸ்சேஞ்சில் சந்தித்திருந்த அந்த இளைஞனை அடையாளம் கண்டு கொண்டு, ‘ஹலோ’ என்றான் சுவாமிநாதனும். எம்ப்ளாய்மெண்ட் எக்ஸ்சேஞ்சில் பொசுக்கும் வெய்யிலில் நீளமான கியூவில் நின்றிருந்தபோது பொதுவான ஓர் எரிச்சலிலும் தவிப்பிலும் முளை விட்டிருந்த அவர்களுடைய நட்பு இப்போது மீண்டும் ஊட்டம் பெற்றது.

‘இன்னும் வேலையொன்றும் கிடைக்கவில்லையா?’

‘ஒரு இழவுமில்லை.’

பரஸ்பர அனுதாபங்கள்; யோசனைகள்.

ஹோஹோவென்ற ஓர் அட்டகாசச் சிரிப்பு – எதிரே உட்கார்ந்திருந்த ஒரு பருமனான இளைஞன்தான் அப்படிச் சிரித்தவன். தான் சென்றிருந்த பல பேட்டிகளைப் பற்றிய அனுபவங்களை அவன் விவரித்துக்கொண்டிருந்தான்.

‘காலேஜ் பாஸ் பண்ணிவிட்டு இவ்வளவு நாள்கள் என்ன செய்துகொண்டிருந்தாய்?’

‘உங்களுடைய விளம்பரத்துக்காகக் காத்துக்கொண்டிருந்தேன்.’

‘நீ இந்த வேலைக்கு ஏற்றவனென்று நினைக்கிறாயா?’

‘நிச்சயமாக. ஆனால் இந்த வேலைதான் எனக்கு அவ்வளவு ஏற்றதில்லை.’

‘டைப்பிங் தெரியுமா உனக்கு?’

‘தெரியாதே சார்; யார் அவர்?’

‘எவ்வளவு சம்பளம் எதிர்பார்க்கின்றாய்?’

‘உங்களுக்கு எவ்வளவு கட்டுப்படியாகும்?’

குண்டு வாலிபனின் ஒவ்வொரு வாக்கியத்தையும் தொடர்ந்து குபீரென்ற சிரிப்பு. மௌனம் பூதாகரமாக வளர்ந்து திகிலையும் தவிப்பையும் எழுப்புவதைத் தவிர்ப்பதற்காக அவர்கள் சிரித்தார்கள். தங்களுடைய பயங்களையும் பலவீனங்களையும் மறப்பதற்காகவும், தங்களைப் பற்றிய உண்மையை மறைப்பதற்காகவும் சிரித்தார்கள். பேட்டியில்

உண்மை வெளியாகப் போகிறது; அந்தக் கணம் வரையில் சிரித்துக் கொண்டேயிருக்கலாம்...

திடீரென்று ஒரு மூக்குக் கண்ணாடி ஆசாமி கையில் ஒரு பெயர்ப் பட்டியலுடன் அறைக்குள் வந்தான். 'சைலன்ஸ் ப்ளீஸ்!' என்று கூறினான். 'உங்களைப் போன்ற படித்த இளைஞர்கள்' என்று ஒரு சொற்பொழிவு; அவர்கள் யாரும் பேசவில்லை. கம்பனிடம் காரியம் ஆகவேண்டியிருக்கும் போது கட்டுத்தறியின் உளறலையும் சகித்துக்கொண்டுதானே ஆகவேண்டும்.

மூக்குக்கண்ணாடி ஒவ்வொருவராக அழைத்து அவர்களுடைய சர்ட்டிபிகேட்டுகளைப் பரிசோதித்தான். பிறகு ஒரு தள்ளுகதவைத் திறந்து பக்கத்து அறைக்குள் எட்டிப் பார்த்து ஏதோ கூறிவிட்டு, 'ஆல்ரைட்! நான் பெயர் கூப்பிடுபவர்களெல்லாம் ஒவ்வொருவராக எழுந்து இந்த அறைக்குள் செல்லுங்கள். முதலில், மிஸ்டர்...' என்று பட்டியலில் இருந்த முதல் பெயரை வாசித்தான். கூப்பிடப்பட்ட இளைஞன் எழுந்து சென்றான்.

முதல் பெயர் தன்னுடையதாக இல்லையே என்று சுவாமிநாதனுக்கு ஆறுதலாக இருந்தது. இயல்பாகவே அவன் முதல் ஆசாமியுமல்ல, கடைசி ஆசாமியுமல்ல. அவன் வேண்டியதெல்லாம் இந்த இரண்டுக்கும் நடுவில் ஒரு மறைவான இடம். முதலாவதாக இருப்பதற்கும் கூச்சம், கடைசியாக இருப்பதற்கும் வெறுப்பு.

ஒன்று, இரண்டு, மூன்று – பெயர் வாசிக்கப்படுபவர்கள் ஒவ்வொருவராக எழுந்து சென்றார்கள். 'எல்லாம் வெறும் ஐ வாஷ்' என்றான் குண்டு வாலிபன். 'வேலைக்கு வேண்டிய ஆளை ஏற்கெனவே தேர்ந்தெடுத்திருப்பார்கள் சிபாரிசு மூலமாக. நம்முடைய சர்ட்டிபிகேட்டுகள் வீண்; நாம் இங்கே வந்தது வீண்...'

குண்டு வாலிபனின் பிரசங்கமாரி, பிரசங்கப் புயல் – ஓர் அரசியல் தலைவனாக அவன் வரக்கூடும். ஒரு ஆபீஸ் நாற்காலியில் அமர்ந்து இன்னொருவர் கீழ் வேலை செய்பவனாக அவனைக் கற்பனை செய்து பார்க்க முடியவில்லை. பார்க்கப் போனால் தன்னைக்கூட நாள்முழுவதும் ஒரே இடத்தில் அமர்ந்து வேலை செய்பவனாக சுவாமிநாதனால் நினைத்துப் பார்க்க முடியவில்லை. எந்தவிதமான வேலையோ? 'ஆபீஸ் உதவியாளன்' என்று விளம்பரத்தில் குறிப்பிட்டிருந்தது. யாருக்கு எந்தவிதமான உதவி? அவனுக்குக் கீழே அவனுக்கு உதவி செய்யவும் யாராவது இருப்பார்களா? வெராந்தாவில்

இருந்த பியூன்கள் ஆ! அவர்களை அவன் விரட்டலாம்... ஒரு பெரிய அறையில் வேறு சில மனிதர்களுடன் அவன் உட்கார்ந்திருப்பான். இதைப் போலவே ஓர் அறை.

சுவாமிநாதன் அறையைச் சுற்றி, தன் பார்வையைச் சுழல விட்டான். மேலே கூரையில் லொடக்கு, லொடக்கு என்று சத்தமிட்டவாறு ஒரு மின்விசிறி சுழன்றது. சுவரில் ஒரு பல்லி உட்கார்ந்திருந்தது. திறந்திருந்த ஜன்னல் வழியே வெளியே இருந்த ஒரு மரத்தின் பச்சை இலைகளும் தூரத்தில் நீலவானமும் தெரிந்தன. வெய்யிலின் கிரணங்கள் தரையில் ஜன்னல் வடிவத்தில் ஓர் ஒளிக் கட்டத்தைப் படிய விட்டிருந்தன; ஜன்னல் கண்ணாடியின் மீது 'ஙொய்ங்...' என்ற ரீங்காரத்துடன் ஒரு குளவி தன் தலையை மீண்டும் மீண்டும் மோதிக்கொண்டிருந்தது. அருகில் எங்கிருந்தோ படபடவென்று டைப் அடிக்கும் சத்தம் கேட்டுக் கொண்டிருந்தது.

குண்டு வாலிபனும் நறுக்கு மீசையும் காரசாரமாக விவாதித்துக்கொண்டிருந்தார்கள். அறையிலிருந்தவர்கள் ஒவ்வொருவராக எழுந்து பேட்டி அறைக்குள் சென்றார்கள். சுவாமிநாதன் அந்த அறையைப் பற்றியும் தன்னைப் பற்றியும் பேட்டியைப் பற்றியும் மறக்க முயன்றான். வெளியே பளிச்சென்ற வெய்யிலில் நடக்கும் காட்சிகளைக் கற்பனை செய்து பார்த்தான். படபடவென்ற ஸ்கூட்டர் ஒலிகள், வெவ்வேறு ஹாரன் ஒலிகள், டர்ரென்று தரையை அதிர வைத்தவாறு சென்ற லாரிகளும் பஸ்களும் – இப்படிப் பற்பல ஓசைகள் வெளியிலிருந்து அவ்வப்போது மிதந்து வந்தன. பிரகாசமான பகல் வெய்யிலில் உலகம் எப்படியிருக்குமென்று இனி அவனால் பார்க்க முடியாது. காலையிலும் மாலையிலும்தான் பார்க்க முடியும்.

சுவாமிநாதன் கண்களை இறுக மூடிக்கொண்டான். லொடக்கு லொடக்கு என்ற விசிறிச் சத்தம்; குண்டு வாலிபனின் பேச்சுக் குரல்; டைப்ரைட்டரின் சத்தம்; குளவியின் ரீங்காரம். சுவரில் இருந்த பல்லி திடீரென்று 'கிர், கிர்' என்று கத்தியது. சுவாமிநாதன் கண்களைத் திறந்து பார்த்தான். பரீட்சை ஹாலில் இப்படித்தான் ஒரு பல்லி உட்கார்ந்திருந்தது. தினசரி பாதி நேரத்தில் பேப்பரை முடித்துவிட்டு மிச்சநேரமெல்லாம் அவன் ஆசிரியர் முகத்தையும் சுவர்களையும் ஜன்னல்களையும் பல்லியையும் தன் பேனாவையும் மாறிமாறிப் பார்த்தவாறு வேறு யாராவது முதலில் பேப்பர் கொடுத்துவிட்டுப் போகிறார்களா என்று கவனித்துக்கொண்டிருந்தான். அப்போது எல்லாக் கேள்விகளுக்கும் விடை தெரிந்திருந்து, எல்லாப் பரீட்சைகளையும்

கருப்பு அம்பா கதை 27

மூன்று மணிநேரம் எழுதியிருந்தால் மூன்றாம் வகுப்பில் பாஸ்பண்ணி இன்று இந்த உதவாக்கரைப் பேட்டிக்காகக் காத்திருக்க வேண்டாம்.

இப்போது அம்மாவும் அக்காவும் என்ன செய்து கொண்டிருப்பார்களென்று அவன் யோசித்தான். அம்மா பகல் தூக்கம் தூங்கி எழுந்திருப்பாள். அக்கா ஸ்டெனோ – ஏதாவது டைப் அடித்துக்கொண்டிருப்பாள், அல்லது பென்சிலையோ, நகத்தையோ, கர்ச்சீப்பையோ கடித்துக்கொண்டிருப்பாள். சும்மா உட்கார்ந்து இருக்கும் போதெல்லாம் எதையாவது கடித்துக்கொண்டிருப்பது அவள் வழக்கம். அவளுடைய ஆபீசை அவன் பார்த்திருக்கிறான்; சுத்தப் பழங்காலத்துக் கட்டடம் – அக்காவுடைய ஆபீசை விட அழகியதொரு ஆபீஸில் அவனுக்கு வேலை கிடைக்கப் போகிறது. இந்த ஆபீஸில் சில நாள்களில் அவன் மிகவும் பிரபலமாகி விடுவான். நிறைய நண்பர்களைப் பெறுவான். அக்காவுடனோ, அம்மாவுடனோ அவன் தெருவில் செல்லும்போது இவர்கள் எதிரே வந்தால் அவனைப் பார்த்துப் புன்னகை செய்வார்கள். சுவாமிநாதன் பெரியவனா அல்லது ஜானு பெரியவளா என்று பிறகு அம்மாவே தீர்மானித்துக் கொள்ளட்டும். பெரிய பெரிய மனிதர்களெல்லாம் அவன் வீடு தேடி வருவார்கள். 'சுவாமிநாதன் இருக்கிறானா?' 'மிஸ்டர் சுவாமிநாதன் வீடு இதுதானே?', 'மே ஐ ஸ்பீக் டு சுவாமிநாதன்?' என்று கேட்பார்கள்.

சுவாமிநாதன், சுவாமிநாதன், சுவாமிநாதன்.

'சுவாமிநாதன்!'

திடுக்கிட்டவனாக அவன் நிமிர்ந்தான். கூப்பிட்டது மூக்குக் கண்ணாடி ஆசாமிதான் – அதற்குள்ளாக அவனுடைய முறை வந்துவிட்டதா?

மூக்குக்கண்ணாடியைத் தாண்டி பேட்டி அறைக்குள் நுழைந்தவுடனேயே இவ்வளவு நேரமாக வரவழைத்துக் கொண்ட தைரியமெல்லாம் போன இடம் தெரியவில்லை. எதிரே ஒன்று, இரண்டு, மூன்று, நான்கு – நான்கு ஆசாமிகள், நான்கு ஆசாமிகளுக்கு எதிராக அவன் ஒரே ஒருவன், 'குட் ஆஃப்டர்நூன்' என்று அவன் கூற விரும்பினான். ஆனால் அவன் வாயிலிருந்து வெளிப்பட்டதெல்லாம் உருவமற்ற ஓர் ஒலிச் சேர்க்கை. பயத்தில் வேக வேகமாக வெளிப்பட்டது மூச்சுக் காற்றிலே காதுக்கெட்டாத முணுமுணுப்பாகத் தேய்ந்துவிட்ட வார்த்தைகள்.

'சிட் டௌன்.'

'நாற்காலியில் சாய்ந்து உட்காராமல் முன்புறம் குனிந்து தர்மசங்கடத்துடன் உட்கார்ந்த சுவாமிநாதனை எதிரேயிருந்த நாலு ஜோடிக் கண்கள் கூர்ந்து கவனித்தன. அவனைக் கூசித் தடுமாறச் செய்த நாலுஜோடி 'மெர்க்குரி லைட்' விழிகள்; அவனை ஊடுருவி ஆராய்ந்த நாலு எக்ஸ்ரே கேமராக்கள்...

'நீர்தான் மிஸ்டர் சுவாமிநாதானா?'

எதிரே பருமனாகக் கருப்புக் கண்ணாடி அணிந்திருந்தவர்தான் இந்தக் கேள்வியைக் கேட்டவர். 'ஆமாம்' என்று அவரைப் பார்த்துக் கூறினான் சுவாமிநாதன்.

'என்ன வயதாகிறது உங்களுக்கு, மிஸ்டர் சுவாமிநாதன்?'

'இருபத்தொன்று.'

'மிகச் சின்னவனாகத் தோன்றுகிறதே உங்களைப் பார்த்தால்.'

'என் தப்பில்லை சார்!' என்றான் சுவாமிநாதன். இதற்கு அவர்கள் சிரிப்பார்களென்று எதிர்பார்த்தான். ஆனால் யாருமே சிரிக்கவில்லை. அவனுக்குச் சங்கடமாக இருந்தது.

எதிரேயிருந்தவருடைய இன்னும் சில கேள்விகளுக்கும் பதிலளித்தபிறகு அவனுக்குச் சற்றே பயம் விலகியது. ஆனால் இந்தச் சமயத்தில் வலது ஓரத்திலிருந்தவர் சட்டென்று ஒரு கேள்வியைக் கேட்டார். எதிரேயிருந்தவரையே கவனித்துக் கொண்டிருந்த சுவாமிநாதன் இந்தப் பக்கவாட்டுத் தாக்குதலால் மீண்டும் தடுமாறிப்போனான். அவருக்குப் பதில் சொல்லிக் கொண்டிருந்தபோது இடது ஓரத்திலிருந்தவர் இன்னொரு கேள்வி கேட்டார். டென்னிஸ் விளையாட்டைப் போல இங்குமங்குமாக வந்து விழுந்த பல கேள்விப் பந்துகளை அவன் சமாளிக்க வேண்டியிருந்தது. நாலு எதிராளிகள்; எண்ணற்ற பந்துகள். 'சர்வீஸ்' எப்போதும் அவர்கள் கையில்.

அவன்தான் மூத்த பிள்ளையா? பாஸ் பண்ணிவிட்டு இவ்வளவு நாள்கள் என்ன செய்துகொண்டிருந்தான்? இன்றைய தினசரியில் தலையங்கம் என்ன? அவன் கடைசியாகப் படித்த புத்தகம் எது? இதுவரை அவன் உட்கார்ந்திருந்த அறையில் எவ்வளவு நாற்காலிகள் போடப்பட்டிருந்தன?

எதிரே உட்கார்ந்திருந்தவர்களின் கேள்விகளுக்குப் பயத்துடனும் தயக்கத்துடனும் பதிலளித்துக்கொண்டிருந்த சுவாமிநாதனுக்குத் திடீரென்று அவர்கள் மேல் கோபமாக வந்தது. மிகவும் புத்திசாலிகளாகவும் பாரபட்சமில்லாதவர்களாகவும் அவர்கள் பாசாங்கு செய்வதாகத் தோன்றியது. அவர்கள்

வேலையில் சேர்ந்தபோது இப்படி இண்டர்வியூ மூலமாக வந்திருப்பார்களா, அல்லது வேறு வழிகள் மூலமாகவா! தங்களுடைய தற்போதைய பதவியை அவர்கள் அடைந்திருப்பது நேர்வழிகள் மூலமாகத்தானா? காலியாயிருக்கும் இடத்துக்கு ஏற்கெனவே தங்களுடைய ஆளை அமர்த்தியிருப்பார்களா, இல்லையா? அவர்களுடைய வரவழைத்துக் கொள்ளப்பட்ட முகபாவங்களையும் பெரியமனிதத் தோரணையையும் கலைக்க – அவர்கள் திடுக்கிடும்படி, பதறும்படி, ஏதாவது செய்ய – அவன் ஆசைப்பட்டான். அவர்களுடைய வாழ்க்கையின் கழிந்துபோன அத்தியாயங்கள்அவர்களுடைய முகங்களின் சுருக்கங்களிலும் மேடுபள்ளங்களிலும், அவர்களுடைய நரைத்த அல்லது வழுக்கை விழுந்த தலைகளிலும், அவர்களுடைய உடலின் தடிப்புகளிலும் மடிப்புகளிலும் தெளிவாக எழுதப்பட்டிருந்தன. அவர்கள் எதையெல்லாம் சம்பாதித்திருந்தாலும் பெற்றிருந்தாலும் ஒன்றை மட்டும் நிரந்தரமாக இழந்துவிட்டிருந்தார்கள். இளமையை; இளமையின் புதுமையை; தூய்மையை; துடிப்பை. அவர்களுடைய பணத்தையும் பதவியையும் அனுபவத்தையும் சுவாமிநாதனாலும் பெற முடியும். ஆனால் அவனுடைய இளமையை – இன்னமும் ஓர் அத்தியாம்கூட எழுதப்படாத அவனுடைய சுத்தமான களங்கமற்ற முகத்தை – அவர்களால் பெறவே முடியாது.

சுவாமிநாதனுக்கு ஓர் அலட்சியமும் கர்வமும் உண்டாயிற்று. அவனுடைய வாழ்க்கை முழுவதுமே அவன் முன்னால் விரிந்து கிடந்தது. இந்தப் பேட்டிக்காகவும் இந்த முட்டாள்களுக்காகவும் அவன் ஏன் பயப்பட வேண்டும்? இந்த ஏர்கண்டிஷன் அறைக்கு வெளியே வெய்யில் அடித்துக் கொண்டிருக்கிறது. மனிதர்கள் இருக்கிறார்கள். வாழ்க்கை இருக்கிறது. அவன் தைரியமாகவும் மிதப்பாகவும் கேள்விகளுக்குப் பதில் சொல்லத் தொடங்கினான். ஆனால் அவனுக்குத் தைரியம் வந்த சமயத்தில் பேட்டி முடிந்துவிட்டது.

மாலை வெய்யிலிலும் சிலுசிலுவென்ற காற்றிலும் சுவாமிநாதன் பேட்டியைப் பற்றி யோசித்தவாறே நடக்கத் தொடங்கினான். வீதி முனையில் சாலையைக் கடப்பதற்காகச் சற்றே நின்றான். சிவப்பு விளக்கு வருவதையும் வண்டிகள் நிறுத்தப்படுவதையும் எதிர்பார்த்தவாறு நின்றுகொண்டிருந்தவன், நிமிர்ந்து எதிர்ச்சாரியை ஒரு கணம் பார்த்தான். ஒரு கணம், இரண்டு கணம்... எதிர்ச்சாரியில் நடந்து சென்றுகொண்டிருப்பது யார்? சுவாமிநாதனுக்குத் தலை சுற்றியது.

ஜானு – அவள் கூடவே ஓர் இளைஞன். ஜானு அவனைக் கவனிக்கவில்லை. அவள் சந்தோஷமாக இருந்தாள்; சிரித்துக்

கொண்டிருந்தாள். அந்த இளைஞனும் சிரித்துக்கொண்டிருந்தான். அவன் வாட்டசாட்டமாக கருப்புக் கண்ணாடியணிந்து சினிமா ஹீரோ போலிருந்தான். சிவப்பு விளக்கு வந்து வண்டிகள் நின்றுவிட்டன. சுவாமிநாதன் எதிர்ச்சாரியைப் பார்த்தவாறு சாலையைக் கடக்காமல் நின்றுகொண்டேயிருந்தான். மீண்டும் பச்சை விளக்கு வந்து வண்டிகள் ஓடத் தொடங்கின. சுவாமிநாதன் அந்தச் சாரியிலேயே மெல்ல நடக்கத் தொடங்கினான்.

சற்றுத் தூரம் நடந்ததும் ஒரு சினிமா தியேட்டர்; அவனுக்குப் பிடித்த நடிகை நடித்த படம். படத்தின் புகைப்படங்களை அவன் பார்க்கத் தொடங்கினான் – அந்த நடிகையின் பலவித போஸ்கள்; கம்பெனியில் பார்த்த ரிஸப்ஷனிஸ்ட்டை அவன் நினைத்துக்கொண்டான். அக்காவையும் கருப்புக் கண்ணாடி வாலிபனையும் நினைத்துக்கொண்டான். ஒரு பிரும்மாண்டமான சூன்ய உணர்வும் ஏக்கமும் அவனைப் பிடித்து உலுக்கின. சட்டென்று ஒரு டிக்கெட் வாங்கி தியேட்டருக்குள் நுழைந்தான்.

சினிமா தியேட்டர்கள் அவனுக்குப் பிடித்திருந்தன. அங்கேதான் சுவாமிநாதன் என்பதையும் தன்னுடைய பல்வேறு கவலைகளையும் மறந்துவிட முடிகிறது. ஆனால் இன்று மனம் சினிமாவில் லயிக்கவில்லை. பேட்டியைப் பற்றியும், அக்காவைப் பற்றியும், அம்மாவைப் பற்றியும் நினைத்துக்கொண்டிருந்தது. அம்மா தனக்காகக் கவலைப்படுகிறாளோ என்னவோ – நாழியாகிறதே என்று. அம்மாவுக்கு நாள் முழுவதும் வீட்டிலேயே உட்கார்ந்து கவலைப்படுவதுதான் வேலை. திடீரென்று, அம்மா சினிமா பார்த்து எவ்வளவு நாள்களாகிவிட்டன என்று அவனுக்குத் தோன்றியது. அப்பா இருந்தபோது எல்லோரையும் அழைத்துச் செல்வார்...

இடைவேளை. சுவாமிநாதன் எழுந்து வெளியே வந்தான். சுற்றிலும் சந்தோஷமான குடும்பங்கள். அப்பா இருந்திருந்தால் அவர்களும் இப்படிச் சந்தோஷமாக இருப்பார்கள். அப்பாவுடன்தான் அவர்களுடைய பொதுவான உலகம் இருந்தது. இப்போது அப்பா இறந்த பிறகு அவர்கள் தனித்தனியாகத் தங்கள் உலகங்களைத் தேடிக்கொண்டிருந்தார்கள் – அம்மா வீட்டின் நான்கு சுவர்களுக்கிடையில்; ஜானு கருப்புக் கண்ணாடியணிந்த அந்த இளைஞனைப் போன்றவர்களிடம்; சுவாமிநாதன் பேட்டி அறைகளில். பேட்டி அறைகளில், அப்பாவின் பகல் பொழுதுகள் கழிந்த வெளியுலகத்தை அவன் கண்டுபிடித்துக் கொண்டிருக்கிறான். அந்த உலகத்தின் இரக்கமற்ற கடுமையையும் சுயநலத்தையும் தாங்கிக்கொள்ளச் சக்தியின்றி, சினிமா தியேட்டரின் இருட்டுக்குள்ளே தன்னை ஒளித்துக்கொள்கிறான்.

இடைவேளைக்குப் பிறகு மீண்டும் தியேட்டருக்குள் போக அவனுக்குப் பிடிக்கவில்லை. பஸ் ஸ்டாண்டை நோக்கி நடந்தான்.

பஸ் ஸ்டாண்டில் கூட்டமே இல்லை. சுவாமிநாதன் தன் யோசனைகளுடன் தனித்து விடப்பட்டான். அவனுக்கும் ஜானுவுக்கும் வீடு திரும்புவதே பிடிப்பதில்லை. வீட்டிலிருக்கும் நேரமெல்லாம் ஆணாக இருந்தும் அப்பாவுடைய பொறுப்புகளை இன்னமும் ஏற்றுக்கொள்ளாதது அவன் மனத்தை உறுத்துகிறது. ஒரு செல்லப் பெண்ணின் சலுகைகளை இழந்து வேலை பார்க்க வேண்டியிருப்பது அவளுக்கு எரிச்சல் மூட்டுகிறது. வீட்டுக்குப் போனதும் பேட்டியெல்லாம் நன்றாகப் பண்ணினாயா என்று அம்மா கேட்பாள். அவனுக்கு வேலை கிடைக்க வேண்டுமென்று அவளுக்கு ஆசையாக இருக்கிறது. அப்போது அவனது அப்பாவை அவனிடத்தில் அவள் காண்பாள். கர்வத்துடன் வெளியே செல்லத் தொடங்குவாள். ஜானுவும் அவனுக்கு வேலை கிடைக்க வேண்டுமென்றுதான் விரும்புகிறாள். தன்னுடைய விடுதலைக்காக, அவர்களை விட்டு விலகித் தன் சொந்த உலகத்தை அமைப்பதற்காக. ஒரு வேலை கிடைத்துவிட்டால் பிறகு இந்த ஜானுவின் தயவை எதிர்பார்க்க வேண்டாமே என்று சுவாமிநாதனுக்கும் தோன்றுகிறது.

ஆனால் அவனுக்கு வேலை கிடைத்துவிடக் கூடாதேயென்றும் அவர்கள் பயப்படுகிறார்கள். ஜானுவைப்போல அவனும் தன்னுடைய உலகத்தை விட்டு நழுவி விடுவானே என்று அம்மா பயப்படுகிறாள். தன் சுயேச்சையும் சர்வாதிகாரமும் பறிபோய் விடுமே என்று ஜானு பயப்படுகிறாள். கவலைகளற்ற தன் பகல்பொழுதுகள் இனி வேற்று மனிதர்களுக்குச் சொந்தமாகி விடுமேயென்று சுவாமிநாதன் பயப்படுகிறான்.

இந்தப் பஸ் ஏன் வரவே மாட்டேனென்கிறது? இதுவே சினிமாவாக இருந்தால் அந்த அழகிய ரிசப்ஷனிஸ்ட் இப்போது ஓர் அழகிய காரில் சட்டென்று தோன்றி அவனை ஏற்றிச் சென்றிருப்பாள். பிறகு அவளுடைய அப்பாதான் கம்பெனி முதலாளி என்பதையும் அவன் கண்டுபிடித்திருப்பான். சினிமாவாக இருந்தால் இடைவேளைக்குப் பிறகு அவனுடைய அப்பா உயிருடன் திரும்பி வந்துவிடுவார். பிறகு அவன் வேலை தேட வேண்டிய அவசியமே இருக்காது. சினிமாவைப் போல வாழ்க்கை இருந்தால் கஷ்டமேயில்லை.

வாழ்க்கை ஏன் இவ்வளவு கஷ்டமாக இருக்கிறது? ஏன்? சுவாமிநாதன் பஸ் ஸ்டாண்டில் நின்றவாறு யோசித்துக் கொண்டே இருந்தான்.

நிழல்கள்

பிரிய வேண்டிய வேளை வந்துவிட்டது; பிரிய வேண்டிய இடம் வந்துவிட்டது.

அவளுடைய ஹாஸ்டல் கேட் உயரமான இரும்புக் கிராதிகளாலான கேட். அந்தக் கேட்டருகே நிற்கும்போது அவர்கள் இருவருமே எவ்வளவு சிறியவர்களாகவும் முக்கியத்துவம் இல்லாதவர்களாகவும் தோற்றமளித்தார்கள்! ஹாஸ்டல் கட்டடத்தின் வெளிப்புறச் சுவரில் பொருத்தப்பட்டிருந்த விளக்கின் மங்கலான வெளிச்சம். கேட்டின் நிழலை வெளிப்புறச் சாலை மேல் நீளமாகப் படரவிட்டிருந்தது. எதிரெதிராக நின்றிருந்த அவர்கள் இருவருடைய நிழல்களும் அந்தக் கேட்டின் நிழலின் மேலேயே, ஒன்றின்மீது ஒன்றாகச் சாலையின்மீது படிந்திருந்தன.

'நம் நிழல்கள் ஒன்றையொன்று தழுவிக் கொண்டிருக்கின்றன' என்றான் அவன்.

அவள் அவன் பார்வையின் திசையைக் கவனித்தாள். நிழல்களைக் கவனித்தாள். புன்னகை செய்தாள். அவனுடைய அர்த்தத்தைக் கண்டு கொள்ளாதது போன்ற புன்னகை, எதையுமே தெரிவிக்காத, விட்டுக் கொடுக்காத புன்னகை, நிழல் தழுவுகிறது; புன்னகை செய்வதில்லை. அவள் புன்னகை செய்கிறாள்; ஆனால் . . .

'இன்று என்னவோ ஒரே புழுக்கமாக இருக்கிறது, இல்லை?' என்றான் அவன்.

'உக்கூம்.'

‘இந்தப் புழுதி வேறே, சனியன் – இப்போதெல்லாம் சாயங்காலமும் ஒரு தடவை நான் குளிக்கிறேன் – நீ?’

‘நான்கூட.’

‘உனக்குக் குளிக்க எவ்வளவு நேரமாகும்?’

‘பதினைந்தே முக்கால் நிமிஷம்.’

‘ரொம்ப அதிகம் எனக்கு ஐந்து நிமிஷங்கூட ஆகாது.’

‘நான் பாத்ருமுக்குப் போனால் உடனே குளிக்கத் தொடங்கமாட்டேன். கொஞ்சநேரம் வாளியிலிருக்கும் ஜலத்தைக் கையினால் அளைந்துகொண்டு, யோசித்துக்கொண்டு உட்கார்ந்திருப்பேன். கால் விரல் நகங்கள் ஒவ்வொன்றின் மேலும் சொட்டுச் சொட்டாக ஜலத்தை எடுத்துவிட்டுக் கொள்வேன். தலைமயிரை ஒரு கொத்தாகப் பிரஷ்போல நீரில் தோய்த்தெடுத்து, அதனால் கை கால்களில் வருடிக் கொள்வேன். செம்பைக் கவிழ்த்தவாறே ஜலத்தினுள் அமிழ்த்தி, பிறகு ஜலத்தினடியில் அதை மெல்ல நிமிர்த்தி ‘பம்பும், பம்பும்‘ என்று அது பேசுவதைக் கேட்பேன்.’

‘நான் அந்தச் செம்பாக இருந்திருந்தால் எவ்வளவு நன்றாயிருந்திருக்கும்.’

‘நான் உங்களுடன் பேசுவதில்லயென்றா சொல்கிறீர்கள்?’

‘உன்னுடன் தனியா ...’

‘டோன்ட் பீ வல்கர்.’

அவள் குரலில் ஒரு லேசான கண்டிப்பு இருந்தது. அந்தக் கண்டிப்பு அவனுக்கு ஒரு திருப்தியையும் குதூகலத்தையும் அளித்தது. இவளுடைய கவசத்தைப் பிளந்த குதூகலம், அவளை உணரச் செய்த, உணர்ந்து கண்டிக்கச் செய்த குதூகலம்.

‘நான் ஒரு வல்கர் டைப் – இல்லை?’ என்றான்.

‘ஊஹூம்; ரொம்ப நைஸ் டைப்’ அவள் சமாளித்துக் கொண்டுவிட்டாள். ‘அதனால்தான், நீங்கள் நைஸாகவே இருக்க வேண்டுமென்று நான் விரும்புகிறேன்.’

நான் அதை விரும்பவில்லை, அவ்வப்போது சற்றே வல்கராக இருப்பதுதான் எனக்குப் பிடிக்கும்.’

‘நானும் அப்படித்தான் இருக்க வேண்டுமென்று விரும்புகிறீர்களா?’

‘சில சமயங்களில் கொஞ்சம் கொஞ்சம்.’

'எதற்காக?'

'மை காட்! அடுத்தபடியாக, உன்னை நான் எதற்காகக் காதலிக்கிறேன் என்று கேட்பாய்ப் போலிருக்கிறது.'

'அதற்காகத்தான் காதலிக்கிறீர்களா? அந்த லட்சியத்துடன் தானா?'

'எந்த லட்சியம்?'

அவள் பேசவில்லை. நிழல்களைப் பார்த்தாள். ஒன்றோடொன்று பின்னிக்கொண்டு, ஒன்றில் ஒன்று ஆழ்ந்திருந்த நிழல்கள்.

'எல்லோரும் எதற்காகக் காதலிக்கிறார்கள்?' என்று அவன் கேட்டான்.

'நாம் இப்போது மற்றவர்களைப் பற்றிப் பேசவில்லை.'

'சரி; நீ எதற்காகக் காதலிக்கிறாய்?'

'அழுகையையும் சிரிப்பையும் போல, எனக்குள்ளிருந்து பீறிடும் ஓர் இயற்கையான உணர்ச்சி வெளியீடு இது – என்னையுமறியாமல், எனக்கே புரியாமல்...'

'ஐ ஸீ!'

'ஆனால் அழுகையையும் சிரிப்பையும் போல அல்லாமல் ஒரு குறிப்பிட்ட கட்டத்தில், குறிப்பிட்ட ஒரு நபரை முன்னிட்டுத் தான் இந்த வெளியீடு நடைபெறுகிறது.'

'நான் எவ்வளவு அதிர்ஷ்டசாலி!'

'ஆனால் பொறுமைசாலியில்லை.'

'அப்படியா?'

'ஆமாம்.'

'என் அம்மாகூட அப்படித்தான் சொல்லுவாள், அவள் எது சமைத்தாலும் பாத்திரத்திலிருந்தே எடுத்துச் சாப்பிட்டு விடுவேன் நான் – அகப்பை, தட்டு, கொஞ்சம் கொஞ்சமாகப் பரிமாறுதல், காத்திருத்தல் – இதெல்லாம் என் பொறுமையைச் சோதிக்கும் விஷயங்கள்.'

அவள் முகத்தில் புன்னகை அரும்பியது. 'அம்மா நினைவு வருகிறதாக்கும், என்னைப் பார்த்தால்?'

'பெண்கள், பெண்கள்தான்.'

'ஆண்களின் பொறுமையைச் சோதிப்பவர்கள் இல்லை.'

'ரொம்ப.'

'ஆனாலும் சகித்துக்கொள்ளப்பட வேண்டியவர்கள்.'

'எங்கள் தலைவிதி.'

'த்சு, த்சு, பா ... வம்!' என்று அவள் அவன் தோளின் மேல் செல்லமாக ஒருமுறை தட்டினாள். மெல்லத் தடவிக் கொடுத்தாள். மென்மையான, மிருதுவான அந்தத் தடவலில் அவனுடைய இறுக்கம் தளர்ந்தது. அவனுள் கெட்டியாக உறைந்து கிடந்த எதுவோ திடீரென்று இளகத் தொடங்கியது; பொங்கியெழும்பத் தொடங்கியது – அவன் சட்டென்று அவள் கையைப் பற்றிக் கொண்டான். அவளை இறுக அணைத்துக் கொண்டுவிடப்போகிறவன்போல முகத்தில் ஒரு தீவிரம், உன்மத்தம்.

'உம்ம் ... ப்ளீஸ், வேண்டாம்!' என்று கோபமில்லாமல் இதமாகவும் கனிவுடனும் கூறியவாறு அவள் மெல்லத் தன் கையை விடுவித்துக்கொண்டாள். அந்தக் கணத்தில் அவனுக்கு அவளைக் கொலை செய்யவேண்டும் போலிருந்தது. நெருப்பு மூட்டுவதும், பிறகு ஊதி அணைப்பதும் நல்ல ஜாலம் இது!

அவள் அவனுடைய முகத்தைப் பார்த்தாள். அவனுடைய உஷ்ணத்தை உணர்ந்தாள். சுமுகமான ஒரு மனநிலையில் அவனிடம் விடைபெற நினைத்து, அவன் தோளில் தட்டிக் கொடுக்கப் போக, பலன் இப்படியாகிவிட்டது.

'கோபமா?' என்றாள் அவள் மெதுவாக.

'சேச்சே, இல்லை; ரொம்பச் சந்தோஷமாக இருக்கிறேன் – இதோ பார்த்தாயா, புன்னகை செய்கிறேன்.'

அவள் உதட்டைக் கடித்துக்கொண்டாள். 'ப்ளீஸ்! புரிந்து கொள்ள முயற்சி செய்யுங்கள்.'

'அது அவ்வளவு சுலபமாக இல்லை. இருந்தாலும் நான் என்னால் இயன்றவரை முயன்றுகொண்டுதான் இருக்கிறேன். என்னை நம்பு.'

'எதை நீங்கள் புரிந்துகொள்ள விரும்புகிறீர்களோ, அதை மட்டுமே நீங்கள் புரிந்துகொள்கிறீர்கள் – எல்லாவற்றையும் அல்ல, பூரணமாக அல்ல.'

'பூரணமாக உன்னை நீ சமர்ப்பித்திருக்கிறாயா, பூரணமாக உன்னைப் புரிந்துகொள்வதற்கு?'

அவன் பேசவில்லை, வெடுக் வெடுக்கென்று இரக்கமில்லாமல் எப்படிக் குதறியெடுக்கிறான் அவளை! கருணையையும் கடுமையையும் பிரிக்கும் கோடு இவ்வளவு மெலிதானதா?

குப்பென்று குளிர்காற்று வீசியது, அவர்களிடையே நிலவிய சூழ்நிலைக்குச் சிறிதும் பொருத்தமில்லாததாக. மெயின் ரோடிலிருந்து பஸ்கள், கார்கள் செல்லும் ஓசைகள், ஹார்ன் ஒலிகள் மிதந்து வந்தன. தலைக்கு மேலே ஓர் ஒற்றைக் காக்கை கக்கா பிக்கா என்று தன் அகால இடையூறுக்கு மன்னிப்புக் கேட்டுக் கொள்வது போலச் சப்தமெழுப்பிக் கொண்டு பறந்து சென்றது. எங்கும் எந்தப் பஸ்ஸுக்கும் (அல்லது மிஸ்ஸுக்கும்) காத்திருக்க வேண்டிய நிர்ப்பந்தமில்லாமலிருந்தும், அதற்கு ஏனோ இன்று வீடு திரும்ப இவ்வளவு நேரமாகி இருக்கிறது.

ஆனால் அவன் பஸ்ஸுக்காகக் காத்து நிற்க வேண்டும், ‘குட் நைட்’ என்று சொல்லிவிட்டு, ‘கான்ஸலேஷன் ப்ரைஸ்’ போல ஒரு புன்னகையை விசிவிட்டு அவள் ஹாஸ்டலுக்குள் நுழைந்து விடுவாள். அவன் பஸ் ஸ்டாண்டை நோக்கி நடக்கவேண்டும். தன் நினைவுகளுடன் போராடியவாறு, அவற்றின் முற்றுகைக்குள் புழுங்கித் தவித்தவாறு, பஸ் வருவதை எதிர்பார்த்து பஸ் ஸ்டாண்டில் நிற்க வேண்டும். பல்லைக் கடித்துக்கொண்டு பொறுமையாக இருக்கவேண்டும். பஸ்களின் மேல் அவனுக்குத் தனியாக பாத்தியதையோ, அதிகாரமோ இல்லை. மற்றவர்களைக் காக்க வைப்பதுபோல, அவை அவனையும் காக்க வைக்கட்டும், பாதகமில்லை. ஆனால் இவள் – இவள் ஏன் அவனைக் காக்க வைக்கவேண்டும்? எவ்வளவு சிறிய விஷயம்! அதை எவ்வளவு பெரிதுபடுத்துகிறாள்! எப்போதும், எதற்கும் காத்திருப்பதும் ஏங்கித் தவிப்பதும் அவன் தலைவிதி போலும். சிலருக்கு ஒவ்வொன்றும் எவ்வளவு சுலபத்தில் கிட்டிவிடுகிறது...

சாலையின் குறுக்கே ஒரு வெள்ளை நாய் ஓடி வருகிறது. பின்னாலேயே ஒரு கருப்பு நாய், வெள்ளை நாய் நிற்கிறது; கருப்பு நாய் அதன் பின்னால் முகர்ந்து பார்க்கிறது... ‘நாங்கள் யோசிப்பதில்லை’ என்றான் அவன்.

அவனுடைய மௌனத்தையும் பார்வையின் திசையையும் சிரத்தையாகக் கவனித்துக்கொண்டிருந்த அவள், குபீரென்று சிரித்தாள். தன் வார்த்தைகள் அவளை அதிரச் செய்யுமென்றும் புண்படுத்துமென்றும் எதிர்பார்த்திருந்த அவன், அவள் சிரித்ததும் தடுமாறிப் போனான்; ஒரு முட்டாளைப் போல உணர்ந்தான்.

திடீரென்று தொடங்கியதைப் போலவே, திடீரென்று நின்றது அவள் சிரிப்பு. அவன் முகத்தில் ஓர் ஆயாசமும் வாட்டமும்

தேங்கியிருந்தன. எல்லாச் சிரிப்புகளுமே குதூகலத்தையும் உல்லாசத்தையும் மட்டுமே வித்தாகக் கொண்டவையாக இருப்பதில்லை. 'சில சமயங்களில், என்னை இதயமற்ற ஒரு கொடிய ராட்சசியைப் போல உணரச் செய்துவிடுகிறீர்கள்' என்றாள் அவள்.

'நீ மட்டும்? இங்கிதமோ நாசூக்கோ அற்ற காட்டுமிராண்டியைப் போல என்னை உணரச் செய்கிறாய்.'

'ஒரு காட்டுமிராண்டிக்கும் ராட்சசிக்குமிடையே மலர்ந்த காதல்' என்று அவள் மறுபடி சிரித்தாள், அடேயப்பா, இவர்களுக்குத் தெரியாத தந்திரமில்லை. சிரித்து ஏமாற்றுவார்கள்; சிரிக்காமல் ஏமாற்றுவார்கள்; பேசி ஏமாற்றுவார்கள்; பேசாமல் ஏமாற்றுவார்கள்.

இப்படியே பேசி, இப்படியே மழுப்பி, இரவு முழுவதையும் இவள் கழித்துவிடுவாள். பிறகு காலையில் மறுபடி அவன் பஸ் ஸ்டாண்டை நோக்கி நடக்க வேண்டும். ஹெல்; அதற்கு இப்போதே போய்விடலாம். மன்றாடுவதும் போராடுவதும் குதறுவதுமாக – சே! அவனுக்குப் படுக்கையில் போய் விழ வேண்டும் போலிருந்தது. இறுக்கமான உடைகளைக் களைந்து, கைகால்களை இடைஞ்சலில்லாமல் நீட்டிக்கொண்டும் பரத்திக்கொண்டும் இளைப்பாறவேண்டும் போலிருந்தது. இதெல்லாம் எப்படியாவது தொலையட்டும். இவள் இஷ்டப்படுகிற விதத்தில் இஷ்டப்படுகிற கட்டத்தில் நடந்துவிட்டுப் போகட்டும். உண்மையில் எனக்கும் அவ்வளவு விருப்பமில்லையோ என்னவோ, இவள் அதை ஒரு கௌரவப் பிரச்னையாக ஆக்குவதால், நானும் அதை ஒரு கௌரவப் பிரச்னையாக ஆக்குகிறேன் போலும்.

'சரி; அப்போது நான் கிளம்ப வேண்டியதுதான் என்று நினைக்கிறேன்' என்று அவன் தன் முகத்தில் ஒரு பிரிவுத்தருணப் புன்னகையைத் தரித்துக் கொண்டான். 'குட் நைட் – விஷ் யூ ஹாப்பி ட்ரீம்ஸ் – கனவுகளிலாவது, பிகு செய்துகொள்ளமாட்டாயே?'

'கனவில் வரப் போகிறீர்களா?'

'கனவில்தான் வரவேண்டும் போலிருக்கிறது!'

அவள் சிரித்தாள். அவன் கையை உயர்த்தி, 'க்ளிக்!' என்று அவளைப் புகைப்படம் எடுப்பதுபோல அபிநயம் காட்டினான். 'தாங்க் யூ மேடம். ப்ரிண்ட்ஸ் நாளைக்கு கிடைக்கும்' என்றான்.

'சாயங்காலம்?'

'ஆமாம், சாயங்காலம்.'

'எங்கே?'

'நானே பர்சனலாக உங்களிடம் வந்து டெலிவர் பண்ணுகிறேன். மேடம்.'

'ஓ தாங்க்ஸ்.'

'இட்ஸ் எ பிளஷர்' என்று அவன் இடுப்பை வளைத்து, சலாம் செய்தான், 'வேறு ஏதாவது என்னாலாகக் கூடிய உபகாரம்...?'

'உங்களை நினைவு வைத்துக்கொள்ள எனக்கு ஒன்றும் கொடுக்கப்போவதில்லையா?'

'ஓ!' என்று தன் பைகளில் தேடுவதுபோலப் பாசாங்கு செய்தான்.

'த்சு, த்சு, விசிட்டிங்கார்டு எடுத்து வர மறந்துவிட்டேன்' என்றான்.

'வேறு ஏதாவது கொடுங்கள்.'

'எது வேண்டுமானாலும்?'

'ஆமாம்' என்று அவள் அவனருகில் வந்து, அவனை நோக்கி நிமிர்த்தினாள். 'ஐ மீன் இட்' என்றாள். அவன் அவளுடைய பளபளக்கும் விழிகளைப் பார்த்தான். குறும்புத்தனமாக வளைந்திருந்த மூக்கைப் பார்த்தான். சிறிய உதடுகளைப் பார்த்தான் – எவ்வளவு சிறிய உதடுகள்! அவனுடைய அம்மாவின் உதடுகளும் சிறியவைதான். 'அம்மாவுக்கு முத்தா கொடு கண்ணா' என்று அவனருகில் வந்து முகத்தை நீட்டுவாள் அம்மா, அவன் சின்னவனாக இருக்கும்போது.

இதோ, அவனருகில் நிற்பவளும் ஒருநாள் அம்மாவாகப் போகிறவள்தான்; அம்மாவாகக் கூடியவள்தான். ஒரு குட்டி அம்மா! முரட்டுத் தன்மை மறந்து, ஒரு திடீர் வாஞ்சையுடன் அவன் அவளுடைய வலது கையைப் பிடித்துத் தன் முகத்தை நோக்கி உயர்த்தி, அந்தக் கை விரல்களில் வெகு மென்மையாக முத்தமிட்டான்.

'அங்கே இல்லை!' என்றாள் அவள்.

'பின்னே எங்கே?'

'த்சு, த்சு, குழந்தை – ஒன்றுமே தெரியாது' என்று பரிகாசமாகத் தலையை ஆட்டினாள். விழிகளில் ஒரு குறும்பு; ஒரு விஷமத்தனம். தான் போடும் விதிகளின்படி ஆட்டம் நடைபெறுகிற வரையில் அவளுக்குச் சந்தோஷந்தான்; திருப்திதான். அவன் யாசிப்பதை

அவள் தரவே மாட்டாள். ஆனால் அவள் தருவதையெல்லாம் அவன் மறுக்காமல் ஏற்றுக் கொள்ளவேண்டும்; நல்ல நியாயம்!

அவனுக்குத் திடீரென்று கோபம் திரும்பியது. வேடிக்கையும் விளையாட்டும் மறந்துபோயிற்று. விளையாட்டுத் தனமாக அணிந்த போட்டோகிராபர் போர்வை பறந்துபோயிற்று. இளகியிருந்த முகபாவம் மீண்டும் இறுகிப் போயிற்று. 'இதென்ன பிச்சையா?' என்றான் அமைதியான குரலில்.

'உம்?' அவள் குரலில் வியப்பும், ஒரு லேசான பயமும் தெரிந்தன.

'என்மேல் இரக்கப்பட்டுச் சில்லறை தருகிறாயா?'

அவள் முகத்தில் அலைபாய்ந்து கொண்டிருந்த குதூகலம் திடுமென வற்றிப் போயிற்று. இதை இப்படி இவ்வளவு கடுமையாகச் சொல்லியிருக்க வேண்டாமோ, என்று அவனுக்கு ஒரு பச்சாதாப உணர்வு ஏற்பட்டது. ஆனால் வாயிலிருந்து வார்த்தை விழுந்தது, விழுந்ததுதான். நிமிடங்களும் நிலைகளும் கலந்தது, கலந்ததுதான். ஒரு நிமிடம் முன்பு அவன் விடைபெற்றுச் சென்றிருந்தால் எல்லாமே சுமுகமாகவும் இதமாகவும் இருந்திருக்கும்! ஆனால் இப்போது . . .

அவள் கண்கள் கலங்குவது போலிருந்தது. உதடுகள் துடிக்க யத்தனிப்பது போலிருந்தது—அழப்போகிறாளா என்ன? 'எவ்வளவு அஸ்திரங்களை இவர்கள் பதுக்கி வைத்திருக்கிறார்கள்!' என்று இரக்கத்துடன் கூடவே ஒரு பிரம்மிப்பும் அவனுக்கு ஏற்பட்டது. அவள் நன்றாக மூச்சை உள்ளுக்கிழுத்து வெளியே விட்டாள். மார்பகங்கள் ஓரிருமுறை எழும்பித் தணிந்தன. எழத்துடித்தது. விசும்பல்களை எழாமலேயே அமுத்திவிடும் முயற்சியிலோ என்னவோ, அவள் உடல் முழுவதும் லேசாகக் குலுங்கியது. 'சில்லறை வேண்டாமாக்கும் உங்களுக்கு!' என்றாள். குரலில் ஒரு குத்தல்; ஒரு சவால்; ஒரு மிடுக்கு. 'நோட்டுதான் வேணுமாக்கும் – சரி, எடுத்துக்கொள்ளுங்கள்.'

அவன் கூசிப்போனான்; பேசாமல் நின்றான் – அவள் வேண்டுவதும் இதுதானே! அவனை வெட்கப்படச் செய்ய வேண்டும், ஏதோ குற்றம் செய்துவிட்டவனைப் போலப் பச்சாதாபப்படச் செய்ய வேண்டும், 'ஐ ஆம் சாரி' என்று மன்னிப்புக் கேட்கச் செய்யவேண்டும் – என்ன ஜோடனை, என்ன சாதுரியம்? இதமான சமர்ப்பணத்துக்குப் பதிலாக, எகத்தாளமான ஒரு சவாலை அளித்து, அவனைச் சங்கடத்தில் ஆழ்த்துகிறாள். இருந்தாலும், அவன் பணிந்திருக்கலாம். தவறு தன்னுடையது தானென்று அவளைத் தேற்றியிருக்கலாம், அவளை

மன்னித்ததன் மூலம், அவளுடைய சாகசத்தைக் கண்டும் காணாததுபோல இருந்ததன் மூலம், அவன் உயர்ந்திருக்கலாம். ஆனால் பணிவு இயல்பாக வருவதில்லை. சவாலுக்கு எதிர்ச் சவால், குத்தலுக்கு எதிர்க்குத்தல் – இவைதான் இயல்பாக வருகின்றன.

'உம்', எடுத்துக்கொள்ளுங்கள்' என்றாள் அவள் மறுபடி. 'வேண்டுமென்பதை எடுத்துக்கொள்ளுங்கள்.'

'இப்படியல்ல; வேண்டா வெறுப்பாக அல்ல.'

'இது வெறுப்பு இல்லை.'

'ரியலி?'

அவள் பேசவில்லை.

'உனக்குப் புரியவேயில்லை' என்று அவன் தலையைப் பலமாக ஆட்டினான், 'இவ்வளவு நாள்களாகியும், நீ இன்னமும் என்னைப் புரிந்துகொள்ளவில்லை, என்மேல் நம்பிக்கை வைக்கவில்லை.'

'பல மனிதர்களுக்கிடையிலிருந்து உங்களை நான் ஏன் பொறுக்க வேண்டும் – ஒரு நம்பிக்கை தோன்றாவிட்டால்? உண்மையில், நம்பிக்கை இல்லாதது எனக்கல்ல, உங்களுக்குத்தான்.'

'ஓகோ! பேஷ் பேஷ்.'

'என் நம்பிக்கையை உங்களுக்குத் திருப்தியேற்படும் வண்ணம் நான் நிரூபித்துக் காட்டவெண்டுமென்று விரும்புகிறீர்கள் – இல்லையா?'

'அதெல்லாம் ஒன்றுமில்லை – ப்ளீஸ்! அப்படி நீ நினைக்கக் கூடாது' என்று அவள் கையை மறுபடி மென்மையாகப் பற்றிக் கொண்டான். 'பரஸ்பர நிரூபணங்கள் தேவைப்படும் கட்டத்தை நாம் தாண்டிவிட்டோம் என்று நினைக்கிறேன்.'

'ஒப்புக்கொள்கிறேன்.'

'இது நிரூபணத்தைப் பற்றிய பிரச்னையல்ல. நமக்கென்று ஒரு பொதுவான உலகம் உருவாகிவிட்டபின், அந்த உலகின் நியமங்களைப் பற்றிய பிரச்னை. தனி அறைகளையும் திரைகளை யும் பற்றிய பிரச்னை.'

'எந்தத் திரை எப்போது விலகவேண்டும் என்பதைப் பற்றிய பிரச்னை – இல்லையா?'

'ஆமாம்; ஆனால் – இந்தத் திரைகள் அவசியந்தானென்று நீ நினைக்கிறாயா?'

'இது கற்காலமல்ல.'

'இதோ பார் – உன்னிடமிருந்து நான் வேண்டுவது அதுவல்ல – ஏதோ ஒன்றை நான் கவர முயற்சிப்பதாகவும் நீ காப்பாற்றுவதாகவும் நினைக்கிறாயே, அதுவல்ல; எனக்கு வேண்டியது நீ – பூரணமான திரைகளற்ற நீ; முழுமையாக நீ – புரிகிறதா உனக்கு? எனக்கு வேண்டியது அதுமட்டுந்தான் என்றால், எங்கேயாவது ஒரு நாற்றமடிக்கும் சந்தில் யாரையாவது...'

அவள் அவன் வாயைப் பொத்தினாள். 'ப்ளீஸ்' என்றாள்.

'அந்த ஒன்றுக்காக நான் உன்னை அணுகவில்லை யென்று சொல்லவந்தேன்' என்று அவன் தொடர்ந்தான். 'அந்தத் தேவையின் பூர்த்திக்காக மட்டுமல்ல – நாட் அட் ஆல். எனக்கு உன்னைப் பிடித்திருக்கிறது. பல பெண்களுக்கிடையில் நீ மட்டும் என்னைக் கவர்ந்தாய், சலனப்படுத்தினாய். இது முதலில் வருகிறது. மிச்சமெல்லாம் அப்புறந்தான் வருகிறது – பூரணமாக ஏற்றுக்கொள்ளவும் ஈடுபடுத்திக்கொள்ளவும் ஒன்றைத் தேடிப் பெற்றபின், அளிக்கவேண்டியவற்றை யெல்லாம் அளித்து, பெறவேண்டியவற்றையெல்லாம் பெற்று, அதன்மூலம் முழுமையும் நிறைவும் பெறும் தாகத்தினால் வருகிறது – இதை நீ புரிந்துகொள்வது ரொம்ப அவசியம்.'

'எனக்கு இது புரிகிறது; ஆனால்...'

'போதும்' என்று அவன் அவளைப் பேசாமலிருக்கும்படி சைகை செய்தான். 'இது புரிந்தால் போதும். மற்ற எதுவும் முக்கியமில்லை. நம் தனியான உலகத்தின் நியமங்கள், சமூக நியமங் களுக்கு விரோதமாக இருக்கக்கூடாதென்று நீ விரும்புகிறாய் – உனக்கு என்னைப் புரிவது போல, எனக்கும் உன்னைப் புரிகிறது. உன் நம்பிக்கைகள் புரிகின்றன. அவற்றைக் கௌரவிக்கும் வரையில்தான் நான் உன் மதிப்புக்குப் பாத்திரமானவனாக இருப்பேன் இல்லையா?'

அவள் முகத்தில் ஒரு தெளிவு பிறந்தது; நிர்மலமானதொரு புன்னகை தவழ்ந்தது. 'தாங்க்ஸ்' என்றாள்.

'நான் உன் நம்பிக்கைகளை மதிக்கிறேன்; ஆனால்...' அவன் தலையைப் பலமாக ஆட்டினான். 'ஒப்புக்கொள்ளவில்லை' என்றான். அவள் அவனருகில் இன்னமும் நெருங்கி, சுட்டு விரலை அவன் மார்பில் பதித்து, கோலங்கள் வரைந்தாள், 'என்மேல் கோபமில்லையே?' என்றாள்.

அவன் அவள் தோள்களை ஆதரவாகப் பற்றினான். அவளை அணைத்துக்கொள்ளும் ஆசையைக் கட்டுப்படுத்திக்கொண்டு,

உடனே கையை எடுத்தான். 'உன்மீது நான் எப்படிக் கோபப்பட முடியும்?' என்றான். என்றைக்கும்போல அன்றைக்கும், தான் தோற்றுப் போனதை அவன் உணர்ந்தான். அதிகமாகப் பேசியதன் மூலமாகவே, தான் கட்டுண்டு விட்டதை உணர்ந்தான். தன்னை அவள் கண்களில் ஒரு ஜென்டில்மேனாக நிரூபித்துக் கொள்ளவேண்டிய நிர்ப்பந்தத்தைச் சலிப்புடன் உணர்ந்தான்.

மெல்லத் தன்னை உணர்ச்சிகளின் அணைப்பிலிருந்து விடுபடுத்திக்கொண்டு, அவன் கிளம்பினான். 'சரி – குட்நைட் – இந்தத் தடவை இறுதியாக' என்றான்.

'கிளம்பிவிட்டீர்களா?'

'மணி எவ்வளவு தெரியுமல்லவா? பத்தரை.'

'நானும் உங்களுடன் வருகிறேன்.'

'பஸ் ஸ்டாண்டுக்கா?'

'உங்கள் அறைக்கு.'

அவன் திடுக்கிட்டுப் போனான். 'சேச்சே! டோன்ட் பீ சில்லி!' என்றான். 'அதெல்லாம் நாம் ஏற்கெனவே பேசி முடிவெடுத்தாகிவிட்டது. உனக்கு விருப்பமில்லாததை நீ செய்ய வேண்டுமென்ற கட்டாயமில்லை.'

'இப்போது எனக்கு விருப்பம் வந்திருக்கிறது.'

'நோ. நோ. இனி உன்னை என்னுடன் கூட்டிப் போனால், ஒரு குற்றம் செய்ததைப் போலச் சங்கடப்படுவேன் நான்.'

'உங்களை இப்படி விட்டுவிட்டு என் அறைக்குத் திரும்பிப் போனால், நான் குற்ற உணர்வினால் சங்கடப்படுவேன்.'

அவன் ஒரு கணம் தடுமாறினான். மறுபடி சமாளித்துக் கொண்டான். 'இன்று எனக்கு மூட் கலைந்துவிட்டது; வேறு என்றைக்காவது பார்ப்போம்' என்றான்.

'இன்னொரு நாள் எனக்கு மூட் இருக்குமோ என்னவோ!'

'பரவாயில்லை.' வெகு முக்கியமாகத் தோன்றிய ஒன்று. அவனுக்குத் திடீரென்று அற்பமாகத் தோன்றியது.

அவனுடைய திடீரென்ற விலகிய போக்கினால் சந்தேகமடைந்தவள் போல, அவனுக்குத் தன்னிடம் சிரத்தை குறைந்துவிட்டதோ என்று பயப்படுகிறவள் போல, அவள் திடீரென்று அவனை ஓர் ஆவேசத்துடன் இறுக அணைத்துக் கொண்டாள். 'நான் பொய் சொல்லவில்லை; நிஜமாக, உங்களுடன்

இப்போதே வரத் தயாராயிருக்கிறேன் நான்' என்று சொல்லி அவன் கையுடன் தன் கையை இறுகக் கோத்துக்கொண்டாள். அவளுடைய இறைஞ்சும் பார்வையும் சரணாகதியும் அவனுக்கு உற்சாகமளிப்பதற்குப் பதிலாக, அதிர்ச்சியை அளித்தது. அவளைப்பற்றி அவன் மனத்தில் உருவாக்கியிருந்த ஓர் அழகிய பிம்பம் சேதமடைவது போலிருந்தது. 'ப்ளீஸ், ப்ளீஸ்! வேண்டாம்!' என்று அவன் மிகச்சிரமப்பட்டு, அவளைப் புண்படுத்தக் கூடாதென்ற ஜாக்கிரதையுடன், அவள் அணைப்பிலிருந்து வெகு மெதுவாகத் தன்னை மீட்டுக்கொண்டான். 'நீ சொல்வதை முழுமையாக நம்புகிறேன்; எனக்கு உன்மேல் கொஞ்சம்கூடக் கோபமில்லை; ஆனால் இன்றைக்கு வேண்டாம் – என்ன!'

'உங்கள் விருப்பம்போல்.'

'ஓகே. பை! எங்கே, ஒரு ஸ்மைல் கொடு பார்க்கலாம்.'

அவள் புன்னகை செய்தாள். அந்தப் புன்னகையை நினைத்துக்கொண்டு, வேறெதைப் பற்றியும் நினைக்க விரும்பாமல், அவன் பஸ் ஸ்டாண்டை நோக்கி நடக்கத் தொடங்கினான். 'உண்மையில், மற்றவர்களிடமிருந்து அவளைப் பிரித்துக் காட்டியது எது, என்னைக் கவர்ந்தது எது?' என்று அவன் யோசித்தான். 'என்னிடம் அவளுக்கிருக்கும் நம்பிக்கையையும் மதிப்பையும் கலையாமல் வைத்திருப்பது எது?' சாலை விளக்குகளின் வெளிச்சங்களினூடே, வெளிச்சங்களுக்கிடையில் இருந்த நிழல்களினூடே, அவன் விரைவாக நடந்து சென்றான். 'வெளிச்சம் வரும்போது, கூடவே நிழல்களும் வந்துவிடுகின்றன' என்று அவன் நினைத்தான்.

ஒரு பழைய கிழவர்;
ஒரு புதிய உலகம்

டர்ரென்று கனவேகமாகச் சீறிப் பாய்ந்து வரும் மோட்டார் சைக்கிளின் ஓசை, தரையின் அதிர்வு – நாகராஜன் பதற்றத்துடன் அவசரமாக நடைபாதை மீது தாவி ஏறினார். ஆம், அதே இளைஞன்தான். மோட்டார் சைக்கிள், செயலற்றுப் போகவைக்கும் மூர்க்கமான ஓசையை உமிழ்ந்தவாறு அவரை அடித்துத் தள்ளிவிடும்போல, சின்னாபின்னமாக்கி விடும் போலத் தோன்றியது.

ஒரே கணம்தான்; அதோ, அவனும் அவனுடைய வாகனமும் தூரத்தில் சென்று மறைந்துவிட்டன.

அவருக்குப் படபடப்பு அடங்குவதற்குச் சில விநாடிகள் பிடித்தன. அவர் மனத்தில் அந்த இளைஞன்பால் மீண்டும் வெறுப்புணர்ச்சி ஏற்பட்டது. அவன் வேண்டுமென்றேதான் இப்படிச் செய்கிறானென்பதை அந்தக் கணம் மறுபடி ருசுப்படுத்தியிருந்தது. அவர் வீட்டைவிட்டு வெளியே இறங்க வேண்டியதுதான் தாமதம், உடனே அவனுடைய மோட்டார் சைக்கிள் எங்கிருந்தோ அவரைத் துரத்திக்கொண்டு வந்துவிடுகிறது. அவரைப் பதற்றமடையச் செய்வதில் அவனுக்கு ஒரு குரூரமான மகிழ்ச்சி கிடைப்பதாகத் தோன்றுகிறது. உருப்படியான எதிலும் தீவிரப் பிடிப்பில்லாமல், நம்பிக்கை இல்லாமல், ஆழமான எதனுடனும் தம்மை முழுமையாகச் சம்பந்தப்படுத்திக் கொண்டு அதன் விளைவுகளைச் சந்திக்கத் துணிவில்லாமல், தாமே உருவாக்கிக்கொண்ட ஒரு நிர்ப்பந்தமான

சலிப்பில் உழலும் இக்கால இளைஞர்களுக்கு இதுபோன்ற பொறுக்கித்தனமான முறைகளில்தான் மனக்கிளர்ச்சியையும் பரவசத்தையும் உருவாக்கிக் கொள்ளத் தோன்றுகிறது. தம்மை நிரூபித்துக்கொள்ளத் தெரிகிறது. அவருடைய பதற்றம் அவனுக்கு ஒரு எல்.எஸ்.டி., அவனுடைய உப்புமா வாழ்க்கையில் அவர் ஒரு ஊறுகாய்.

இல்லை, இது அவ்வளவு சரியான உருவகமில்லை, அவன் ஒரு பஞ்சாபி இளைஞன். உப்புமா அவருக்கு இருப்பதைப் போல அவனுக்கு சலிப்பின் சின்னமில்லை; வேறெந்த விதமான சின்னமும் கூட இல்லை. ரொட்டி என்று வேண்டுமானால் சொல்லலாம், அல்லது பூரி அல்லது சமோசா.

அவர் சலூனை அடைந்தபோது வாசலிலிருந்து ஒரு பையன் முள்ளங்கியைப் பேனாக் கத்தியால் சிறுசிறு துண்டுகளாக நறுக்கி நறுக்கி வாயில் போட்டு மென்று கொண்டிருந்தான். அவர் உள்ளே நுழையும் போது அவரை அலட்சியமான ஒரு பார்வை பார்த்தான். வீம்புக்கிழுக்கும் பார்வை.

‘அல்லது முள்ளங்கி’ என்று தன் முந்தைய நினைவின் தொடர்ச்சியாக, அவனைப் பார்த்ததும் அவர் சேர்த்துக் கொண்டார். முள்ளங்கியை நேரடியாகப் பல்லால் கடித்துத் தின்று அவனுக்கு அலுத்திருக்க வேண்டும். எனவே கத்தியால் நறுக்கித் தின்னுகிறான். சலூனில் அந்த முள்ளங்கிப் பையனைத் தவிர இன்னமும் நாலைந்துபேர் காத்திருந்தார்கள், இருவர் நடுத்தரப் பிராயத்தினர். வேறு இருவர் அவரைப் போல அறுபதின் வாசலில் இருப்பவர்கள். இவர்களை அங்கே பார்த்ததில் அவருக்கு ஆச்சரியமுண்டாகவில்லை. ஆனால் முள்ளங்கிப் பையனையும், புகை பிடித்தவாறு ஃபிலிம் ஃபேரைப் புரட்டிக்கொண்டு உட்கார்ந்திருந்த இன்னொருவனையும் (இவனுக்கு முள்ளங்கியை விட இரண்டு மூன்று வயது அதிகமிருக்கும்) பார்த்துத்தான் ஆச்சரியமாக இருந்தது. அவர்கள் சலூனுக்கு வந்து ஆறு மாதங்களுக்கு மேல் ஆகியிருந்ததைத் தலை மயிரின் அடர்த்தி மூலம் பறைசாற்றிக்கொண்டு, அந்தப் பிராயத்து இளைஞர்களிடம் இருந்து வேறெந்த விதத்திலும்கூட மாறுபட்டவர்களாக இல்லாமல் இருந்தார்கள். இன்று திடீரென்று அவர்கள் ஏன் சலூனுக்கு வரவெண்டுமென்று அவர் யோசித்தார். ஒருவேளை யாருடனாவது தலை மயிரைப் பணயமாக வைத்துப் பந்தயம் கட்டி அவர்கள் தோற்றிருக்கலாம். அல்லது இந்தப் பேட்டையில் விருதாவாகச் சுற்றிக்கொண்டிருக்கும் ரவுடிப் பையன்கள் கும்பலைச் சேர்ந்தவர்களாக இவர்களும் இருக்கலாம் – அந்த மோட்டார்

சைக்கிள் இளைஞனைப் போல. காலையிலிருந்து இரவு வரையில் இவர்கள் பஸ் ஸ்டாண்ட், வெற்றிலை பாக்குக்கடை, டீக்கடை, சலூன் என்ற ஒவ்வோர் இடமாகப் போய் உட்கார்ந்துகொண்டு வருவோர் போவோரை வம்புகிழுத்துக் கொண்டிருப்பார்கள். சம்பந்தப்பட்ட கடைக்காரர்களும் இவர்களை எதுவும் சொல்வதில்லை. இதெல்லாம் தினசரி வாழ்க்கையின் ஒரு சாதாரணப் பகுதியாகிவிட்டது. ரோஷமிருந்தவர்களுக்கும் ரோஷம் மரத்துப் போய்விட்டது. எந்த வீட்டுப் பிள்ளையோ, யாருடைய பிள்ளையோ? அவனுடைய அப்பா செல்வாக்குள்ள இடங்களில் தொடர்புடையவராக இருக்கலாம். அல்லது இவரே அப்படியோர் இடத்தில் வீற்றிருப்பவராக இருக்கலாம். எதற்கு வீண் பொல்லாப்பு?

ஆம், ரவுடித்தனமே ஒரு பண்பாக, வணக்கத்துக்கும் மரியாதைக்கும் உரியதாக ஆகிவிட்டது.

ஃபிலிம்ஃபேர் பையனுக்கருகில் பெஞ்சில், அன்றைய தினசரி கிடந்தது. அது அவர்கள் வீட்டில் வாங்குகிற தினசரி இல்லை. ஆனால் உண்மையில், அதுதான் அவருக்குப் பிரியமான தினசரி. அவர் அதைக் கையிலெடுத்துக்கொண்டு பெஞ்சில் அமர்ந்தவாறே அதைப் பர்வையிடத் தொடங்கினார்.

தில்லிக்கு வந்து இருபத்து ஐந்து வருடங்களுக்கு மேலாக தினசரி காலையில் அவர் படித்து வந்தது அந்த தினசரியைத்தான். அதாவது அவர் உத்தியோகத்திலிருந்த வரை. ஆனால் இப்போது ரிட்டயராகி மகனுடன் அவனுடைய வீட்டில் தங்கியிருக்கும் போது, அவன் விரும்பித் தருவிக்கும் தினசரியைத்தான் அவரும் படிக்க வேண்டியிருக்கிறது. அவருக்கு விருப்பமான தினசரியையும் வேண்டுமானால் தருவிக்க அவன் தயாராகவே இருந்தான். ஆனால், ‘எதற்கு இரண்டு பேப்பர்!’ என்று அவர் தடுத்துவிட்டார். பலனாக, இப்போதெல்லாம் அவருக்கு தினசரி படித்த மாதிரியே இருப்பதில்லை.

இப்போது அவர் தன் பழைய தினசரியை வெகுநாள்களுக்குப் பிறகு ஆசை தீரப் படித்துத் தீர்த்தார். மனத்தில் ஓர் அலாதியான நிறைவு ஏற்பட்டது. இந்த தினசரியில் தலைப்புகளின் தன்மை, செய்திகளை வெளியிடும் முறை எல்லாவற்றிலும் அவர்கள் இப்போது வாங்கி வந்த தினசரியில் இல்லாத ஓர் அடக்கமும் அமைதியும் இருந்தது. இதுதான் அவருக்குப் பாந்தமாக இருந்தது. அவருடைய மகனுக்கோ அந்த இன்னொரு தினசரியில் வரும் பளீரென்ற தலைப்புகள், காரசாரமான தலையங்கங்கள் இவைதான் பிடிக்கின்றன. எப்படி அவனுடைய மனைவியின்

காரமான சமையல் பிடிக்கிறதோ, அப்படி. எல்லாம் சுவையைப் பொறுத்த விஷயம்தான்.

அவருக்குத் தன் மாட்டுப் பெண்ணின் சமையல் பிடிப்பதே இல்லை. ஆனால் என்ன செய்வது? பிடித்தாலும் பிடிக்கா விட்டாலும் இனி அவர் அதைத்தான் சாப்பிட்டாகவேண்டும். கல்யாணி இப்படி அவரை விட்டுவிட்டுப் போய்விட்டாளே! அவள் குணம் மாதிரியேதான் அவள் சமையலும், சாத்வீகமாக இருக்கும்; ஆனால் சப்பென்று இருக்காது. துறுதுறுப்பாக இருக்கும்; ஆனால் வெடுக்கென்று இருக்காது. அவள் இருந்தவரையில் அவர் முடி வெட்டிக் கொள்ளப் போகும் தினங்களை ஒரு வைபவமாகக் கொண்டாடுவாள்; ஸ்பெஷலாக ஏதாவது பலகாரம் செய்துவிடுவாள். அவர் சலூனுக்குப் போய்த் திரும்பி வந்த பிறகு இரண்டாவது டோஸ் காப்பி, எண்ணெய், வெந்நீர் எல்லாம் தயாராக இருக்கும். பாவம், அந்தக் காலத்து மனுஷி. 'பெண்கள் விடுதலை இயக்கத்தி'னால் பாதிக்கப்படாதவள். கணவனுக்குப் பணிவிடை செய்வதிலேயே நிறைவு பெறுபவள். அவருக்குத் திடீரென்று அவள் மீது கோபம்கூட ஏற்பட்டது. அவள் இருந்த வரையில் அவரை அளவுமீறிச் சீராட்டியதன் காரணமாகத்தானே, இன்று அவர் மிக அதிகமாகத் துன்பப்பட வேண்டியிருக்கின்றது! பாவ்லாவ்வின் நாய் போல, முடிவெட்டிக்கொள்ளும் தினம் வந்தவுடனேயே அவருடைய நாக்கு ருசியான சிற்றுண்டிக்கு ஏங்கத் தொடங்குகிறது.

காலையிலிருந்து அவருக்கு நல்ல பசி. ஆனால் வீட்டில் பிரெட்கூட இல்லை. பிரெட் தொழிற்சாலைகளில் ஒரு வாரமாக ஏதோ ஸ்டிரைக் நடந்துகொண்டிருக்கின்றது. அவருடைய மாட்டுப் பெண் அவளுடைய ஸ்பெஷாலிடியான உப்புமா கிண்டினாள். அவருக்கென்று இல்லை, எல்லோருக்குமாகத்தான். மாணவர் ரகளையொன்றைத் தொடர்ந்து யுனிவர்சிடி சென்ற இரண்டு வாரங்களாக மூடப்பட்டுக் கிடக்கிறது. அவருடைய மகன், மாட்டுப்பெண் இருவரும் யுனிவர்சிடியில் லெக்சரர்கள். இப்போது போனஸ் விடுமுறை அனுபவித்துக் கொண்டிருக்கிறார்கள். எனவே இப்போது சில நாள்களாகவே தினசரி காலையில் பலகாரம், பிறகு தாமதமாகச் சாப்பாடு. பலகாரம் என்பது பெரும்பாலும் பிரெட் அல்லது உப்புமா.

உப்புமாவைக்கூட ஒருவர் மோசமாகப் பண்ணமுடியுமென்பது அவள் மூலமாக அதைப்பண்ணிச் சாப்பிடுவது வரையில் அவருக்குத் தெரிந்திருக்கவில்லை. வழக்கம் போல எப்படியோ அதை விழுங்கிவிட்டு, கரைத்துக் கொடுத்த ஹார்லிக்ஸைக் குடித்துவிட்டு சலூனுக்கு வந்து சேர்ந்திருந்தார்.

முள்ளங்கிப் பையன் முள்ளங்கியை முடித்துவிட்டு கொய்யாப்பழம் தின்னத் தொடங்கியிருந்தான். அவர் ஒரு கணம் பொறாமையுடன் அவனைப் பார்த்தார். கொய்யாப் பழத்தையும் அவன் அந்தக் கத்தியால் சிறு துண்டுகளாக நறுக்கித்தான் தின்றான். தின்னுவதை விடவும் அதிகமாக அந்தக் கத்தியைப் பயன்படுத்துவதில்தான் அவனுக்கு இன்பம் கிடைத்தது போலிருந்தது.

ஆரம்பத்தில் முடிவெட்டிக்கொள்ள உட்கார்ந்திருந்தவர்களில் இருவர் எழுந்து அந்த இடங்களில் போய் உட்கார்ந்திருந்தார்கள். அவருடைய முறை வருவதற்கு இன்னமும் நேரமாகும். அவர் நாவிதர்களின் கைவரிசையைச் சற்று நேரம் வேடிக்கை பார்த்துக்கொண்டிருந்தார். ஃபிலிம்ஃபேர் பையன் இன்னமும் அந்தப் பத்திரிகையைக் கீழே வைக்கவில்லை. அங்கே வேறு பத்திரிகைகளும் இல்லை. அவருக்கு அந்தப் பையன் மீது அனுதாபமேற்பட்டது. அவ்வளவு நேரம் ஓர் இடத்தில் அமர்ந்து எதையோ படித்துக் கொண்டிருப்பது – அது ஃபிலிம்ஃபேராக இருந்தால் கூட – அவனுக்கு மிகவும் இயல்பற்ற ஒரு செயலாக அவருக்குப் பட்டது. என்ன அதிர்ஷ்டம்! இந்த ஃபிலிம்ஃபேரை மட்டுமாவது அவன் படித்துத்தான் ஆகவேண்டியிருக்கிறது. இல்லாவிட்டால் நாளை ராஜேஷ் கன்னா சம்பந்தப்பட்ட புதிய வம்பை அவனிடம் பேச வரும்போது அவன் பேந்தப் பேந்த விழிக்க வேண்டிவரும். பாவம்! இந்தப் படிப்பைக்கூட அவன் தவிர்க்க முடிந்தால்!

எல்லோருக்குமே ஆசையாகத்தான் இருக்கிறது, படிப்பைத் தவிர்ப்பதற்கு. படிக்காமலேயே புத்திசாலிகளாக இருக்கவே எல்லோரும் விரும்புகிறார்கள். அதாவது புத்தகப்படிப்பு மட்டுமல்ல, வாழ்க்கைப் படிப்பும் கூடத்தான். எம்.ஏ. படித்த தன் மாட்டுப் பெண்ணுக்கு கல்யாணியின் புத்திசாலித்தனத்தில் கால்பங்கு கூடக் கிடையாதென்று அவருக்குத் தோன்றுகிறது. இதை அவர் வாய்விட்டுச் சொல்லமுடியுமா? ரிட்டயராகிற சமயத்தில் அவருக்குத் துரையாக இருந்த ஒரு மகானுபாவன், ஃபைல்களை ஆதியோடந்தம் படிப்பதையே கௌரவக் குறைச்சலாக நினைத்துக்கொண்டு ஏதோ நுனிப்புல் மேய்ந்து தப்பும் தவறுமாக எதையோ எழுதி ஒப்பேற்றிக் கொண்டிருந்தான். அவனுக்குச் சமீபத்தில் பிரமோஷன் கிடைத்திருப்பதாகச் சொன்னார்கள், அவருடைய மகன் பளீரென்ற தலைப்புகளும் காரசாரமான தலையங்கங்களும் உள்ள அந்தத் தினசரியைக் காலையில் கரைத்துக் குடித்துவிட்டு, நாளின் எஞ்சிய பகுதியில் வருகிறவர் போகிறவர்களிடம் அந்தக் கருத்துகளைத் தன் கருத்துகளைப்போலச் சொல்லிக் கொள்கிறான். ஆனால்

உண்மையில் அவனுக்கென்று எந்த விஷயத்திலும் எந்தவித திடமான அபிப்பிராயமும் கிடையாதென்பதை அவர் வெகு நாள் முன்பே அறிந்திருந்தார். இல்லாவிட்டால் இவளுடைய சமையலை மறுபேச்சில்லாமல் இவ்வளவு நாள் சாப்பிட்டுக் கொண்டிருப்பானா, அறிவில்லாதவன். இப்படிப்பட்டவர்கள் மாணவர்களுக்கு என்ன போதிக்க முடியும், என்ன திடமான வழியை அவர்களுக்குக் காட்ட முடியும்?

கடைசியில் அவருடைய முறையும் வந்தது. அவர் நாற்காலியில் போய் உட்கார்ந்தார். நாவிதன் அவரைக் கழுத்துக்குக் கீழே வெள்ளைத் துணியால் போர்த்தினான். அவருக்குத் திடீரென்று அமைதியும் ஆசுவாசமும் ஏற்பட்டது. மீண்டும் சிறு பையனாகிவிட்டது போல – பொறுப்புகள் இல்லாதவராக, சீராட்டுக்குரியவராக. இப்போது அவர் எதுவும் செய்ய வேண்டியதில்லை, எல்லாம் நாவிதன் பார்த்துக் கொள்வான். ஒரு நல்ல தந்தையைப் போல, தாயைப் போல, மனைவியைப் போல, எல்லா நாவிதர்களிடமும் அவர் இப்படி ஆசுவாசமாக உணர முடிந்ததில்லை. ஒரு வருடம் முன்பு இவனைக் கண்டுபிடிக்கும் வரையில் அவர் எவ்வளவு சிரமப்பட வேண்டியிருந்தது!

பல வருடங்களாக கனாட் பிளேஸில் ஒரு குறிப்பிட்ட சலூனில் இருந்த ஒரு குறிப்பிட்ட கிழவனிடம்தான் அவர் முடிவெட்டிக் கொண்டார்; ஆனால் திடீரென்று ஒரு நாள் அந்தக் கிழவர் இறந்துவிட்டதாகச் சொன்னார்கள். அன்று இன்னொருவன் அவருக்கு முடி வெட்டிவிட்டான். அவன் அவர் தலையைத் தொட்டுத் திருப்பிய விதம், தலைமயிரை வாரிய விதம், சிரைத்த விதம், காதுகளின் மேல்புறத்தில் மழித்த விதம், எல்லாமே அவருக்கு அருவருப்பூட்டின. அவர் அதன் பிறகு அந்த சலூன் பக்கமே போகவில்லை. நாவிதனுடன் நாம் கொள்ளும் உறவு வெறும் வார்த்தை உறவல்ல; ஸ்பரிச உறவு – மனைவியுடன் கொள்ளும் உறவைப் போல சிலரால்தான் நாம் கவரப்படுகிறோம். சிலர் தீண்டுவதுதான் நமக்கு இதமளிக்கின்றது. நம்மைக் கவராதவர்கள் பேச்சைப் பொறுத்துக் கொள்ளலாம்; ஸ்பரிசத்தைப் பொறுத்துக்கொள்ள முடியாது. அவனை அவருக்குப் பிடிக்காமல் போனது அவனுடைய குறையென்று கூடச் சொல்ல முடியாது. அவருடைய துரதிர்ஷ்டம் என்றுதான் சொல்லவேண்டும்.

இந்த துரதிர்ஷ்டம் பலநாள்கள் நீடித்தது. எத்தனை சலூன்களுக்குச் சென்றிருப்பார், எத்தனை நாவிதர்களிடம் பண்ணிக்கொண்டிருப்பார்! யாருமே அவருக்குத் திருப்தியளிக்க

வில்லை. கடைசியில் ஒரு வருடத்துக்கு முன்பு அவர் வீட்டருகிலேயே இந்த சலூன் திறந்தது. அதனுடைய முதலாளி யாகிய இந்த நடுத்தர வயது நாவிதனிடம் தான் சலூன் நாற்காலிகளில் பெற விரும்பிய ஆசுவாசத்தை அவர் மீண்டும் – வெகுநாள்களுக்குப் பிறகு – பெற முடிந்தது. அவனுக்கு வயதென்னவோ முப்பத்தைந்துக்குள்தான் இருக்கும். ஆனாலும் அவருடைய பழைய கிழட்டு நாவிதரிடம் இருந்த அதே பக்குவமும் இங்கிதமும் மென்மையானதொரு கர்வமும் அவனுடைய ஒவ்வோர் அசைவிலும் ஸ்பரிசத்திலும் இருந்தது. அவன் ஒரு கலைஞன். தான் செய்கிற தொழில் குறித்து அவனுக்குத் தாழ்வு மனப்பான்மை கிடையாது. இந்தத் தாழ்வு மனப்பான்மை விளைவிக்கும் முரட்டுத்தனமோ அல்லது போலியான பணிவோ அவனிடம் இல்லை.

கல்யாணியிடம் அவரைக் கவர்ந்ததும் இவ்வகை குணங்கள்தாம். அவளுக்கு அவர்பால் போலியான மரியாதை கிடையாது. தன்னம்பிக்கையின்மையும் பலவீனமும் ஏற்படுத்தும் காழ்ப்புணர்ச்சிகளும் போர்க்கோலங்களும் கிடையாது. தன் சூழ்நிலை, தன் வேலை, தன் உறவுகள் ஆகியவைபால் அவளுக்கு ஒரு நிச்சயமும் நம்பிக்கையும் இருந்தது. அன்பும் ஈடுபாடும் இருந்தது. ஷரத்துகளில்லாத ஈடுபாடு. அவளுடைய இந்த நிச்சயம் அவருக்கு அவர் வேண்டிய திண்மையையும் பாதுகாப்பையும் அளித்தது அவளுடைய உலகம் குழப்பமில்லாத உலகம்; மிக எளிமையான உலகம். அந்த எளிமை வெகுளித்தனமானதல்ல, விவேகம் நிரம்பியது. முதிர்ச்சியை உள்ளடக்கியிருப்பது, இந்த நாவிதனின் எளிமையைப் போல. அவனுடைய மௌனத்தைப் போல.

இவனுடைய தொழிலின் தன்மை காரணமாகவே இவனுக்கு ஒரு முதிர்ச்சி ஏற்பட்டிருக்க வேண்டும், இந்த நாவிதனுக்கு. முடிதிருத்திக் கொள்வதற்காக வருகிற பலர் 'இப்படி வெட்டவேண்டும், அப்படி வெட்டவேண்டும்' என்று உத்தரவிடும் போதெல்லாம், மனிதர்களின் சுய முக்கியத்துவத்தை யும் அகந்தையையும் அவன் நெருக்கத்தில் தரிசித்து, இந்தத் தரிசனங்களின் பின்னணியில் தன்னுடைய சுய அபிமானம், சுய வெளிப்பாடு ஆகியவற்றையும் தவிர்க்க முடியாமல் பரிசீலனைக்கு உள்ளாக்க நேர்ந்து, மற்றவர்களை உறுத்தாத விதத்தில் இவற்றை மொண்ணையாக்கிக் கொள்வதற்குப் பயின்றிருக்கவேண்டும். சில புடைவை அல்லது நகை வியாபாரிகளிடமும் தையல்காரர்களிடமும் இதே விதமான முதிர்ச்சியை அவர் சந்தித்திருக்கிறார். ஆனால் கல்யாணியின் முதிர்ச்சியை உருவாக்கிய உலைக்களம் எது என்றுதான் அவரால்

புரிந்துகொள்ள முடியவில்லை. தன்னுடைய ஆதி நாள்களின் முன்கோபமா? குடித்துக் குடித்துக் குட்டிச்சுவராகப் போன அவளுடைய அப்பாவின் பொறுப்பின்மையா? அவளுடைய நாத்தனாரின் – தன் தமக்கையின் மௌடிகத்தை வித்தாகக் கொண்ட குரோதமும் பொறாமையுமா?

ஹேர் கட் முடிந்துவிட்டது. அவரைச் சுற்றியிருந்த வெள்ளைப் போர்வையை அவன் அவிழ்த்து உதறினான். டவலால் அவர் முகம், கழுத்து யாவற்றையும் அழுத்தித் துடைத்து, அவர் சட்டை மேலெல்லாம் தட்டினான். இவ்வளவு சீக்கிரம் முடிந்துவிட்டதேயென்று அவருக்கு ஏக்கமாக இருந்தது. அவர் நாற்காலியில் இருந்து இறங்கி, ஐந்து ரூபாய் நோட்டொன்றை எடுத்துக் கொடுத்தார். அவன் காத்திருந்த அடுத்த ஆசாமியை 'வந்து உட்காரலாம்' என்று சைகை செய்துவிட்டு, அங்கே அறை மூலையிலிருந்த மேஜையின் இழுப்பறையைத் திறந்து – அதுதான் அவனுடைய பணப்பெட்டி – அவருக்குச் சில்லறை எடுத்துக் கொடுத்தான். அவர் அதை எண்ணிக்கூடப் பார்க்காமல் சட்டைப்பையில் போட்டுக் கொண்டு, வந்தனம் தெரிவிக்கும் முறையில் அவனைப் பார்த்துப் புன்னகை செய்துவிட்டுக் கிளம்பினார். அந்தப் பணப் பரிவர்த்தனை அவர்களிருவரையும் எப்போதுமே சங்கடத்திலாழ்த்துவதாகத் தோன்றியது. அது அவர்களுடைய சம்பந்தம் பிரயோஜன ரீதியானதுதான் என்பதை உணர்த்தியது. அதுதான் உண்மையுமா? அப்படியல்லவென்று அவர் நினைப்பது – தன் சொந்தமகன்கூடத் தன்னிடம் காட்டாத ஓர் அக்கறையை இந்த நாவிதன் காட்டுவதாக நினைப்பது – ஒரு பிரமைதானா?

அவர் சலூன் வாசலையடைந்த அதே சமயம் அந்த முள்ளங்கிப் பையன் பக்கத்து டீக்கடை ரேடியோவிலிருந்து ஒலித்த சினிமாப் பாடலினால் கவரப்பட்டு சற்று முன்னர் அங்கிருந்து எழுந்து சென்றிருந்தவன் – மீண்டும் சலூனுக்குள் பிரவேசித்தான். 'நீ என்னப்பா, எனக்கு அப்புறமாக வந்தவர்களுக்கெல்லாம் பண்ணிவிட்டாய்; நான் இரண்டு மணி நேரமாகக் காத்திருக்கிறேன்! நீ என்ன கிழடுகளுக்காக மட்டும்தான் கடை திறந்திருக்கிறாயா?' என்று திடீரென்று உரத்த குரலில் சத்தமிட்டான். நாகராஜனுக்குச் சுருக்கென்றது. அவர் சலூன் வாசலில் நின்றார். நாவிதன் சாந்தமாக ஏதோ பதில் கூற முயன்றான். அதற்குள் ஃபிலிம்ஃபேர் இளைஞன், 'இந்த நாவிதனும் கிழடு மாதிரி தாண்டா – சாலா!' என்றான். இருவருமாக உரக்கச் சிரித்தார்கள். தொடர்ந்து அவனுடைய ஆண்மையைப் பற்றிச் சந்தேகம் தெரிவித்து இரு பொருள்பட அவர்கள் பேசிக்கொண்டு போனார்கள். அவனைச் சீண்டுகிற

முறையில் ஃபிலிம் ஃபேர் பையன் ஓர் ஆபாசமான சினிமாப் பாட்டைப் பாடியவாறு அந்த நாவிதனைத் தழுவிக் கொள்ள முயன்றான். முதலாளி நாவிதனைத் தவிர அந்தக் கடையிலிருந்த வேறு இரண்டு நாவிதர்கள் எதுவும் நடக்காததுபோலத் தங்கள் வேலையில் ஆழ்ந்திருந்தார்கள். அவனும் பதற்றமில்லாமல் 'தயவுசெய்து இங்கே சத்தம் போடாதீர்கள்' என்று மட்டும் சொன்னான். கடையில் காத்திருந்த மற்றவர்கள் அந்தப் பையன்களின் நடத்தையில் அதிருப்தியுற்றவர்களாக, ஆனால் அந்த அதிருப்தியை வெளிப்படுத்தவும் தயங்கியவர்களாக அமர்ந்திருந்தார்கள்.

நாகராஜனுக்குப் பொறுக்கவில்லை. அந்த நாவிதனுக்கு ஆதரவாக ஏதாவது சொல்ல வேண்டும்போல இருந்தது. ஆனால் அவருடைய உதவி உண்மையிலேயே அவனுக்குச் சாதகமானதாக இருக்குமாவென்றும் அவருக்குச் சந்தேகமாயிருந்தது. என்ன இருந்தாலும் அவர் இந்த ஊர்க்காரரில்லை. அவருடைய இந்த உச்சரிப்பு அந்தப் பையன்களுடைய கொண்டாட்டத்தை அதிகப்படுத்தி, அவரை அவர்களுடைய கிண்டலிலிருந்து காப்பாற்றும் அதிகப்படியான பொறுப்பை வேறு அந்த நாவிதன் மேல் சுமத்தக்கூடும். அவருக்குப் புஜபலமில்லை; வேறு பலங்களுமில்லை; அவர் அங்கிருந்து நடக்கத் தொடங்கினார். தான் செய்யத் தவறியவற்றுக்குச் சுலபமாகச் சமாதானங்கள் கற்பித்துக்கொள்ள அவரால் முடிகிறது. ஆனால் இந்தத் தர்க்கம் ஓர் இறுதியான விடையாகாது. அவருடைய கோழைத்தனத்துக்கு மன்னிப்பாகாது. ஆம், இதுவும் ஒரு கோழைத்தனம் தான், அவன் முடிதிருத்தும் அழகை மனதாரப் பாராட்ட வேண்டும், அவனுக்கு ஏதாவது டிப்ஸ் கொடுக்கவேண்டும் என்று ஒவ்வொரு முறையும் நினைத்து பிறகு, அவன் ஒருவேளை தவறாக நினைப்பானோவென்று அதைச் செயலாக்காமல் விடுகிறாரே, அதுவும் கோழைத்தனம்தான். கல்யாணியின் வேலைத்திறனை ஒரு முறைகூட வாய் நிறையப் புகழாமலிருந்தும், அவளுடைய நாத்தனாரின் குரோத ஜ்வாலையில் அவள் வெந்த நாள்களில் வெளிப்படையாகத் தன்னை மனைவியின் பக்கம்தானென்று காண்பித்துக் கொள்ளாமலிருந்ததும்கூடக் கோழைத்தனம்தான். 'என் மனசு அவளுக்குத் தெரியும்' என்று அப்போதெல்லாம் அவர் சமாதானம் செய்துகொள்வார். ஆனால் இப்போதெல்லாம் அந்தப் பழைய தருணங்களை மீண்டும் அசைபோட நேர்கையில், அந்தச் சமாதானம் அவருக்குத் திருப்தியளிப்பதாக இல்லை...

அவர் சாலையைக் கடப்பதற்காகக் காலையெடுத்து வைத்த சமயத்தில், சொல்லி வைத்தாற்போல அந்த மோட்டார் சைக்கிள் இளைஞன் பேய் வேகத்தில் நடைபாதைக்கு வெகு சமீபமாகச்

சாலையில் தன் வாகனத்தைச் செலுத்திக்கொண்டு வந்தான். அவர் அவசரமாக முன் வைத்த காலைப் பின்னுக்கிழுத்துக் கொண்டார். மீண்டும் அவருக்குக் கோபம் வெடித்துக்கொண்டு கிளம்பியது. அந்த மோட்டார் சைக்கிள் இளைஞன் மேலெழுந்த கோபம் சலூனில் சற்று முன் பார்த்த இளைஞர்கள் பக்கம் திசை மாறியது. மறுபடி சலூனுக்குத் திரும்பலாமாவென்று நினைத்தார். சென்றிருப்பார்; ஆனால் அப்போது திடீரென்று 'தாத்தா! தாத்தா!' என்று அவருடைய பேத்தியின் குரல் கேட்டது. அவர் எதிர்ச்சாரியைப் பார்த்தார், அங்கே அனு தன் அப்பாவின் கையைப் பிடித்துக்கொண்டு நின்றிருந்தாள். அவன் – அவருடைய பிள்ளை – வாயில் பீடாவைக் குதப்பிக் கொண்டிருந்தான். பீடா போட்டுக் கொள்வதற்காக அவன் வெளியே வந்திருக்க வேண்டும். அவர் சலூனுக்குத் திரும்பும் எண்ணத்தைக் கைவிட்டு, சாலையைக் கடந்து அவர்களருகில் வந்தார். 'என்ன காட்டுமிராண்டித்தனமா விட்டுண்டு போறான்கள்!' என்று மோட்டார் சைக்கிள் இளைஞன் பற்றிய தன் மனத்தாங்கலை மகனுடன் பகிர்ந்துகொண்டார்.

மகன் ஒரு கணம் பேசவில்லை, பிறகு வெற்றிலைச் சாறைப் 'புளிச்'சென்று துப்பிவிட்டு (அனு வியப்புடன் அப்பாவின் வெற்றிலைச் சாறு தரையில் விழுந்த இடத்தை ஒரு கணம் நின்று பார்த்தாள்.) 'பொழுது போகலை இவாளுக்கெல்லாம்!' என்றான். அவன் அந்த இளைஞனுக்கு அனுதாபம் தெரிவிக்கிறானா அல்லது கண்டிக்கிறானா என்று தெரியாமலிருந்தது. அவர் மேலும் கடுமையாக ஏதோ சொல்ல வாயெடுத்தார். அதற்குள் அனு அவரருகில் ஓடி வந்து அவர் சட்டையைப் பிடித்து இழுத்து, 'தாத்தா, நீயும் ஸ்பிட் பண்ணு தாத்தா!' என்றாள்.

அவள் என்ன சொல்கிறாளென்று புரிந்துகொள்ள அவருக்குச் சில வினாடிகள் பிடித்தன. 'நான் வெற்றிலை போட்டுக்கலையே!' என்றார்.

'நீயும் போட்டுக்கோயேன்.'

'இப்ப இல்லை; சாப்பிட்டப்புறம்.'

'அப்பா சாப்பிடறதுக்கு முந்தியே போட்டுண்டிருக்கா, பாரு!'

'நீ கொஞ்சம் தொணப்பாமல் வரமாட்டியா?' என்று மாதவன் – அவருடைய மகன் – அவளைக் கடிந்துகொண்டான். அவள் அப்பாவை சற்றே முன்னே போக விட்டு விட்டு, பின்னாலிருந்து அவனுக்கு வலிப்புக் காட்டினாள்; தாத்தா மட்டும் பார்க்கும்படியாக 'உஷ்!' என்று நாகராஜன் அவளுக்குச்

சைகை காட்டினார், அப்பா எங்கேயாவது பார்த்துவிடப் போகிறார் என்பதைப்போல. தாத்தாவும் பேத்தியும் இப்படி நிறைய ரகசியமான தருணங்களைப் பகிர்ந்துகொள்வதுண்டு. அவள் அப்பாவின் கையை விட்டு தாத்தாவின் கையைப் பிடித்துக்கொண்டாள். 'தாத்தா!'

உம்?'

அவள் அவரைக் கீழே குனியுமாறு சைகை செய்தாள். அவள் ஏதோ ரகசியம் சொல்ல வேண்டுமாம். அவர் குனிந்தார். அவள் அவர் காதில் கிசுகிசுத்தாள்.' நீ சாப்பிட்டப்புறம் வெத்தலை போட்டுண்டு ஸ்பிட் பண்றயா?'

அவர் பதிலுக்கு அவள் காதில் கிசுகிசுத்தார்: 'சரி.'

அனு மட்டும் அந்த வீட்டில் இல்லாமலிருந்தால், இறுக்கமான மௌனங்களிலும் அபிப்பிராய மோதல்களிலும் அவர்கள் எப்போதும் உழன்று கொண்டிருந்திருப்பார்கள். அவள் இருப்பதால், ஒருவருக்கு மற்றவர் சலித்து விடும்போது அல்லது பரஸ்பரம் உடன்பாடு ஏற்படாமல் போகும்போது, சட்டென்று அவளுடன் பேசத் தொடங்கிவிட முடிகிறது. பாவம், பெரியவர்கள் தன்னை எப்படிச் சாதுரியமாகப் பயன்படுத்திக் கொள்கிறார்களென்று அந்தக் குழந்தைக்குத் தெரியவில்லை. வீடு நெருங்கியதுமே அவள் எல்லோருக்கும் முன்பாக ஓடிச் சென்று காலிங்பெல் விசையை அழுத்தினாள். அவளுடைய அம்மா வந்து கதவைத் திறந்தாள்.

அவர் வீட்டினுள் உடைகளைக் களைந்துவிட்டு உடனடியாக குளிக்கப் போகாமல் சற்று நேரம் மின் விசிறிக்கடியில் வியர்வை உலர்வதற்காக உட்கார்ந்திருந்தார். ரேடியோ ஒலி சன்னமாகக் கேட்டுக்கொண்டிருந்தது. அவருடைய மாட்டுப் பெண் தயா ரேடியோவுடன் சேர்ந்து, அதில் கேட்ட டியூனை முனகிக் கொண்டிருந்தாள். மாதவன் வெற்றிலையைத் துப்பிவிட்டு வந்து ஒரு சிகரெட்டைப் பற்ற வைத்துக்கொண்டிருக்க அனு அவனுக்குப் பழிப்புக் காட்டுவதுவோல ஒரு பென்சிலை சிகரெட் போல வாயில் வைத்துக்கொண்டு 'ஃபூ ஃபூ' என்று ஊதிக் கொண்டிருந்தாள். சாப்பாட்டு மேஜை மேல் சாப்பிடுவதற்கான சாமக்கிரியைகள் தயாராக எடுத்து வைக்கப்பட்டிருந்தன. அமைதியான குடும்பச் சூழ்நிலை. நாகராஜனின் உடல் லேசாக நடுங்கியது. வியர்வையின் ஈரம் படிந்திருந்த சருமத்தில் காற்றுப்பட்டதனால் இருக்கலாம். சலூனில் நடந்த நிகழ்ச்சியை அவர் நினைத்துக்கொண்டார். அந்த அறையின் அமைதியும் இதமும் திடீரென்று அவரை உறுத்தத் தொடங்கின. அது ஒரு

மாயையாகத் தோன்றியது. வெளியே போக்கிரிகள், உலகைச் சின்னாபின்னமாக்கிக் கொண்டிருக்கிறார்கள்.

குளித்துச் சாப்பிட்டுவிட்டு அவர் தன் பேத்தியுடன் சற்று நேரம் விளையாடிக்கொண்டிருந்தார். அப்படியே கண்ணயர்ந்து விட்டார். காலையில் வெளியே சென்ற அசதி. மீண்டும் விழித்துக் கொண்டபோது மணி நாலாகிவிட்டிருந்தது. காப்பி வாசனை அடித்தது. குழாயிலிருந்து ஜலம் விழும் ஓசை கேட்டது. இரை கொண்ட மலைப் பாம்புபோல நடுப்பகல் நேரத்தில் ஸ்தம்பித்துக் கிடந்த உலகம் மீண்டும் இயங்கத் தொடங்கிவிட்டது. அவர் முகத்தையலம்பிக்கொண்டு வந்தபோது மேஜை மீது காப்பி தயாராக வைக்கப்பட்டிருந்தது. ஒருவாய் அருந்தினார்; இன்று அவ்வளவு மோசமாக இல்லை. காலைக்காப்பியைப் பொறுத்தவரையில், அவர்தான் எல்லோரையும் விடச் சீக்கிரமாக எழுந்திருப்பாராகையால், அவரே கலந்துவிடுவார். ஆனால் மாலையில், மாட்டுப்பெண் தயாரிப்பதைத்தான் குடிக்க வேண்டியிருந்தது.

முன் அறையிலிருந்து உரத்த பேச்சுக் குரல்கள் கேட்டன. பிற்பகல் நேரம்தான் பெரும்பாலும் அந்த வீட்டில் பேச்சு நேரம். அவர்கள் 'சமூக மிருகங்களாக' ஆகும் நேரம். மனிதன்தான் வெறும் மிருகமில்லை என்று தனக்கும் மற்றவர்களுக்கும் நிரூபித்துக்கொள்ள ஏன் இவ்வளவு பிரயாசை எடுத்துக் கொள்கிறான்? வெளியிலிருந்து யாரும் வராவிட்டால்கூட, அவர்கள் மூவரும் ஏதாவது பேசிக்கொண்டிருப்பார்கள்.

ஆனால் இன்று யாரோ வந்திருந்தார்கள் போலிருக்கிறது. அவருடைய பிள்ளையின் குரலையும் மாட்டுப்பெண்ணின் குரலையும் தவிர, இன்னோர் ஆண் குரலும் ஒரு பெண் குரலும் கேட்டன. அவையும் அவருக்குப் பரிச்சயமானவையாகவே தோன்றின. அந்தச் சிரிப்பு! ருஷ்யாவுக்குப் போய்விட்டு வந்திருந்த புரொபசர் மோட்வானி மாதிரியல்லவா இருக்கிறது! ஆமாம், அவர்தான் மனைவியுடன் வந்திருக்கிறார். மோட்வானி அதே பேட்டையில் இன்னோரு ப்ளாக்கில் இருந்தார். தற்போதுள்ள துணைவேந்தருக்கு அடுத்தபடியாக இவர் வருவதற்கு வாய்ப்புகள் இருப்பதாக சர்வகலாசாலை வட்டங்களில் பேசிக்கொள்ளப் பட்டது. சரியான இடங்களில் சரியான நபர்களை அவருக்குத் தெரிந்திருந்தது. சந்தர்ப்ப வசத்தால் ஏற்பட்ட அவருடைய இந்த அண்மையை மகனும் மாட்டுப்பெண்ணும் நன்றாகப் பயன்படுத்திக் கொள்வதில் முனைந்திருந்தார்கள். மாட்டுப் பெண்ணின் பங்குதான் இதில் அதிகமிருக்கும். அவள் அவளுடைய அப்பாவின் பெண்தானே?

அவளுடைய குரல்தான் எல்லோருடையதும்விட அதிகமாகக் கேட்டுக்கொண்டிருந்தது; சிரிப்பும்கூட. இரண்டாவது ஸ்தானம் பெறும் குரல் யாருடையதென்ற ஆராய்ச்சியில் அவர் ஈடுபட்டார். காப்பியிலிருந்து அவருடைய கவனத்தைத் திருப்ப இது பயன்பட்டது. அவருடைய பிள்ளையின் குரல் அபூர்வமாகத்தான் எப்போதாவது ஒலித்தது. அவனை முதலிலேயே அவர் தள்ளுபடி செய்ய வேண்டியதாயிற்று.

அவள் – மாட்டுப்பெண் – அவர்கள் எல்லோரையும் விட அதிகமாக டிராயிங் ரூம் கலாசாரத்தில் ஊறியவளாயிருந்தாள். எல்லாம் பயிற்சியைப் பொறுத்த விஷயம்தான். அவளுடைய அப்பா அளித்த பயிற்சி. தீவிரச் சார்புகள் உள்ளவர்கள்போல் காட்டிக் கொள்ளவேண்டும். ஆவேசமாக எதையும் ஆமோதித்தோ அல்லது மறுத்தோ பேசவேண்டும். தன்னிடமோ பிறரிடமோ எதையும் புனிதமாகக் கருதாமல் ஒவ்வொன்றையும் ரஞ்சகப்படுத்த வேண்டும், நாடகமாக்க வேண்டும், டிராயிங் ரூம் ஆடியன்ஸுக்காக. அவளுடைய அப்பாவுக்கு நாகராஜனுக்கு இருந்த அளவுகூடத் தீவிரச் சார்புகள் கிடையாது. ஆனால் அவர் அப்படியிருப்பதுபோல நடக்கத் தெரிந்தவர். பேசிப் பேசியே முன்னுக்கு வந்துவிட்டவர். அவருடைய மகளும் இந்தத் திறமைகளுக்கு வாரிசாகியிருக்கிறாள்.

அவருக்கு இதுபோன்ற தருணங்களில் தன் மகன்மீது ஏற்படும் அனுதாபம் இப்போதும் ஏற்பட்டது. மகனே, இவர்கள் உன்னை ஏமாற்றிவிட்டார்கள். தயாவின் தாத்தா காலத்திலிருந்து இவர்கள் தில்லியில் இருந்து வருகிறார்கள்; நீயும் நானும் நேற்றைக்குத் தான் இங்கே வந்தோம். அவர்கள் வீட்டு டிராயிங் ரூம் சூழ்நிலை – தேர்ச்சியான அந்த நடிப்பு – உன்னை மயக்கிவிட்டது. உன் அப்பாவைப் போல அன்றி அவர் உன்னுடன் அமர்ந்து சிகரெட் குடித்தார். அவருடைய பெண்ணும் மனைவியும் உனக்கு மது ஊற்றிக் கொடுத்து இனிய வார்த்தைகள் பேசி, புதிய உலகங்களுக்கு அழைத்துச் சென்றார்கள். அது உண்மையிலேயே புதிதுதானென்று நீ நினைத்தாய். அவருடைய மகளுடன் நீ சுதந்தரமாகப் பேசவும் பழகவும் அனுமதித்து, தன் மதிப்பீடுகள் எவ்வளவு நவீனமானவையென அதன்மூலம் காட்டி உன்னைக் கவர்ந்தார். அதே சமயம், தன் மகளுடன் அந்த அளவு பழகியபிறகு அவளைத் திரஸ்கரிக்க உன் மதிப்பீடுகள் இடந்தராதென்பதை உணர்ந்து அதன்மூலமே உன்னைச் சிறைப்படுத்தி விட்டார். மதிப்பீடுகளின் குழப்பம் உன் சுதந்திரத்தைப் பறித்துவிட்டது. உனக்குப் பயிற்சியேயில்லாத ஆயுதங்களை உன்மேல் பிரயோகித்து உன்னை இவர் கட்டிப்

போட்டு விட்டார். எவ்வளவு நேர்மையற்ற, விதிகளை மீறிய விளையாட்டு!

ஆனால் இவருடைய விளையாட்டுகள் எல்லாமே விதிகளை மீறியவைதாம். அவருடைய வீட்டில் டெலிவிஷன் இருந்தது. பல விலையுயர்ந்த விளையாட்டுப் பொருள்கள் இருந்தன. அவற்றை வைத்து ஆசை காட்டி அவர் அனுவைத் தன்னுடன் இரண்டுநாள், மூன்றுநாள் இருப்பதற்காக அழைத்துப்போவார். இதில் என்ன சாமர்த்தியமிருக்கிறது? நேர்மையுள்ளவனாக இருந்தால் அவனும் என்னைப்போல அனுவுக்குக் கதை சொல்லட்டும். அவளுடைய பாஷையில் அவளுடைய மட்டத்தில், அவளுடன் பேசட்டும். கொனஷ்டைகள் காட்டிச் சிரிக்க வைக்கட்டும். பிறகு பார்க்கலாம், அனு யாரிடம் வருகிறாளென்று ஜப்பானிலும் ஜெர்மனியிலும் செய்த ரஞ்சகப் பொருள்களைச் சாட்சிக்குக் கூப்பிடுவானேன்!

நேற்றுக்கூட அவர் வந்திருந்து சிறிது நேரம் பேசிக் கொண்டிருந்துவிட்டுப் போனார். தவிர்க்க முடியாமல், சர்வ கலாசாலை மூடப்பட்டிருந்தது பற்றியும் மாணவர் ரகளையைப் பற்றியும் அவர்கள் பேசினார்கள். அவர் – தயாவின் தகப்பனார். மாணவர்களுடைய போக்கைக் கண்டித்துப் பேசினார். இளைஞர்களிடையே ரவுடித்தனமே வாழ்க்கை முறையாகி வருகிறது என்றார். இவன் பெரிய யோக்கியன் மாதிரி!

நாகராஜன், அவருடைய கட்சிக்கு எதிர்க்கட்சி எடுத்துக் கொள்ள வேண்டுமென்பதற்காகவே நேற்று அவரிடம் மாணவர்களை ஆதரித்துப் பேசினார். பெரியவர்கள் இளைஞர்களிடம் அக்கறையெடுத்துக்கொண்டு அவர்களைப் புரிந்துகொள்ள முயலுவதில்லை என்றார். இளைஞர்கள் பாவம், தாரதம்மியங்களை ஆராயாமல் உணர்ச்சி வேகத்தில் அலைக்கழிக்கப்படுபவர்கள். பெரியவர்கள்தான் அவர்களைப் பக்குவமாகச் சரியான திசையில் திருப்பிவிடவேண்டும்...

இப்போது, தன்னுடைய நேற்றைய பேச்சை நினைத்து அவருக்குச் சிரிப்பாக இருந்தது, வெட்கமாகவும் இருந்தது. சே! நம்முடைய வெளிப்பாடுகள் பல சமயங்களில் எத்தகைய தவறான உந்துதல்களின் அடிப்படையில், தவறான நோக்கங்களுடன் உருவாகின்றன! சம்பந்திக்குப் பதிலாக வேறு யாராவது இருந்திருந் தால், நாகராஜனின் பேச்சும் வேறு விதமாக இருந்திருக்கும்.

அவர் காப்பியைக் குடித்து முடித்துவிட்டு அங்கேயே உட்கார்ந்திருந்தார். அடுத்த அறைக்குச் சென்று அங்கு நடந்த சம்பாஷணையில் கலந்துகொள்ள அவருக்குப் பயமாக இருந்தது.

தம்முடைய வெளிப்பாடுகள் மறுபடி கட்டுக்கடங்காமல் தறிகெட்டுப்பாயத் தொடங்குமோவென்று கவலையாக இருந்தது ...

அப்படியானால் அவருக்குத் தன் உந்துதல்களைப் பற்றிய நிச்சயமில்லையா?

கடைசியில், அங்கு உட்கார்ந்தும் அவருக்கு அலுத்துப் போயிற்று. அவர்களுடைய சம்பாஷணையை வெறும் கிளர்ச்சியூட்டும் சாதனமாகப் பயன்படுத்தி, தம்மை வெளிப் படுத்திக் கொள்ளாமலேயே இருந்துவிடலாம் என்று நினைத்தவராக அவர் முன் அறைக்குச் சென்றார். அந்த மோட்டார் சைக்கிள் இளைஞனைப் போல, அவருக்கும் கிளர்ச்சி வேண்டித்தான் இருக்கிறதோ?

இன்றும், யுனிவர்சிடி மூடியிருப்பதைப் பற்றித்தான் இவர்களும் பேசிக்கொண்டிருந்தார்கள். இப்படியெல்லாம் ஏன் நடக்கிறது, தவறு யார் பக்கம் என்பதையெல்லாம் அலசிக் கொண்டிருந்தார்கள். நாகராஜன் அங்கே சென்றதும் 'நமஸ்தேஜி!' என்று மோட்வானியும் மிஸஸ். மோட்வானியும் அவருக்கு வணக்கம் தெரிவித்தார்கள். நாகராஜன் பதிலுக்கு வணக்கம் தெரிவித்துவிட்டு அங்கிருந்த காலி நாற்காலியில் உட்கார்ந்தார்.

'தூங்கிக் கொண்டிருந்தீர்களாக்கும்!' என்றார் மோட்வானி.

'ஆமாம்.'

'இந்த வெதரில் வேறு ஒன்றும் செய்ய முடிவதில்லை.'

'அதுதான் யுனிவர்சிடியும் தூங்குகிறது போலிருக்கிறது!' என்றார் நாகராஜன். எல்லோரும் சிரித்தார்கள். ஒரு மரியாதைக்காக அவர்கள் சிரித்தது போலிருந்தது. நாகராஜனின் பிரச்னையே, இப்போதெல்லாம், அவரை யாரும் சீரியஸாக எடுத்துக் கொள்ளாததுதான். வயது காரணமாக அவர் மீது காட்டப்பட்ட தாட்சண்யம் அவரைத் தனிமைப்படுத்திக் கொண்டிருந்தது. இதன் காரணமாக அவர் பலமுறை தன் இயல்பை மீறிய உரத்த குரலில் பேசவும், எதிராளியை உசுப்புகிற விதத்தில் வார்த்தைகளைப் பயன்படுத்தவும் நேர்கிறது.

'என்ன, யுனிவர்சிடியை எப்போது திறக்கப் போகிறீர்கள்?' என்று நாகராஜன் மறுபடி பேசினார், வேறு யாரும் பேசாததால்.

'என்னைக் கேட்டீர்களானால்? நான் வைஸ் சான்ஸலர் அல்லவே!' என்றார் மோட்வானி.

‘அட் லீஸ்ட், இதுவரையில் இல்லை’ என்றாள் தயா, ஆண்களுடைய ஈகோவுக்குத் தீனி போடுவதில் பெண்களுக்கே உரிய சாமர்த்தியத்துடன். மோட்வானி அமுத்தலாகப் புன்னகை புரிந்தார். அவ்வளவுதான்; நாகராஜனுக்குத் திடீரென்று அவருடைய ஈகோவைக் காயப்படுத்த வேண்டுமென்ற ஆசை பிறந்துவிட்டது.

‘எனக்கு மாணவர்களின் எதிர்காலத்தை நினைத்தால் பயங்கரமாக இருக்கிறது’ என்றார் அவர். அது பொதுவாகச் சொல்லப்பட்டதா அல்லது குறிப்பாகச் சொல்லப்பட்டதா என்று தெரிந்துகொள்ள முடியாமலிருந்தது. அவருடைய மகனின் முகத்தில் பதற்றம் ஏற்பட்டது. ‘அரசியல்வாதிகளின் விளையாட்டுக்குச் சர்வகலாசாலையும் ஒரு நிலைக்களனாகிவிட்டதே!’ என்றார் அவர் தொடர்ந்து. இதுவும் பொடிவைத்த வாக்கியம்தான். மோட்வானி ஒரு வலதுசாரி அரசியல் கட்சியுடன் சம்பந்தம் கொண்டிருந்தாரென்பது சிதம்பர ரகசியம்.

மோட்வானிக்கு ஏதாவது சொல்லாமலிருக்க முடியவில்லை. கடவுளரின் ஓவியங்களில் தென்படுவது போன்ற ஒரு கருணை நிரம்பிய – தவறுகளை மன்னிக்கும் – புன்னகை அவர் முகத்தில் தோன்றியது. ‘இது ஒரு பரிச்சயமான ஆர்க்யுமென்ட்’ என்றார். ‘ஆனால் நான் உங்களை ஒன்று கேட்கிறேன் – சர்வகலா சாலையில் அரசியல் கலப்பில்லாமல் இருக்கவேண்டுமென்று நீங்கள் ஏன் எதிர்பார்க்கிறீர்கள்? வாலிபப் பருவத்தையடைந்து விட்ட ஒரு ஜனநாயகத்தில், ஒவ்வொரு மூலை முடுக்கிலும் – சர்வகலாசாலை உள்பட – அரசியல் பிரக்ஞையும், வெவ்வேறு அபிப்பிராயக்குழுக்களும் ஏற்படுவது இயல்புதானே? மாணவர் களை அவர்களைச் சுற்றியுள்ள சமூகத்தின் காற்றே படாதவண்ணம் இன்சுலேட் செய்யும் கல்விமுறை எமக்கு உடன்பாடு இல்லை. அத்தகையதோர் அமைப்பில் உருவாகும் மாணவர்கள், பிற்பாடு நடைமுறைச் சமூகத்துடன் தம்மைப் பொருத்திக்கொள்ள முடியாமல் திணறக்கூடும், மிருகக்காட்சி சாலையில் வெகுநாள் இருந்த பிறகு காட்டில் கொண்டு விடப்பட்ட மிருகங்களைப் போல.’

உயர்ந்த நோக்கம்தான் . . . இதை நேரடியாகவே அமுலாக்கலாமே!’

‘எனக்குப் புரியவில்லை.’

‘ஸ்டிரைக், வன்முறை, லஞ்சம், குழுச்சண்டை ஆகியவற்றில் வகுப்புகள் நடத்தலாம்; கட்சித் தலைவர்களின் பேச்சுத் தொகுப்புகளைக் கட்டாயப் பாடமாக வைக்கலாம்.’

'நான் சொன்னதை நீங்கள் மிகக் குறுகிய பரிமாணத்தில் புரிந்துகொள்கிறீர்கள்.'

'இருக்கலாம், நீங்கள்தான் எனக்குத் தயவு செய்து தெளிவு ஏற்படுத்தவேண்டும்.'

மோட்வானி மறுபடி ஜாக்கிரதையாகப் பொறுக்கி யெடுத்துத் தொடுத்த சொற்றொடர்கள் மூலம், தான் நம்பிக்கை வைத்திருக்கும் அல்லது அவர் நம்பிக்கை வைத்திருப்பதாகப் பிறர் அவரைப் பற்றி நினைக்க விரும்பும் கருத்துகளுக்கு உருவகம் கொடுத்தார். நாகராஜன் மறுபடி இவற்றையெல்லாம் மோட்வானி தம்முடைய சுயலாபத்துக்குச் சாதகமான முறையில்தான் தேர்ந்தெடுத்திருப்பதாகத் தர்க்கம் புரிந்தார்.

'நீங்கள் என்னைப் புரிந்துகொள்ள விரும்பவில்லை' என்றார் மோட்வானி, சோர்வுடன். (அவ்வளவும் நடிப்பு!)

'நம்மிடையேயுள்ள வயது வித்தியாசம் காரணமாயிருக்கலாம் – ஜெனரேஷன் கேப்... இல்லையா?" என்று நாகராஜன் மிஸஸ். மோட்வானியைப் பார்த்தார். அவள் அவர் பார்வையைத் தவிர்த்தாள். பிரபல இடதுசாரிப் பத்திரிகையொன்றின் சமீபத்திய இதழில், சர்வகலாசாலைகளில் அமைதியின்மை ஏற்படுவதற்கு முதல் காரணமாக அவள் தலைமுறை இடைவெளியை அடையாளம் கண்டுகொண்டு விளாசித் தள்ளியிருந்தாள். நமக்குத் தேவை மேலும் மேலும், மாணவர்களுடைய அலைவரிசையில் சிந்திக்கத் தெரிந்த இளம் லெக்சரர்கள், என்று அறைகூவி இருந்தாள். அவளுடைய கவர்ச்சியில் கால் பங்குகூட இல்லாத மிஸ்டர் மோட்வானியைப் பார்க்கும்போது, இளம் லெக்சரர்கள் சர்வகலாசாலையில் வேண்டுமென்ற அவளுடைய தாகம் புரிந்துகொள்ளக்கூடியதாக இருந்தது. அந்த இடதுசாரிப் பத்திரிகையில் வழக்கமாக எழுதுவதோடு மட்டுமில்லாமல், அதன் ஆசிரியர் குழுவிலும் மிஸஸ். மோட்வானி சம்பந்தப்பட்டிருந்தாள். இந்தச் சம்பந்தம் பல வி.ஐ.பி.களுடைய அறிமுகத்தை அவளுக்குச் சம்பாதித்துக் கொடுத்திருந்தது. ருஷ்யா சென்று வந்த சர்வகலாசாலைப் பிரதிநிதிகள் குழுவில் மோட்வானி இடம் பெற்றதற்கு அவள்தான் முக்கியக் காரணமென்று பேசிக்கொண்டார்கள். அவளுடைய அரசியல் சார்பு மட்டுமல்ல, நாற்பதிலும் கட்டுக் குலையாத அவளுடைய உடலும் அவளுக்குச் சாதகமாக இருந்தது. மொத்தத்தில், வலது, இடது, நடுப்புறம் முதலிய எந்தத் திசையிலிருந்து பார்த்தாலும் மோட்வானியின் எதிர்காலம் பிரகாசம் நிறைந்த ஒன்றாக இருந்தது.

'சார், இதை நீங்கள் சரியாகப் புரிந்துகொள்ள முயற்சி செய்ய வேண்டும்' என்று மோட்வானி மறுபடி பேசத் தொடங்கினார். அவருடைய குரலின் சுருதியும் தோரணையும் இப்போது கணிசமான அளவு மட்டுப்பட்டிருந்ததை நாகராஜன் திருப்தியுடன் கவனித்தார். 'நான் ஒரு லட்சியத்தை, அடிப்படைக் கொள்கையை, மனத்தில்கொண்டு பேசுகிறேன். நடைமுறையில் நம் அரசியலும் சரி, சர்வகலாசாலைகளும் சரி, இந்த லட்சியத்துக்குப் பல மைல்தூரம் பின் தங்கியிருப்பதை நான் உணராமலில்லை!'

'இதை நாம் உணர்ந்தால் போதும்' என்றார் நாகராஜன். (அயோக்கியன்! என்ன சப்பைக்கட்டு கட்டுகிறான்!)

'அதே சமயத்தில், நடைமுறையிலுள்ள சில குறைபாடுகள், ஆரோக்கியமான ஜனநாயகப் போக்குகளுக்கெதிராக நம்மை ப்ரீஜுடிஸ் செய்து விடக்கூடாது.'

'உதாரணமாக, உங்கள் பேச்சு பிடிக்கவில்லை என்பதற்காக எல்லாக் கிழவர்களிடமும் நாங்கள் பேசாமலிருந்தோமென்று வைத்துக்கொள்ளுங்கள்' என்று மிஸஸ். மோட்வானி மாதவனைப் பார்த்தாள். அவன் முகத்தில் பளிச்சென்று அவளுக்காக வேண்டி ஓர் அங்கீகாரப் புன்னகை மலர்ந்தது. அவன் இன்னமும் சில நாள்களில் தன்னுடைய தீஸிஸைச் சமர்ப்பிக்க வேண்டும். இன்றையச் சூழ்நிலையில், மோட்வானி வீட்டு நாயைக்கூட அவன் விரோதித்துக் கொள்ளத் தயாராயில்லை. நாகராஜனை அந்தப் புன்னகை உசுப்பிவிட்டது. 'கிழவர்களை உங்களுக்குப் பிடிக்காதுதான். மிஸஸ். மோட்வானி!' என்றார். மிஸ்டர் மோட்வானியின் முகத்தில் சவக்களை ஏற்பட்டது, தயா அவசரமாக, 'இதோ வருகிறேன்' என்று எழுந்து சென்றாள். மாதவன், சின்னாபின்னமாகத் தொடங்கியிருந்த அந்த மாலை நேரத்தை மிகத் தாமதாகிவிடுமுன் காப்பாற்றும் அவசரத்துடன், 'இதென்ன, நாமெல்லாரும் ஒருவரோடொருவர் சண்டையிட்டுக் கொண்டிருக்கிறோமோ?' என்றான். மோட்வானி அந்தத் துரும்பை நன்றியுடன் பற்றிக்கொண்டு, 'உங்கள் அப்பாதான் தொடங்கினார்' என்றார். 'அவர் எங்கள்மேல் மிகக் கோபமாயிருக்கிறார் போலிருக்கிறது' என்றாள் மிஸஸ். மோட்வானி. (பிச்!)

'நோ, நோ' என்றார் நாகராஜன். 'நான் சில விஷயங்களைத் தெளிவுபடுத்திக்கொள்ள விரும்பினேன், அவ்வளவுதான். மிஸ்டர் மோட்வானி – நான் தவறாக ஏதாவது சொல்லியிருந்தால் மன்னியுங்கள்.'

'சே, சே! தவறென்ன இதில்! இது ஒரு சிநேகமான சர்ச்சை' என்றார் மோட்வானி.

இப்படியாக, அவர்களுடைய விவாதம் டயர் பங்சர் ஆன மோட்டாரைப் போலத் திடீரென்று பாதி வழியில் நின்று போயிற்று. அதற்கு செயற்கைச் சுவாசம் அளிப்பதுபோல தயா டிரிங்ஸ் ஊற்றிய கண்ணாடித் தம்ளர்களுடன் வந்தாள். நாகராஜனைத் தவிர மற்றவர்கள் ஆளுக்கொரு தம்ளர் எடுத்துக் கொண்டார்கள். 'சியர்ஸ்!'

இப்போது நாகராஜன் வெற்றிகரமாகத் தனிமைப் படுத்தப்பட்டு விட்டார். அந்த அறையில் பரவிய ஜின்னின் மணம் அவரைப் பார்த்துக் கொக்கரிப்பது போலிருந்தது. அவருடைய மாட்டுப் பெண் அவரை செக்மேட் செய்துவிட்டாள். குடிக்காத அவர் அவருடைய கருத்துகளுடன் சேர்ந்து – சட்டை செய்ய லாயக்கற்றவராகி விட்டார். புதிய உலகத்தின் துடிப்பையும் அசைவுகளையும் பற்றி அவர் என்ன கண்டார்? தயா தற்போது சர்வகலாசாலையின் துணைவேந்தராயிருந்த ஒரு வயதான மராத்திக்காரரின் பேசும் தோரணையைக் கேலியாக அபிநயம் பிடித்துக்காட்டினாள். அவர்கள் எல்லோரும் கண்களில் நீர் தளும்ப விழுந்து விழுந்து சிரித்தார்கள். அந்தத் துணைவேந்தர் நாகராஜன் மிகவும் மதித்த ஓர் அறிஞர், பண்பாளர். நாகராஜனுக்கு இருந்த இந்த மதிப்பை அவருடைய மாட்டுப் பெண்ணும் அறிவாள். அவரைச் சீற்றம் கொள்ளச் செய்வதற்காகவே இப்படிச் செய்தாள் போலும். அவர் சற்று நேரம் பொம்மை போல அசையாமல் உட்கார்ந்திருந்தார். பிறகு, 'ஓ.கே., யூ கேரி ஆன்!' என்று அவர்களிடம் சமத்காரமாகச் சொல்லிவிட்டு எழுந்து வந்துவிட்டார். காலையில் சலூனிலிருந்து வெளியேறியபோது உணர்ந்ததைப் போலவே இப்போதும் அவர் உணர்ந்தார்.

அந்த வீட்டுக்கு, நல்ல வேளையாக, ஒரு மொட்டைமாடி இருந்தது. இதுபோன்ற சந்தர்ப்பங்களில் அதுதான் அவருக்கு ஆச்சரியமளித்தது. அவர் மொட்டை மாடிக்குச் சென்று கைப்பிடிச் சுவர்மேல் சாய்ந்தாற்போல நின்றுகொண்டு கீழே தென்பட்ட காட்சிகளை வேடிக்கை பார்க்கத் தொடங்கினார். முன் தோட்டத்தில், கீழ் வீட்டுச் சிறுவனுடன் விளையாடிக் கொண்டிருந்த அனு நிமிர்ந்து அவரைப் பார்த்துக் கையை ஆட்டினாள். அவர் பதிலுக்கு அவளைப் பார்த்துக் கையை ஆட்டினார். கீழே வீட்டுச் சொந்தக்காரன் தன் குடும்பத்துடன் இருந்தான்; இவர்கள் இருப்பது முதல் மாடியில்.

அவர் மொட்டை மாடியில் இங்குமங்குமாக உலவத் தொடங்கினார். தன் வெளிப்பாடுகளை ஆராயத் தொடங்கினார். தான் உண்மையிலேயே மிக அதிகமாகப் பேசிவிட்டோமோ? சலூனில் தன்னைக் காலையில் வெளிப்படுத்திக் கொள்ளாதது

கருப்பு அம்பா கதை

அவரை உறுத்திக் கொண்டேயிருக்கவேண்டும். அது இப்படி அவரை வெடிக்க செய்திருக்கவேண்டும். அல்லது அவருடைய மகன், மாட்டுப்பெண் ஆகியோருடைய வாழ்க்கை முறை, மதிப்பீடுகள் ஆகியவற்றுக்கெதிராக அவர் போற்றிவரும் வெறுப்புணர்ச்சிதான் இத்தகைய சம்பாஷணைகளின்போது தளும்பி விடுகிறதோ? அல்லது அவர் அந்தக் காலத்தில் எஸ்.எஸ். எல்.சி, வரைதான் படித்திருந்தாரென்ற ஒரு தாழ்வு மனப்பான்மை காரணமாக, அவருடைய மகனைப் போல மேல் படிப்பு படித்தவர்கள் கூட்டம் எவ்வளவு மேலோட்டமானதென்று தனக்குத்தானே நிரூபித்துக்கொண்டு திருப்திப்பட்டுக் கொள்ள அவர் விரும்புகிறார் போலும்.

தனக்குள் பதுங்கியிருந்த துவேஷங்களும் குரோதங்களும் அவரை எப்போதும் போல அன்றும் வெட்கமடையச் செய்தன. 'நான் என்னைச் சற்று முன் வெளிப்படுத்திக்கொண்ட முறை மிக ஆபாசமானது' என்று அவர் நினைத்தார். இல்லை, வெளிப்படுத்திக்கொண்ட முறைகூட ஆபாசமானதில்லை; உள்நோக்கம் ஆபாசமானது. முந்தினநாள் மாலை சினிமா தியேட்டரில் நடந்த நிகழ்ச்சியை அவர் நினைத்துக்கொண்டார். சாதாரணமாக அவர்கள் சினிமாவுக்குப் போகும்போது தான் வரவில்லையென்று வீட்டிலிருந்துவிடுவார் என்றாலும் நேற்று என்னவோ அபூர்வமாக அவரும் அவர்களுடன் சென்றிருந்தார். ஓர் அசட்டுப் பிசட்டென்ற இந்திப்படம். அவருக்குத் தலையை வலிக்கத் தொடங்கிவிட்டது. இண்டர்வெல்லுக்குச் சற்று முன்பாக வெளியே வந்து காப்பி ஸ்டாலில் காப்பி ஆர்டர் செய்தார். ஒருவாய் அருந்தினார். கண்றாவியாக இருந்தது. இந்தக் காப்பிக்கு எழுபத்தைந்து பைசாவா? என்ன கயவாளித்தனம்! வேறு சிலரும் அந்தக் காப்பியை உறிஞ்சிக் கொண்டிருந்தார்கள். அவர்கள் முகத்தில் எந்தவிதமான பாவமும் இல்லை. உலகமே ரோஷமற்றுப் போய்விட்டதாக அவருக்குத் தோன்றியது. இது போன்ற படங்களைப் பார்க்கிறார்கள்; இது போன்ற காப்பியைக் குடிக்கிறார்கள்.

அவர் 'டங்க்' கென்ற ஓசையுடன் காப்பிக் கோப்பையைக் கௌண்டரில் வைத்தார். "இந்தாப்பா!" என்று காப்பி கொடுத்துக் கொண்டிருந்தவனைக் கூப்பிட்டார். அவன் அவரருகில் வந்தான். "இதென்ன காப்பியா?"

'ஆமாம், சாப்.'

'இல்லை; இது காப்பியே இல்லை.'

அவன் பேசாமல் நின்றான்.

‘இது காப்பியில்லை’ என்றார் அவர் மீண்டும். சுற்றியிருந்தவர்கள் அந்தப்பக்கம் பார்க்கத் தொடங்கினார்கள்.

‘காப்பிதான் சாப்.’

‘இல்லை.’

‘இவ்வளவு பேர் குடித்தார்கள்; யாரும் எதுவும் சொல்ல வில்லை. நீங்கள்தான்.’

‘அவர்களுக்குச் சுரணையில்லை. உனக்கு வெட்கமில்லை. எதையோ ஒன்றைக் காப்பியென்று ஏமாற்றி இவ்வளவு பணம் வேறு பறிக்கிறாயே – அயோக்கிய ராஸ்கல்!’

‘கொஞ்சம் மரியாதையாகப் பேசுங்கள்.’

‘உனக்கு மரியாதை வேறு – திருட்டு ராஸ்கல்!’

அவ்வளவுதான்; அவன் அவர் சட்டையைப் பிடித்து விட்டான். இதற்குள் இண்டர்வெல் விட்டு அங்கு நிறையக் கூட்டம் கூடிவிட்டது. பலர் அவர்களிடையில் குறுக்கிட்டு அடிதடி நேராமல் விலக்கி விட்டார்கள். அதே சமயம் அவருடைய மகனும் வெளியே சென்ற அப்பாவை இன்னமும் காணோமே என்று அங்கே தேடிக்கொண்டு வந்துவிட்டான்.

அந்த வெளிப்பாட்டை இப்போது நினைத்துப் பார்க்கும் போது அவருக்குப் பெருமையாக இருந்தது. துக்கமாகவும் இருந்தது. சண்டையைப் பிரித்துவிட்டார்களே தவிர காப்பியின் தரத்துக்கு எதிராக அவர் உயர்த்திய குரலுக்குப் பலம் சேர்க்க யாரும் முன்வரவில்லை. அவருக்குத்தான் ருசி கெட்டுப் போய் விட்டதா? ருசியின் அடிப்படைகளே மாறிவிட்டனவா?

எப்படியிருந்தாலும், அந்த வெளிப்பாடு தூய்மையானது. இன்றைய வெளிப்பாடுகளைப் போல மோட்வானி போன்றவர்கள்பால் வெறுப்பு, மாட்டுப் பெண்ணின்பால் அதிருப்தி போன்ற உணர்வுகளின் கறை படியாதது. அவர் தன்னை இன்னமும் பக்குவப்படுத்திக் கொள்ளவேண்டும். தன் வெளிப்பாடுகளைச் சுத்தமாக்கிக் கொள்ளவேண்டும். இல்லாவிட்டால் அவருக்கும், இள வயதில் விதவையாக்கப்பட்டு அவருடனேயே தங்கி அவருடைய தாம்பத்திய வாழ்க்கையின் ஆரம்ப நாள்களை நரகமாக்கிய அவருடைய தமக்கைக்கும் என்ன வித்தியாசம்? அவளுக்குக் கல்யாணியிடம் தவறு கண்டுபிடிப்பதன் மூலமாகத்தான் தன் முக்கியத்துவத்தை ஸ்தாபித்துக்கொள்ள வேண்டியிருந்தது. அவருக்கும் அது போல?

சே, சே.

இது அந்தக் காலமில்லை. அவருடைய மனைவி தன் நாத்தனாரைச் சகித்துக்கொண்டதைப் போல, அவருடைய மாட்டுப்பெண் அவரைச் சகித்துக்கொள்ள மாட்டாள். அப்படி அவள் இருக்க வேண்டுமென்று அவர் எதிர்பார்ப்பதும் நியாயமாகாது. இந்த அளவாவது அவள் அவரைச் சகித்துக் கொள்கிறாளேயென்று—வேளாவேளைக்குச் சோறு போடுகிறாளே என்று—அவர் நன்றியுடன் இருக்கவேண்டும்.

அவர்களின்றி அவரால் இருக்க முடியாது, அனுவைப் பிரிந்து நிச்சயமாக இருக்க முடியாது. தனிமையைப் போக்கிக் கொள்ள அவர் அவர்களையே நம்பியிருப்பவர்.

தனிமை அவருக்குப் பிரியமானதில்லை. நேற்று சினிமா தியேட்டரில் ஒரு கணத்துக்கு அந்தப் பெருங்கூட்டத்திடையே தன் தனிமையை அவர் உணர்ந்தார். நேற்று அங்கே அவருடைய எதிர்ப்புக்குத் துணை கிடைக்காததுதான், இன்று சலூனில் அவரைத் தயங்கச் செய்திருக்க வேண்டும். தனிமையைப் பற்றிய பயம்தான், இறுதியில் மனிதனுடைய பாய்ச்சலைக் கட்டுப் படுத்துகிறது; அவனைச் சமரசங்களில் சிக்கவைக்கிறது.

அவருடைய மகனும் மாட்டுப்பெண்ணும் மட்டும் தம் வர்க்கத்தினரிடமிருந்து வேறுபடுகிறவர்களாயிருக்க வேண்டும் என்றும், தம்மைத் தனிமைப்படுத்திக்கொள்ள வேண்டுமென்றும் அவர் எதிர்பார்ப்பது எப்படி நியாயமாகும்?

ஒருவேளை, அதன் மூலம்தான் அவர்களுடன் சேர்ந்து வசிப்பதை அவர் நியாயப்படுத்திக்கொள்ள விரும்புகிறார் போலும்.

அட, சுயநலக்காரக் கிழவா!

அவர் மீண்டும் கைப்பிடிச் சுவரருகில் சென்று சாலையைப் பார்த்தார். அவருடைய மகன், மாட்டுப்பெண், மோட்வானி தம்பதியர் நால்வரும் அப்போதுதான் வீட்டிலிருந்து வெளிப்பட்டு சாலையில் நடந்துகொண்டிருந்தார்கள். மோட்வானி எதற்கோ உரக்கச் சிரித்தார். அவருடைய மாட்டுப்பெண்தான் மறுபடி நகைச்சுவை மிளிர எதையாவது சொல்லியிருக்கவேண்டும்.

அவள் அவருடைய மகனைக் கவர்ந்த, அவனுடைய எதிர்ப்பண்பினாள். அப்படியானால், அவர் கல்யாணியின் மறுபுறமா?

கல்யாணியின் சுயநலமின்மை; நேர்மையான வெளிப்பாடுகள்; தீவிர நம்பிக்கைகளும் அவற்றுக்காகப் போராடும் துணிச்சலும்.

கீழே அனு இன்னமும் அந்தச் சிறுவனுடன் விளையாடிக் கொண்டிருந்தாள். வீட்டுச் சொந்தக்காரன் ஓர் ஈஸிச்சேரில் சாய்ந்தவாறு வானத்தை அண்ணாந்து பார்த்துக்கொண்டிருந்தான். நாகராஜன் நிற்பதைக் கவனித்து 'கீழே வாருங்களேன்' என்று சைகை செய்தான்.

நாகராஜன் படிகளில் இறங்கிக் கீழே சென்றார். அவனருகில் இருந்த காலி நாற்காலியில் உட்கார்ந்தார். 'உங்களுக்குத் தெரியுமா ஒரு விஷயம் – இந்த சலூனில் இருந்த நாவிதனை யாரோ இன்று கத்தியால் குத்திவிட்டார்களாம்' என்றான் வீட்டுக்காரன்.

நாகராஜனுக்குப் படிகளில் இறங்கி வந்ததால் ஏற்பட்ட இதயப் படபடப்பு இப்போது மேலும் அதிகமாவது போலிருந்தது. 'யார்' – என்று பதற்றத்துடன் தனக்கு வழக்கமாகப் பண்ணிவிடும் நாவிதனை விவரித்தார். அவன்தான், என்று வீட்டுக்காரன் ஊர்ஜிதப்படுத்தினவுடன், இதை நான் எதிர்பார்த்திருந்தேனா என்ன, என்று தன் விசாரணைக்காக அவர் வெட்கினார்.

பிறகு ஒரு லேசான நம்பிக்கையுடன், ஒரு லேசான பயத்துடன் கேட்டார்: 'உயிருக்கு ஒன்றும் ஆபத்தில்லையே?'

வீட்டுக்காரன் உதட்டைப் பிதுக்கினான். 'ஆஸ்பத்திரிக்குச் செல்லும் வழியிலேயே உயிர் பிரிந்துவிட்டதாம். குத்தினது யார் தெரியுமா? ஒரு பதினெட்டு வயதுப் பையன்.'

ஆம். முள்ளங்கியும் கொய்யாப் பழமும் நறுக்கிக் கொண்டிருந்த அந்தப் பையனாகத்தான் இருக்கும். அவர் மேலே பேசவில்லை, ஒருவேளை, தன்னால் இது நடக்காமல் தவிர்க்க முடிந்திருக்கலாம். தன் கைகளிலும் அந்த நாவிதனின் ரத்தக்கறை படிந்திருப்பது போன்ற பிரமை அவருக்கு ஏற்பட்டது.

வெளியே திடீரென்று அவருக்குப் பரிச்சயமான அந்த மோட்டார் சைக்கிள் ஓசை தூரத்தில் மெல்லியதாகக் கிளம்பி, கிடுகிடுவென்று வேகமாக உயர்ந்தவாறே அருகில் நெருங்கி உச்சகட்டத்தை அடைந்து அவர்கள் செவிகளை அதிரச்செய்து விட்டு, மறுபடி தூரத்தில் தேய்ந்து மறைந்தது.

'தாத்தா! ஆத்துக்குப் போகலாமா?' என்றாள் அனு அவரருகில் வந்து.

அவர் அந்தக் குழந்தையின் பரிசுத்தமான ஸ்பரிசத்தினால் தன்னைக் கழுவிக்கொள்ள விரும்பியவரைப் போல, அவளை அவசரமாகத் தன்னுடன் சேர்த்து இறுக அணைத்துக்கொண்டார்.

லைட்ஸ் ஆன், ரெடி ஃபார் தி டேக்!

டூத் பேஸ்ட், ஹேர் ஆயில், ஷேவிங்க் கிரீம், வாஷிங் சோப், பேபிஃபட், பிஸ்கெட், பவுடர், சாந்து, ஹேர்ஸ்லைடு, தலைவலி மாத்திரை.

'வேறு ஏதாவது சார்' என்றான் சேல்ஸ்மன் அல்லது 'என்றார் சேல்ஸ்மன்' என்று நான் மரியாதையாக எழுத வேண்டுமோ என்னவோ. ஆனால் அப்படி எழுதினால் நான் பார்த்த இளமையும் துடிப்பும் மிக்க சேல்ஸ்மனுக்குப் பதில் ஒரு கிழட்டு உருவம் உங்கள் கண்முன் தோன்றக்கூடும். 'அவன்' என்று எழுதும்போது அவமரியாதைக்காக அல்ல, அவருடைய இளமைக்கு ஒரு பாராட்டாகவே உத்தேசித்து எழுதப்பட்டதென்று அந்த சேல்ஸ்மன் – அவர் இதைப் படிப்பாரானால்—தயவு செய்து உணரட்டும். அவன் உண்மையிலேயே பார்க்கக் கவர்ச்சிகரமாக இருந்தான். தன்னுடைய புன்னகையினாலும் பரிவான உபசரணையினாலும் என்னை ஒரு வி.ஐ.பி. போல உணரச் செய்தான்.

கடையிலிருந்த பொருள்கள் மேலெல்லாம் என்னுடைய வி.ஐ.பி. பார்வையைத் தோரணையுடன் ஒருமுறை மிதக்க விட்டேன். அவ்வளவுதான், வேறொன்றுமில்லை என்றேன். சேல்ஸ்மன் பில்லை எழுதத் தொடங்கினான். நான் சற்றுத் திரும்பினேன். அப்போதுதான் கடைக்குள் அவள் நுழைந்து வருவதைப் பார்த்தேன். நான் அவளைப் பார்த்த

கணத்தில் அவளும் என்னைப் பார்த்தாள். புன்னகை செய்வதா வேண்டாமா என்று யோசிப்பதைப் போல ஓரிரு கணங்கள் என்மேல் அவள் பார்வை நிலைத்து நின்றது. நான் முதலில் புன்னகை செய்வேனென்று அவள் எதிர்பார்த்திருக்கலாம். ஆனால் அவளுடைய பதில் மரியாதையைப் பற்றிய நிச்சயமின்மை, என்னைத் தடுத்தது. நான் புன்னகை செய்யவில்லை. அவளும் செய்யவில்லை. என் அழகிய சேல்ஸ்மனை நோக்கி நான் திரும்பினேன். அவள் கடையிலிருந்த இன்னொரு சேல்ஸ்மனை நோக்கிச் சென்றாள்.

பணம் கொடுத்தான பிறகு என் பொருள்களை அகலமான காகிதப்பைக்குள் போட்டு என்னிடம் நீட்டி ஒரு கடைசி முறுவல் செய்து வந்தனம் தெரிவித்தான் சேல்ஸ்மன். நான் வெளியே நடந்தேன். பின்னாலிருந்து அவள் ஒரு வேளை நான் சொல்வதைப் பர்த்துக் கொண்டிருப்பாளோ என்று தோன்றியது. திரும்பிப் பார்க்கலாமா என்று நினைத்தேன். ஆனால் சிரமப்பட்டு என்னைக் கட்டுப்படுத்திக் கொண்டேன். சினிமாவில் கதாநாயகி இறைஞ்சும் பாவனையில் பார்த்தவாறு நிற்க, அவளைப் பொருட்படுத்தாமல் வெகு ஸ்டைலாக நடந்து வெளியேறும் ஒரு கதாநாயகனைப் போல நான் உணர்ந்தேன்.

கடைக்கு வெளியே வந்தபிறகுதான் தெரிந்தது, மழை பெய்து கொண்டிருந்ததென்று, எப்போது தொடங்கியதோ, பலமாகப் பெய்து கொண்டிருந்தது. சோவென்ற சத்தம், ஈரமான சாலையில் வண்டிகளின் டயர்கள் எழுப்பிய சர் சர்ரென்ற ஓசை, மழைக்கோடுகளை வெட்டிக் கொண்டு சென்ற கார்களின் ஒளிக்கோடுகள், புதிதாகக் குளித்த மலர்ச்சியுடன் பல வண்ண விசித்திரங்களை – ஒளி நிழல் ஜாலங்களை – பிரதிபலித்துக் காட்டிய ரஸ்தாவும் நடைபாதையும். நாலைந்து பெண்கள் மழையில் நனைந்துகொண்டே நான் இருந்த வெராந்தாவுக்குள் ஓடிவந்து மூச்சு இரைக்க ஒருவரை ஒருவர் பார்த்துச் சிரித்தவாறு புடவைத் தலைப்புகளால் முகங்களைத் துடைத்துக் கொண்டார்கள்.

நான் மழையையும் சாலையையும் வண்டிகளையும் சாலையோரத்து மரங்களையும் அந்தப் பெண்களையும் மாறிமாறிப் பார்த்தவாறு இருந்தேன். பெண்களை மட்டும் பார்க்கத்தான் உண்மையில் ஆசையென்றாலும் அது நாகரிகமாக இருக்காது என்பதால் மழை நேரத்து அழகுகளை ஒரு குழந்தைத்தனமான ஆர்வத்துடன் ரசிப்பது போலவும் இடையிடையே அந்தப் பெண்களும் யதேச்சையாகப் பார்வையில் இடறியது போலவும் நான் பாசாங்கு செய்ய வேண்டியிருந்தது. அதாவது நான் சில

கணங்களுக்கு ஒரு கேமராமேன். நியூஸ் ரீல் கேமராமேன். ஈரமான சாலை, ஈரமான நடைபாதை, சுத்தமாகக் கழுவப்பட்ட மரங்கள், மழைக்காக வெராந்தாவில் ஒதுங்கியுள்ள மக்கள் – சிரிக்கும் இளம் பெண்களுடைய ஒரு க்ளோஸப் – அப்... என் கேமரா வெவ்வேறு கோணங்களிலிருந்து அந்தப் பெண்களுடைய பாவங்களையும் பாவனைகளையும் நுணுக்கமாகப் பதிவு செய்தவாறிருந்தது. நான் நிஜமாகவே ஒரு போட்டோகிராஃபர் என்றுகூட நம்பத் தொடங்கினேன். அப்போது அந்தப் பெண்களில் ஒன்று என்பக்கம் பார்த்தது. மற்றவர்களிடம் திரும்பி ஏதோ சொல்லியது. எல்லாமாகத் திரும்பி என்னைப் பார்த்தன. ஏதோ சொல்லிச் சிரித்துக்கொண்டன. என்னை போட்டோகிராஃபராக அங்கீகரிக்க அவர்கள் தயாராயில்லை போலத் தோன்றியது. *Poor me!*

வலது கையிலிருந்த காகிதப் பொட்டலத்தை இடதுகைக்கு மாற்றிக்கொண்டேன். வலது கையை பேண்ட் பாக்கெட்டுக்குள் விட்டுக் கைக்குட்டையை வெளியே உருவிப் பிரித்து முகத்தைத் துடைத்துக்கொண்டேன். இப்போது நான் ஒரு புரொபசர். நடுத்தர வயது புரொபசர். சிறு உள்ளங்களைப் புரிந்துகொள்ளும், அவர்களுடைய குறைபாடுகளை உணர்ந்து மன்னிக்கும், பக்குவமுள்ள புரொபசர். கைக்குட்டையை மீண்டும் பாக்கெட்டில் திணித்துக் கொள்ளும்போது எனக்கு அந்தப் பெண்களின் மேல் கோபமில்லை. சிறிசுகள் இப்படித்தான் என்பது போன்ற ஒரு பெருந்தன்மையான புன்னகை என் உதட்டில் தோன்றுகிறது. புரொபசர் பதட்டமில்லாமல், ஆனால் சற்றே அலுப்புடன், மணிக்கட்டை உயர்த்திக் கைக்கடிகாரத்தைப் பார்க்கிறார். ஹெல்! எப்போது மழை ஓய்ந்து, எப்போது அவர் வீட்டுக்குப் போய் வேலையைப் பார்ப்பது! இந்தப் பெண்கள் பாடு தேவலை. கவலையில்லாமல் சிரித்துக்கொண்டு... *nice to be young.* புரொபசர் கனிவுடனும் வாத்சல்யத்துடனும் அந்தப் பெண்களைப் பார்க்கிறார்.

'ஹலோ!' என்று ஒரு குரல் வந்தது, பின்னாலிருந்து. திடுக்கிட்டவனாகத் திரும்பினேன். அவள்தான் நின்று கொண்டிருந்தாள். அவள் கையிலும் ஒரு காகிதப் பை. முகத்தில் ஒரு முறுவல். நானும் முறுவலித்தேன். கடைசியில் ஒரு வேளை என்னை அவளுக்கு நிச்சயமாக அடையாளம் தெரிந்திராது. நினைவுகளைக் குடைந்து நிச்சயப்படுத்ததிக்கொள்ள இவ்வளவு நேரமாகியிருக்கிறது. புரொபசர் மறைந்துவிட்டார்.

இப்போது நான் ஒரு மாணவன். உஷாவின் கிளாஸ் மேட். அவள் மாறவில்லை. அவளுடைய புன்னகை மாறவில்லை.

இடைக்கால வாழ்க்கையெல்லாம் ஓர் இரவில் கண்ட கனவாகத் தோன்றச் செய்யும் புன்னகை. நேற்று மாலைதான் நாங்கள் காபி ஹவுஸுக்கு வெளியே கடைசி நாள் பரீட்சையின் கேள்வித்தாளைச் சர்ச்சித்தோம். இன்று மீண்டும் சந்திக்கிறோம்.

'ஷாப்பிங்கா' என்றேன்.

'யா!' என்று அவள் கையிலிருக்கும் காகிதப் பைகளை ஒருமுறை பார்த்துவிட்டுத் தோள்களைக் குலுக்கிக் கொண்டாள். *'Such a bore'* என்று முகத்தை அழகாகச்சுளித்தாள். அவளுடைய ஹஸ்பண்ட் எப்போதும் பிஸியாக இருப்பதால் அவள்தான் இதையெல்லாம் கவனிக்க வேண்டியிருக்கிறதாம். 'பை தி வே' உங்களுக்கு மணமாகி விட்டதல்லவா?' என்றாள்.

'கெஸ்' என்றேன்.

'ஆகிவிட்டதென்றுதான் தோன்றுகிறது சுமக்கிற சுமையைப் பார்த்தால்' என்றாள். சிரித்தேன். எல்லாம் வீட்டுக்கான சாமான்களாவென்று கேட்டு, நான் ஆமாமென்றவுடன், தனக்கும் என்னைப் போன்ற ஒரு சமர்த்தான குடும்பப் பொறுப்புள்ள ஹஸ்பண்ட் கிடைத்திருந்தால் எவ்வளவு நன்றாயிருந்திருக்குமென்று பாதி நிஜமும் பாதி வேடிக்கையு மாக அவள் பெருமூச்செறிந்தாள். அவள் கணவன் ஒரு சார்ட்டர்ட் அக்கௌண்டன்ட் என்று கேள்விப்பட்டிருந்தேன். கட்டங்கள், இலக்கங்கள், புள்ளிகள். ஒரு *slim* சுருட்டை வாயில் கவ்வியவாறு ஓர் ஏர்கண்டிஷன்ட் அறையில் குஷன் நாற்காலியில் அமர்ந்திருக்கும் *not-so-slim* உருவம் என் கற்பனையில் எழுந்தது. சர்க்கார் கவனத்துக்குத் தப்பித் தன் கம்பெனிக்கு சில லட்சங்களை காப்பாற்றித் தரும் பணியில் வீட்டுப் பொறுப்புகளையும் மறந்து பகல், மாலை என்று பாராமல் ஈடுபட்டிருக்கிறவர். *A terribly, terribly busy man.*

அவள் வெராந்தாவுக்கு வெளியே இடது கையை மட்டும் நீட்டிப் பார்த்தாள், அதற்கு அவசியமிருக்கவில்லையென்ற போதிலும், கண்ணுக்குத் தெரிகிற அளவு பலமாகத்தான் மழை பெய்துகொண்டிருந்தது. அவளுடைய உருண்டையான வெள்ளை வெளேரென்ற கைமேல் மழைத் துளிகள் வேகமாக விழுந்து நனைத்தன. ஓரிரு கணங்கள் கையை அப்படியே வைத்துக்கொண்டிருந்துவிட்டுப் பிறகு அந்தக் கையைத் தூக்கிக் கன்னத்தில் பதித்துக்கொண்டாள். எவ்வளவு ஜில்லென்று இருக்கிறது என்று என்னைப் பார்த்துச் சிரித்தாள். திட்டமிடப் படாமல் இயல்பாக வெடித்த அவளுடைய புன்னகையை நானும் பிரதிபலிக்க முயன்றேனென்றாலும் அந்த முயற்சியில்

தோல்விதான் அடைந்தேனென்பதை அவளுடைய முகபாவத்தில் என் புன்னகையைப் பார்த்ததும் ஏற்பட்ட நுணுக்கமான மாற்றம் எனக்கு உணர்த்தியது. தன்னுடைய கண நேரக் குழந்தைத்தனத்தைத் திடீரென்று அழித்துக்கொண்டு, 'இந்த மழை நிற்காது போலிருக்கிறதே, என் டாட்டர் வேறு, வீட்டில் தனியாக இருக்கிறாள்' என்று தான் ஒரு பொறுப்பான குடும்ப ஸ்திரி என்று தனக்குத்தானே நினைவுப்படுத்திக் கொள்கிறவள் போல அவள் கூறினாள். அவளைப் போலப் பேதைமையுடனும் (பாவனைக்காகவாவது) மேலோட்டமாகவும் என்னால் ஏன் இருக்க முடியவில்லையென்று எனக்கு என் மேலேயே எரிச்சலாக இருந்தது. நான் கீழ் மத்தியதர வகுப்பைச் சேர்ந்தவன், ரொம்ப சீரியஸ். அவள் உயர் வகுப்பைச் சேர்ந்தவள், சீரியஸாக வேண்டிய சூழ்நிலைகளோ நிர்பந்தங்களோ அவள் வாழ்க்கையில் இருந்திருக்கவில்லை.

படேல் நகரில் ஒருவேளை மழை பெய்துகொண்டிருக்காது, என்றேன் நான்.

அவள் முகத்தில் ஒரு புன்னகை தோன்றியது. இதே வார்த்தைகளை முன்பு எப்போதோ நான் சொன்னது அவளுக்கு நினைவு வந்திருக்கவேண்டும். தான் இப்போது படேல் நகரில் இல்லை என்றாள். நான் என் முட்டாள்தனத்தை உணர்ந்து என்னையே திட்டிக்கொண்டேன். மணமான பிறகும் பெற்றோர் விலாசத்தில் இருக்கமாட்டாள்தான்.

தாங்கள் கிரீன் பார்க்கில் இருப்பதாக அவள் தொடர்ந்து கூறிவிட்டு, அங்கே மழை பெய்து கொண்டிருக்குமென்று நான் நினைக்கிறேனோவென்று கேட்டாள். நான் பதில் பேசாமல் என்னைக் காத்துக்கொண்டேன். அவளுடைய குறும்பைப் புரிந்துகொண்டு அதைச் செல்லமாகக் கண்டிப்பது போன்ற பார்வையை அவள் மீது வீசினேன். அவளைப் போன்றவர்களுடன் தினசரி பழகி வருபவன் போல நான் காட்டிக் கொள்ளவேண்டும். என்னுடைய மத்தியதர உந்துதல்களையும் இயல்புகளையும் சாமர்த்தியமாக மறைத்துக்கொள்ள வேண்டும்.

திடீரென்று இந்த விளையாட்டு எனக்கு ருசிக்கத் தொடங்கியது. இந்த ரோல் பிடிக்கத் தொடங்கியது – கல்லூரி நாள்களில் இருந்ததைவிட இப்போது அது கடினமாக இருந்ததென்றாலும். அப்போது கல்லூரி நாள்களில், 'சி.ஏ.வின் மனைவி' என்று அவள் மேலும், 'இரண்டாம் வகுப்பு அரசாங்க ஊழியன்' என்று என் மேலும் லேபிள்கள் ஒட்டப்பட்டிருக்கவில்லை. அவள் என்னை ஓர் இளைஞனாகவும் நான் அவளை ஓர் இளம்

பெண்ணாகவும் பார்த்தோம். துல்லியமாக நிர்ணயிக்கப்பட்டு விடாத எங்கள் வாழ்க்கைத் தடத்தைப் பற்றிய நிச்சயமற்றதும் வரம்புகளற்றதுமான கற்பனைகளின் விளிம்பில் நாங்கள் சந்திக்க முடிந்தது. ஆனால் இப்போது எங்கள் வேடங்களும் தடங்களும் நிச்சயிக்கப்பட்டு விட்டன. சாகும்வரை நாங்கள் எதையெதை எப்படி எப்படிச் செய்ய வேண்டுமென்பது நிர்ணயிக்கப்பட்டு விட்டது.

எழுதப்பட்டு விட்ட கரும்பலகைகளான நாங்கள், அந்த மழையில் எங்கள் மேல் எழுதப்பட்டிருந்த எழுத்துக்கள் அலம்பிக் கழுவப்பட்டு விட்டது போலப் பாசாங்கு செய்துகொண்டு நின்றிருந்தோம். நான் கல்லூரி நாள்களில் அவளிடம் அடிக்கடி என்னுடன் காப்பி சாப்பிட வரவெண்டுமென்று தொந்தரவு படுத்திக்கொண்டிருந்ததை நினைவுபடுத்தி அவள் சிரித்தாள். இயல்பாக என்னைப் பற்றிய ஹாஸ்யங்களை ரசிக்காத நான் இப்போது ஈகோவே இல்லாதவன் போலப் பாசாங்கு செய்துகொண்டு, அந்தக் காலத்தில் நான்தான் எவ்வளவு முட்டாளாக இருந்தேன் என்று என்னைப் பற்றிய அவள் சிரிப்பில் சுமுகமாகக் கலந்துகொண்டேன். என்னுடைய தீவிரம்தான் அந்த நாள்களில் அவளைப் பயமுறுத்தியதாம். சந்தர்ப்பம் கொடுத்தால் நான் உடனே அவளிடம் ப்ரபோஸ் பண்ணி விடுவேனோவென்று அவள் பயந்தாளாம். கல்லூரியில் என்னிடம் பேசிய முதல் பெண்ணாகிய அவளை மனைவி ரூபத்தில் நான் காண முயன்றது என்னுடைய இறுக்கமாக மத்திய தர வளர்ப்புச் சூழ்நிலையின் பாதிப்பாக இருந்திருக்கலாம். என்னுடைய அப்பாவித்தனமான ரொமான்டிசிஸத்தை விடப் பிற மாணவர்களின் புத்திசாலித்தனமான ரியலிசம்தான் அவளுடைய நோக்கங்களுக்கு உகந்ததாக இருந்தது. சில நாள்களுக்கு அட்வெஞ்சர், பிறகு ஒரு பாதுகாப்பான திருமணம் – காதல் நாசமாய்ப் போக!

இப்போது நானும் அவளுடைய வாழ்க்கைச் சித்தாந்தத்துடன் ஒத்துப்போகிறவன் போல, அசட்டு மயக்கங்களுக்கும் சலனங்களுக்கும் உட்படாத கெட்டியான ஒரு ப்ராக்டிகல்ஃபெல்லோ போல, பாசாங்கு செய்துகொண்டிருந்தேன். அவளும் எனக்காகக் குழந்தைத்தனமான ஒரு போர்வையை அணிந்துகொண்டு (அவளுடைய உண்மையான ரூபத்தை என்னால் தாங்கிக்கொள்ள முடியாதென்று நினைத்தாள் போலும்) திருமண வாழ்க்கையின் அசௌகரியங்களைப் பற்றி நகைச்சுவையுடன் சொல்லிக்கொண்டிருந்தாள் (இரவில்கூட ரெஸ்ட் கிடையாதாம்), இருவருமே எங்கள் உண்மை

யான ரூபங்களைக் கழட்டி வைத்துவிட்டு இளைப்பாறிக் கொண்டிருந்தோம்.

உண்மை என்றைக்குத்தான் ருசியாயிருந்தது என்று மழை நின்ற பிறகு அவளுடன் நடைபாதையில் நடந்து செல்லும்போது, பாதசாரிகளால் பார்க்கப்பட்டபோது, நான் நினைத்தேன். பாசாங்குகள்தான் வாழ்க்கையை ரம்யமானதாகச் செய்கின்றன. நானும் ஒரு சி,ஏ. ஆகிவிட்டது போன்ற கற்பனை என் சலிப்பு களைத் தற்காலிகமாக மறக்க உதவியது. சினிமாவில் வரும் *stereotyped actors* போல நிஜ வாழ்க்கையிலும் குறிப்பிட்ட ஒரு வேடத்தை மாறுதலில்லாமல் எப்போதும் அணிந்து கொண்டிருக்கச் சிலரால்தான் முடிகிறது.

ஸ்கூட்டர் ஸ்டாண்டில் ஒரே ஒரு ஸ்கூட்டர்தான் இருந்தது. கிரீன் பார்க் போவதில் அந்த ஸ்கூட்டர்காரனுக்கு எந்த விதமான ஆட்சேபணையும் இருக்கவில்லை. அவள் என்றைக்குமே அதிர்ஷ்டசாலிதான். என்னை எங்கேயாவது ட்ராப் பண்ண வேண்டுமாவென்று கேட்டாள். 'வேண்டாம், இட்ஸ் ஆல்ரைட்' என்றேன். ஸ்கூட்டரில் ஏறி உட்கார்ந்தாள். பிரிவுப் புன்னகை. அவசியம் ஒருநாள் வீட்டுக்கு வரவேண்டுமென்ற கட்டளை. 'நிச்சயமாக' என்றேன். ஸ்கூட்டர் கிளம்பிச் சென்றதும் சற்றே நிம்மதியுடன் பஸ் ஸ்டாண்டை நோக்கி நடக்கத் தொடங்கினேன். ஆர்.கே.புரம். அவளுடன் பாதி வழி போயிருக்கலாம். ஆனால் புதிய வேடத்தை நடிப்பதிலுள்ள சிரமமும் கற்பனைச் செலவும் என்னைச் சோர்வடையச் செய்யத் தொடங்கியிருந்தன. பழைய வேடத்துக்குத் திரும்பி வருவது அவசியமாகி விட்டது, ஓய்வுக்காகவேனும்.

ஆனால் ஓய்வு கிடைத்து விடுவதில்லை அப்படி, சுலபமாக. பஸ் ஸ்டாண்டில், எனக்கு எதிர் பிளாக்கில் வசித்த கிழவர் நின்றுகொண்டிருந்தார். என்னைப் பார்த்ததும் விட்டார் புன்னகை. ரொம்ப நேரமாக நிற்கிறீர்களா, ராட்டன்பஸ் சர்வீஸ், இத்தியாதி முதல் சந்திப்பில் (பஸ் ஸ்டாண்டில்தான்) மாறுபடுகிற, கோபமுள்ள இளைஞனாக என்னைக் காட்டிக் கொள்ளாமல் மரபுகளுடன், அவர் நம்பிய உண்மைகளுடன் ஒத்துப் போகிறவனாக (பாவம், கிழவனாச்சே என்று) என்னைக் காட்டிக் கொண்டதன் பலனை அதன்பிறகு அவரைச் சந்திக்கும் போதெல்லாம் அனுபவித்துக்கொண்டிருந்தேன். சில வேடங்களை நாமாக அணிகிறோம். சில, நம் மீது திணிக்கப்படுகின்றன.

கிழவர் பேசத் தொடங்கினார். (இன்றைய டாபிக்: இயந்திர சமுதாயம்.) உடல் ஆரோக்கியம், மன ஆரோக்கியம் இரண்டுமற்ற

கோழைகளாகி விட்டோமாம் நாம். ஜடங்களாகி விட்டோமாம். போர்வைகளைப் போர்த்திண்டு, பூச்சுக்களைப்பூசிண்டு ...

ஹிப்பிகளும் இதைத்தான் சொல்கிறார்கள். ஆனால் ஹிப்பிகளை அவருக்குப் பிடிக்காது. அவர்களுடைய *Sex attitude* பிடிக்காது. தலைமயிர் பிடிக்காது. சில சமயங்களில் வெவ்வேறு நபர்கள் ஒரே விஷயத்தைச் சொல்வதாகத் தோன்றினாலும் ஒரே வார்த்தைகளைத்தான் அவர்கள் உபயோகிக்கிறார்கள் என்றாலும், உண்மையில் இந்த வார்த்தைகளின் மூலம் அவர்கள் தெரிவிக்க விரும்புவது வெவ்வேறாக இருப்பது ஆச்சரியந்தான். பூரண சுதந்தரம், கடமை, உரிமை, நட்பு, காதல்.

ஹிப்பிகளுடையதும் ஒரு நிரந்தரமான வேடந்தானே? புதியதொரு மதம். தனியான சடங்குகள், உடைகள், சின்னங்கள், பண்பாடுகள் எல்லாம் உடையதாக. ஒரு சிறைக்குப் பதிலாக இன்னொரு சிறை. ஒரு மாறுதல். ஹிப்பிகளுடைய குழந்தைகளுக்கு இந்த வேடம் சலித்துப் போகக்கூடும்.

'ஹலோ!' என்ற குரல். திரும்பினேன். ஆபீஸ் நண்பன் நின்றிருந்தான். 'ஹலோ' என்றேன் நானும். ஒரு கணம் சங்கடமான மௌனம். ஆபீஸ் வேடங்கள் நினைவுக்கு வந்த சங்கடம். சக ஊழியர்களுக்காக, 'வேலை கிடக்கிறது சனியன் – ஒருத்தரையொருத்தர் தினசரி பார்க்கிறதும் பேசுகிறதும்தான் முக்கியம் – ஆபீசர்கள் முட்டாள்கள் – சௌக்கியமா, காப்பி சாப்பிடறயா' வேஷம். ஆபீசர்களுக்காக, 'நான் ஆடு' – 'அவர் இடையன்', 'நான் அசடு – அவர் சமர்த்து', 'நான் மேலோட்ட மானவன்' – 'அவர் சூட்சுமமுள்ளவர்' 'நான் மண்வெட்டி – அவர் தோட்டக்காரன்' வேஷம். பிறர் நம்மிடம் எந்த வேஷத்தை எதிர்பார்க்கிறார்கள் என்பதையறிந்து அதை அணிவதால் வாழ்க்கையின் கட்டங்கள் சுமுகமாகக் கழிகின்றன என்றாலும் புழுக்கம் தாங்காமல் வேஷங்களை எதிர்த்துத் திமிறத் தொடங்கும் சந்தர்ப்பங்களும் வருகின்றன. அப்போது சண்டை வருகிறது. (அவள் சாப்பிட்டிருப்பாள்.)

மோதிபாக் பஸ் ஏதாவது போயிற்றா என்று நண்பன் விசாரித்தான். நான் வந்த பிறகு எதுவும் போகவில்லை, என்று கிழவரைப் பார்த்தேன். இல்லை, அவரும் பார்க்கவில்லையாம். கிழவருக்கும் அவனுக்குமிடையே அறிமுகம் செய்து வைத்தேன். நமஸ்காரம், நமஸ்காரம். (அவள் ரேடியோவில் ஏதாவது நிகழ்ச்சி இருக்கிறதா என்று பார்த்துக் கொண்டிருப்பாள் அல்லது பாபுவை எதற்காவது சண்டை பிடித்துக்கொண்டிருப்பாள்.)

லஞ்ச் டயத்தில் என்னை எங்கே காணோமென்று நண்பன் கேட்டான், செக்ஷனுக்குப் போன் பண்ணினானாம்.

வெளியிலிருந்து ஒருவர் வந்திருந்ததாகவும், அவருடன் சென்றிருந்ததாகவும் கூறினேன். பொய்தான். தினசரி நாங்கள் சேர்ந்து லஞ்ச் சாப்பிடுகிறோம். நித்தியக்கடன். சிலசமயங்களில் அவனைத் தவிர்க்க வேண்டுமென்று தோன்றுகிறது. அவன் என்னை அந்த ஆபீஸில் அவனுடன் வேலை செய்யும் சக ஊழியனாக மட்டுமே தட்டையாக, டூ டைமன்ஷனலாகப் பார்ப்பது எனக்கு எரிச்சல் மூட்டுகிறது போலும். நான் அவன் நினைக்கிற ஆசாமி மட்டுமல்லவென்று எனக்கு நானே நிரூபித்துக்கொள்ள முயலுகிறேன். ஆனால் ஒருவேளை அதுதான் உண்மையா? அவன் நினைப்பதற்கும் மேற்பட்ட பரிமாணங்கள் என் பர்சனாலிடிக்கு இருப்பதாக நினைப்பது ஒரு குழந்தைத் தனமான, உண்மையைச் சந்திக்க விரும்பாத முயற்சிதானா?

சில வருடங்களுக்கு முன்புவரை விமான கம்பெனி கௌண்டரில் இருப்பவன், ரேடியோ அனௌன்ஸர், லெக்சரர், லைப்ரரியன், ரிப்போர்ட்டர் என்று என் வேலையை விடக் கவர்ச்சிகரமாகத் தோன்றிய வேலைகளுக்கு மனுச் செய்து கொண்டு, அந்தந்தச் சமயங்களில் அந்தந்த வேடங்களை அணிந்துகொண்டு, என்னைச் சுற்றியிருந்தவர்களிடமிருந்து வேறுபட்டவனென்ற இறுமாப்பில் தெம்பாகவும் உற்சாகமாகவும் இருக்க முடிந்தது. ஆனால் இப்போது வயதாகிவிட்டது. மனுச் செய்து கொள்ளக்கூடிய வேலைகளே அரிதாகிவிட்டன. (அவள் ரேடியோவை வைத்து விட்டோ வைக்காமலோ, தரையில் மல்லாந்து படுத்தபடி ஒரு கரத்தை முக்கோணமாக மடித்துத் தரையில் ஊன்றித் தலைக்கு முட்டுக் கொடுத்துக்கொண்டோ அல்லது குப்புறப் படுத்துக்கொண்டு, கால்களைத் தூக்கித் தூக்கி ஆட்டியபடி கீழே ஏதாவது புத்தகத்தைப் பிரித்து வைத்துக் கொண்டோ படித்துக்கொண்டிருப்பாள். நான் வீட்டில் இல்லாத சமயங்களில் அவள் எப்போதுமே இயல்பாகவும் ஏன், சந்தோஷமாகவும்கூட இருப்பதாகத் தோன்றுகிறது. அவள் ராணித் தேனி. நான் சம்பாதித்துக் கொண்டு வரும் தொழிலாளித் தேனி.)

ராட்டன் வெதர் என்றார் கிழவர். நான் நன்றியுணர்வுடன் சீதோஷ்ண நிலை பற்றிய அவர் பேச்சில் கலந்துகொண்டேன். நண்பனும் கலந்துகொண்டான். எல்லோரும் சௌகரியமாக எதையும் விட்டுக் கொடுக்காமல் வெளிப்படுத்திக் கொள்ளாமல் பேசக்கூடிய விஷயம். (அவளும் வேலைக்குப் போயிருக்கலாம்,

கேட்டால்தானே? மிகவும் குடும்பப் பாங்கானவளாகவும் படி தாண்டாதவளாகவும் ஒரு பாவனை. இல்லையில்லை, இப்படி நினைப்பது தவறாயிருக்கலாம். என் அகந்தையைத் திருப்தி செய்து கொள்ளத்தான் அவளை வேலைக்குப் போகச் சொன்னேனோ, என்னவோ. அல்லது ஒரு வேளை பகல் வேளைகளிலும் நான் வேஷமணிய வேண்டிய நிர்பந்தத்துக்கு உட்பட்டிருக்கும்போது, அவள் மட்டும் வேஷம் எதுவும் அணியாமல் தனிமையில் இளைப்பாற முடிவது என் பொறாமையைக் கிளப்புகிறது போலும்.)

மழை கொட்டிப் பெய்ய மாட்டேனென்கிறது, ஜூலை இரண்டு வாரமாகியும், என்றான் நண்பன்.

ஜூலை மழைதான் மே மாதமே பெய்திருக்க வேண்டும் என்றார் கிழவர். வெதர் சைக்கிளே இப்பல்லாம் மாறிண்டிருக்கு. நியூக்ளியர் எக்ஸ்ப்ளோஷன்ஸ்னாலேன்னு சொல்லிக்கிறா.

இருக்கலாம் என்றான் நண்பன். ஆனா, ஆக்சுவலி, ரியல் ப்ராப்ளம் இஸ் பொல்யூஷன்.

(உண்மையில் இதுவும் மாறுதலுக்கான ஒரு தாபம்தான். அவளுக்கு நானும், எனக்கு அவளும், எனக்கு நானும் சலித்து விட்ட நிலை. அவள் வேலைக்குப் போனால் அவளுடைய வேடம் மாறுவதுடன் வேலைக்குப் போகிறவளுடைய கணவன் எனும் முறையில் என்னுடைய வேடமும் மாறும். நான் இப்போதிருப்பது போலன்றி வேறு ரூபத்தில் எனக்குத் தோற்றமளிப்பேன்.)

எங்கள் பேட்டையைச் சேர்ந்த கல்லூரி மாணவன் ஒருவன் வந்தான். நான் வேறு சிலருடன் நிற்பதைப் பார்த்துச் சற்றே தயங்கினான். ஹலோ என்று நான் அவனுக்கு அபயமளித்தேன். சினிமாவா என்று கேட்டேன்.

இல்லையில்லை என்று அவன் சிரித்தான். சும்மாதான் நண்பர்களுடன் காப்பி ஹவுஸில் உட்கார்ந்து பேசிக்கொண்டிருந்தானாம். நான் அவன் கையில் வைத்திருந்த புத்தகத்தை வாங்கிப் பார்த்தேன். டாம் மொரேஸின் கவிதைகள். பக்கங்களைப் புரட்டினேன். கல்லூரி மாணவனான அவன் கண்களில் நான் ஒரு சராசரியிலிருந்து வேறுபடுகிற மத்திய தர வகுப்புக்கணவன். குடும்பத்துக்கும் ஆபீசுக்கும் வெளியேயும் சில விஷயங்களில் சிரத்தை எடுத்துக்கொள்கிறவன். நான் வெறும் இரண்டாம் வகுப்பு ஊழியனோ என் மனைவியின் கணவனோ மட்டுமல்லவென்று அந்த இளைஞன் அங்கீகரித்ததால்தான் போலும், என் ஆபீஸ் நண்பனைவிட இவனை எனக்குப் பிடிக்கிறது. இது அவன்

மயக்கமாக இருக்கலாம்தான். இளமையின் லட்சிய வேகத்துடன் என்னிடம் இல்லாத ஒன்றை உருவகப்படுத்திக் கொள்கிறானோ, என்னவோ – அந்தக் கிழவர் பழந்தலைமுறையின் காலடியில் சப்பளமிட்டு அமர்ந்து பாடங் கேட்பவனாக என்னை உருவகப்படுத்திக் கொண்டிருப்பதைப் போல. (மணமான புதிதில் நான் தெரிந்தவனாகவும் அவள் தெரியாதவளாகவும், நான் தெரியாதவனாகவும் அவள் தெரிந்தவளாகவும், நான் பெறுகிறவனாகவும் அவள் தருகிறவளாகவும், நான் தருகிறவனாக வும் அவள் பெறுகிறவளாகவும், நான் அவளுக்கு எஜமானனாகவும், அவள் எனக்கு எஜமானியாகவும், நான் விஷமக்காரச் சிறுவனாகவும் அவள் கண்டிப்பான டீச்சரம்மாகவும், அவள் டாக்டராகவும் நான் பேஷண்ட்டாகவும், நான் குழந்தையாகவும் அவள் அம்மாவாகவும், அவள் குறும்புக்காரச் சிறுமியாகவும் நான் அந்தக் குறும்பை ரசனையுடன் பருகுகிறவனாகவும், நான் நாய்க்குட்டியாகவும் அவள் என் கழுத்தில் சங்கிலி கட்டி இழுத்துச் செல்கிறவளாகவும் அவள் கோஹினூர் வைரமாகவும் நான் அவளைக் கிரீடத்தில் பதித்துக்கொண்டிருக்கும் அரசனாகவும், நான் திருடனாகவும் அவள் உடந்தையாயிருக்கிற போலீஸ்காரியாகவும், நான் கவிஞனாகவும் அவள் என் கவிதையின் கருவாகவும், நான் ஒரு இன்டலெக்சுவலாகவும் அவள் ஒரு பேதைமையான கிராமிய மங்கையாகவும், நான் ஒரு நாட்டுப்புறத்தானாகவும் அவள் ஒரு நகர்ப்புறத்துச் சீமாட்டியாகவும் எண்ணற்ற பல வேடங்களை ஓரிரண்டு வருடங்களில் அணிந்து தீர்த்து விட்டோம். இப்போது என்னை வெறும் நானாக அவளும் அவளை வெறும் அவளாக நானும் பார்க்கிறோம். எல்லா உண்மைகளையும் போலவே இந்த உண்மையும் எரிச்சல் மூட்டுவதாயிருக்கிறது.)

புத்தகத்தை மூடி அவனிடம் கொடுத்தேன். அவனுக்குப் பிடித்திருக்கிறதாமா என்று கேட்டேன்.

'இட்ஸ் டெரிஃபிக்.' அவன் படித்தபிறகு எனக்குத் தருவான்.

'தேங்க்ஸ்' என்றேன். நான் ஏதாவது படித்தேனா வென்று கேட்டான். உதட்டைப் பிதுக்கி, நேரமின்மையைக் காரணமாகச் சொன்னேன். என் போன்றவர்களுக்கு அது ஒரு பிரச்னைதான் என்று அவனும் ஒப்புக்கொண்டான். (பாபுவின் சித்திரக்கதைப் புத்தகங்கள்தான் இப்போது என்னுடைய ரீடிங். பாபு பிறந்ததிலிருந்து ஒரு புதிய வேடத்தை நான் அணிய முடிந்திருக்கிறது, அப்பா. இன்னும் சில வருடங்களுக்கு எனக்கும் அவனுக்கும் எங்களுடைய வேடங்கள் சலித்துப் போகாமலிருக்கும். பிறகு அவன் புதிய வேடமணிய விரும்புவான்.

ஆனால் அவனுக்குத் தகுந்தாற்போல் என் வேடத்தை மாற்றிக் கொள்ளும் திறமையையும் கற்பனைச்செறிவையும் அதற்குள் இறந்து போயிருக்கக் கூடிய நான், அவனுடைய முயற்சியை எதிர்ப்பேன். என் பிள்ளை வேடத்தைத்தான் அவன் எப்போதும் நடிக்க வேண்டுமென்று சுயநலத்துடன் எதிர்பார்ப்பேன். என் அப்பாவுக்கும் எனக்குமிடையே ஏற்பட்டதைப்போல, அவனுக்கும் எனக்குமிடையே சண்டை வரும். குடும்ப வேடங்களுக்கும் மற்ற வேடங்களுக்கும் இதுதான் வித்தியாசம். தலைமுறை தலைமுறையாக மாற்றமின்றி அணியப்பட்டு வருவதால் முந்தையவற்றை நாம் நிஜமென்று நம்பத் தொடங்கி விடுகிறோம்.)

அடடே பஸ் வருகிறதே, என்ன நம்பர் பாரு, என்றார் கிழவர்.

நாற்பத்தஞ்சு! என்றான் நண்பன்.

நானும் கிழவரும் மாணவனும் நண்பனும் மற்றவர்களும் பஸ்ஸைப் பிடிப்பதற்காக ஓடினோம்.

ஒரு அறையில் இரண்டு நாற்காலிகள்

கைலாசம் கடிகாரத்தைப் பார்த்தார். மணி பன்னிரண்டு. அவர் பரபரப்படைந்தார்.

தாகமில்லாமலிருந்தும்கூட மேஜை மேலிருந்த தம்ளரை எடுத்து ஒரு வாய் நீரைப் பருகி, அந்த இயக்கத்தின் ஒரு பகுதியாக அறையின் மறு பக்கத்தை நோக்கி ஒரு கணம் – ஒரே ஒரு கணம் – பார்வையை ஓடவிட்டார். அகர்வால் மேஜை மீது குனிந்து ஏதோ ஃபைலைக் கவனமாகப் படித்துக் கொண்டிருந்தான். கைலாசம் தம்ளரை மறுபடி மேஜை மேல் வைத்தார். ஜன்னல் வழியே வெளியே பார்த்தார். நீலவானம், ஓரிரு மேகங்கள், மரங்களின் உச்சிகள், அடுக்கு மாடிக் கட்டடத்தின் உச்சிகள்... திடீரென்று இவ்வாறு பார்த்துக்கொண்டிருப்பது பற்றிய தன்னுணர்வினால் அவர் பீடிக்கப்பட்டார். அகர்வால் இந்தப் பார்வையைக் கவனித்து, 'என்ன, அடுத்த கதையைப் பற்றி யோசனையா?' என்றோ, 'என்ஜாயிங் தி சீனரி, கைலாஷ் சாப்?' என்றோ பேசத்தொடங்கப் போகிறான் என்ற பயம்...

அவர் அவசரமாக ஒரு ஃபைலை எடுத்துப் பிரித்து வைத்துக்கொண்டார். அது அவர் ஏற்கெனவே பார்த்து முடித்து, பியூன் எடுத்துச் செல்வதற்காக டிரேயில் வைத்திருந்த ஃபைல். இருந்தாலும் அதை மறுபடி எடுத்துப் பிரித்து வைத்துக்கொண்டு, பேனாவைத் திறந்து வலது கையில் பிடித்துக்கொண்டு, சற்றுமுன் தான் எழுதிய

நோட்டை அணு அணுவாகச் சரிபார்த்தார். தெளிவில்லாதன வாகத் தோன்றிய *i*-க்கள் மேலுள்ள புள்ளிகள், *t*-க்களின் மேல் குறுக்காகக் கிழிக்கப்படும் கோடுகள், ஃபுல் ஸ்டாப்புகள், கமாக்கள், எல்லாவற்றிலும் பேனாவை மறுபடி பிரயோகித்து ஸ்பஷ்டமாக்கினார். ஆங்காங்கே சில புதிய கமாக்களைச் சேர்த்தார். ஒரு *o*, *a* போல இருந்தது. அதையும் சரிபார்க்கத் தொடங்கினார். அப்போதுதான் திடுமென அகர்வாலின் குரல் ஒலித்தது.

'ரொம்ப பிசியா?'

அவர் எதிர்பார்த்திருந்த, பயந்திருந்த, தாக்குதல்! நல்லவேளை, இப்போது மட்டும் அவர் வெளியே பார்த்துகொண்டிருந்தால்!

'ம்ம்' என்றவாறு அவர் வேறு ஏதாவது '*a*' '*o*' போலவோ, அல்லது '*o*' '*a*' போலவோ, '*u*' '*v*' போலவோ, '*n*' '*r*' போலவோ, எழுதப்பட்டிருக்கிறதா என்று தேடத் தொடங்கினார்.

அகர்வாலின் நாற்காலி கிரீச்சென்று பின்புறம் நகரும் ஓசையும் இழுப்பறை மூடப்படும் ஓசையும் கேட்டன. 'ஃபைவ் மினிட்ஸில் வருகிறேன்' என்று அவரிடம் சொல்லிவிட்டு, அவன் அறைக்கு வெளியே சென்றான்.

கைலாசம் ஓர் ஆறுதல் பெருமூச்சுடன் நாற்காலியில் சாய்ந்து உட்கார்ந்தார். மிக இயல்பாகவும் சுதந்தரமாகவும் உணர்ந்தவராக, ஜன்னல் வழியே வானத்தைப் பார்க்கத் தொடங்கினார். ஒரு கிளிக்கூட்டம் பறந்து சென்றது. அக்காட்சி திடீரென்று மனத்தைப் பல வருடங்கள் பின்னோக்கி அழைத்துச்சென்றது. கிராமத்தில், ஆற்றங்கரை மணலில் உட்கார்ந்திருந்த மாலைகள். பக்கத்தில் நண்பன் ராஜு. பேசாமலேயே ஒருவரையொருவர் புரிந்துகொண்ட அன்னியோன்யம்.

ஆனால் இப்போது அவர் கிராமத்தில் இல்லை. தில்லியில் மத்திய சர்க்கார் அலுவலகம் ஒன்றின் பிரும்மாண்டமானதொரு சிறை போன்ற கட்டடத்தின் ஓர் அறையில் அமர்ந்திருக்கிறார். அருகில் இருப்பது ராஜு இல்லை, அகர்வால். இவன் அவரைப் பேசாமல் புரிந்துகொள்கிறவன் இல்லை, பேசினாலும் புரிந்து கொள்கிறவன் இல்லை.

மணி பன்னிரண்டு பத்து. அகர்வால் இதோ வந்துவிடுவான். கைலாசம் சீக்கிரமாக அவனிடம் கூறுவதற்கேற்ற ஒரு காரணத்தை சிருஷ்டி செய்தாக வேண்டும். அவனுடன் தான் ஏன் டிபன் சாப்பிட வரமுடியாது என்பதற்கான காரணம். பேங்குக்குப் போவதாகவோ, இன்ஷுரன்ஸ் பிரீமியம் கட்டப்போவதாகவோ.

கடிகார ரிப்பேர் கடைக்குப் போவதாகவோ, ஆஸ்பத்திரியில் இருக்கும் ஷட்டகரைப் பார்க்கப் போவதாகவோ (அவருக்கு அப்படி ஒரு ஷட்டகர் இல்லவே இல்லை) இன்றுகூற முடியாது. இந்தக் காரணங்களைச் சென்ற சில தினங்களில் அவர் ஏற்கெனவே பயன்படுத்தியாயிற்று. வயிற்று வலியாயிருக்கிறதென்று சொன்னாலோ, அவனுடைய அனுதாபத்தை எதிர்கொள்ள வேண்டிவரும். அதையும் வெறுத்தார். லைப்ரரிக்குப் போவதாகச் சொல்லலாமா?

சொல்லலாம். ஆனால் அதில் ஓர் அபாயம் இருக்கிறது. அகர்வால் தானும்கூட வருகிறேனென்று கிளம்பி விடலாம்.

ஈசுவரா! என்னைக் காப்பாற்று.

கைலாசம் தன்னையறியாமல் கண்களை மூடிக்கொண்டு விட்டிருக்க வேண்டும். சில விநாடிகளுக்குப் பிறகு மறுபடி கண்களைத் திறந்தபோது, எதிரே அவருடைய நண்பன் ராமு புன்னகையுடன் நின்று கொண்டிருப்பதைப் பார்த்தார். 'ஹலோ! நீ எப்படா வந்தே?' என்றார் ஆச்சரியத்துடன். ராமு பம்பாயில் வேலையாயிருந்தான்.

'ரூமுக்குள்ளே வந்ததைக் கேக்கறியா, இல்லை தில்லிக்கு வந்ததையா?' என்றான் ராமு.

'ரூமுக்குள்ளே இப்பத்தான் வந்தே, தெரியும்...'

'ஷ்யூர்? யூ மீன், நீ இப்பத்தான் தூங்க ஆரம்பிச்சியா?'

'நான் தூங்கிண்டு இருக்கலை...'

'பரவாயில்லையடா, தூங்கிண்டிருந்தாலும் தான் என்ன? தட்ஸ் யுவர் ஜாப், இல்லையா? அரசாங்கத்திலே இனிஷியேட்டிவ் எடுத்துக்கொள்பவன் அல்ல, எடுத்துக்கொள்ளாதவன்தான் விரும்பப்படுகிறான்...'

கைலாசம் கரகோஷம் செய்வது போலக் கேலியாகக் கை தட்டினார். அவருக்கு ராமுவைப் பார்த்தது மிகவும் உற்சாகமாக இருந்தது.

அறைக் கதவு திறந்தது, அகர்வால் உள்ளே வந்தான்.

'அகர்வால்ஜி! மீட் மை ஃபிரண்ட்... மிஸ்டர் ராமச்சந்திரன் ஆஃப் கமானீஸ்...'

ராமுவும் அகர்வாலும் கைகுலுக்கிக் கொண்டார்கள். 'ஆஸஃப் அலி ரோடிலேயோ எங்கேயோஇருக்கிறதல்லவா, உங்கள் அலுவலகம்?' எனறான் அகர்வால்.

'ஓ, நோ! ஹீ இஸ் இன் பாம்பே' என்ற கைலாசம், தொடர்ந்து அவசரமாக, 'அச்சா அகர்வால், இவருக்கு ரிசர்வ் பேங்கில் இருக்கிற என்னுடைய ஒரு நண்பரைப் பார்க்கணுமாம் . . . சோ இவரை அங்கே அழைத்துப் போகிறேன் . . . எக்ஸ்க்யூஸ்மீ ஃபார்லஞ்ச்' என்றார்.

அகர்வாலின் முகத்தில் ஏமாற்றம் வெளிப்படையாகத் தெரிந்தது. 'அச்சா . . .' என்றான்.

ராமுவும் கைலாசமும் வெளியே வந்தார்கள்.

'இது என்னடாது, ரிசர்வ் பேங்க். அது இதுன்னு?' என்றான் ராமு.

'வேடிக்கையாயிருக்கு, இல்லையா?' என்று கைலாசம் சிரித்தார். 'என்ன பண்றது . . . இவன்கிட்டே மாட்டிண்டு அவஸ்தைப் படறேன் நான். சொன்னால்கூடப் புரியுமோ என்னவோ . . .'

'போரா?'

'ஆமாம்' என்றார் கைலாசம். அவர் முகத்தில் குதூகலமும் நன்றியுணர்வும் ஏற்பட்டது, எவ்வளவு கரெக்டா இவன் புரிந்து கொண்டு விட்டானென்று. ராமுவின் அண்மையினால் தனக்கு ஏற்பட்ட மனநிறைவும் மகிழ்ச்சியும் அவருக்கு இதமாக இருந்தன.

அகர்வாலுடன் அதிருப்தியும் சலிப்பும் கொள்ளும்போது, ஒருவேளை தன்னை ஓர் எழுத்தாளனாக இவன் புரிந்து கொள்ளாததுதான் தன் அதிருப்திக்குக் காரணமோ, ஒருவேளை நட்பு என்பது என்னைப் பொறுத்தவரையில் எழுத்தாளனென்ற என் அகந்தையைத் திருப்தி செய்துகொள்ளும் சாதனம்தானோ என்று ஏதேதோ விபரீத சந்தேகங்கள் அவருக்கு ஏற்படத் தொடங்கியிருந்தன. இந்த அகந்தைக்காக தான் பெறும் ஒரு நியாயமான தண்டனையாக அகர்வால் ஏற்படுத்தும் சலிப்பைக் கருதி அதைக் கூடியவரை சகித்துக்கொள்ளவும் அவர் முயன்று வந்தார். தன்னை நன்னெறிப்படுத்திக் கொள்ளும் ஒரு பயிற்சியாக அதைக் கண்டார்.

இப்போது ராமு அவருக்குத் தன் மீதே ஏற்பட்டு வந்த சந்தேகங்களை அறவே போக்கினான். ராமுவுக்கு அவர் கதைகள் எழுதுவது தெரியும். ஆனால் அவன் அவற்றை வாசிப்பது கிடையாது. அவர் கதைகளே எழுதாதவராக இருந்தாலும்கூட அவனைப் பொருத்தவரையில் எந்த வித்தியாசமும் ஏற்பட்டிருக்க முடியாது. பார்க்கப் போனால் 'கதையெழுதும் வீண் வேலையெல்லாம் எதற்கு வைத்துக்கொள்கிறாய், அது ஒரு கால

விரயம்' என்கிற ரீதியில்தான் அவன் பேசுவான். 'நீயெல்லாம் என்னத்தை எழுதுகிறாய், ஹெரால்ட் ராபின்ஸ், இர்விங் வாலஸ் இவங்களெல்லாம் எவ்வளவு ஜோராக எழுதுகிறான்கள், அப்படியல்லவா எழுத வேண்டும்' என்பான். அவருடைய எழுத்து முயற்சிகள் பற்றிய அவனுடைய இந்த அலட்சிய பாவத்துக்கு அப்பாற்பட்டும் அவர்களிடையே அரியதொரு நட்பு நிலவியது. தம் சின்னஞ்சிறு அங்க அசைவுகளையும் முகச் சுளிப்புகளையும்கூட அவர்கள் பரஸ்பரம் மிகச்சரியாகப் புரிந்துகொண்டு இன்பமயமானதொரு அன்னியோன்யத்தில் திளைத்தார்கள். இல்லை, அவருடைய எழுத்துக்கும் இந்த நட்புக்கும் சம்பந்தமேயில்லை. கைலாசத்துக்கு ராமுவை அப்படியே இறுகத் தழுவிக்கொள்ளலாம் போலிருந்தது.

'எனக்கு ஒரே பசி' என்றான் ராமு.

'டிபன் சாப்பிடத்தான் போகிறோம்.'

'போனதடவை வந்திருந்தபோது ஒரு இடத்துக்குப் போனோமே யூ.என்.ஐ.யா அதற்குப்பேரு?—அங்கேயே போகலாம்.'

'இல்லை, அங்கே இப்பக் கூட்டமாக இருக்கும்' என்றார் கைலாசம். உண்மையில் அங்கே அகர்வால் வந்துவிடப் போகிறானேயென்று அவருக்குப் பயமாக இருந்தது.

அந்த வட்டாரத்திலிருந்த இன்னொரு காரியாலயத்துக் குள் நுழைந்த அவர்கள், அங்கிருந்த கேண்டீனில் போய் உட்கார்ந்தார்கள்.

'ஆமாம், போன தடவை நான் வந்தபோது நீ மட்டும் தானே ரூமிலே தனியா இருந்தே?' என்றான் ராமு.

'அதையேன் கேக்கிறே, எங்க மினிஸ்ட்ரியிலே ஆபீசர்கள் எண்ணிக்கை ஒரேடியாகப் பெருகிப் போச்சு — ஸோ டெபுடி செக்ரெட்டரி ராங்குக்கு உள்ளவர்களுக்கும் அதற்கு மேற்பட்டவர்களுக்கும்தான் தனி ரூம்னு சொல்லிட்டான். நான் ஒரு ராங்க் கீழே இருக்கிறவன் ஆனதினாலே, இந்த அகர்வாலோட ஒரு ரூமை ஷேர் பண்ணிக்கும்படி ஆயிடுத்து.'

'அகர்வாலா?'

'ஆமாம் யு.பி.க்காரன்...'

'என்ன பண்றான்? எப்பவும் தொண தொணங்கிறானா?'

'தொண தொணன்னா... என்ன சொல்றது? இதெல்லாம் சப்ஜெக்டிவ்தான் இல்லையா? எனக்கு அவனுடைய கம்பெனி ரசமாக இல்லை. அவ்வளவுதான்.'

'புரிகிறது.'

'இவன் அவன் வேறெ பாஷைக்காரன்கிறதினாலேயோ, இலக்கிய அறிவு அதிகம் படைத்தவனாயில்லாததினாலேயோ, வேறு விதமான சாப்பாடும் பழக்கங்களும் உள்ளவன்கிறதினாலேயோ ஏற்படுகிற முரண்பாடு இல்லை. இன்ஃபாக்ட், இதே யு.பி.யைச் சேர்ந்த இன்னொருத்தனுடன் நான் மிகவும் சிநேகமாக இருக்கக்கூடும்...'

'உம்ம்...' ராமு ஒரு சிகரெட்டைப் பற்ற வைத்துக்கொண்டான்.

'இது அவாவா இயல்பைப் பொறுத்த விஷயம், இல்லையா? மனப்பக்குவத்தைப் பொறுத்த விஷயம்... இரண்டு மனிதர்கள் ஒத்துப் போகிறார்கள். வேறு இரண்டு மனிதர்கள் ஒத்துப் போவதில்லை. இதைத் தர்க்க ரீதியாக விளக்குவது ரொம்பக் கஷ்டம்...'

'ஆனாலும்கூட உன் மனம் இதைப் பற்றி மிகவும் தர்க்கம் செய்தவாறே இருக்கிறது போலிருக்கிறதே!'

'ஐ ஆம் சாரி... நான் உன்னை போர் அடிக்கிறேன், ரொம்ப.'

'நோ நோ – ப்ளீஸ் ப்ரொஸீட், இட்ஸ் வெரி இன்ட்ரஸ்டிங்.'

'யார் மனசையும் புண்படுத்தக்கூடாது, எல்லாரிடமும் அன்பாக நடந்துகொள்ளணும், கருத்துப் பரிமாற்றம் செய்து கொள்ளணும் என்று நம்புகிறவன் நான்... ஆனால் அதை ஒரு மூட நம்பிக்கையாக இவன் நிரூபித்துவிட்டான். இவனுடனிருக்கும் போது என்னை நான் இயல்பாக வெளிப்படுத்திக் கொள்ளவே முடிவதில்லை. எவ்வளவு வார்த்தைகளை செலவழித்தாலும் இவன் என்னைப் புரிந்துகொள்வதில்லை. அதைவிட மோசம், புரிந்துகொண்டு விட்டதாக நினைக்கிறான். ஆனால் அவன் புரிந்துகொள்ளவில்லை என்பதை நான் அதிர்ச்சியுடன் உணருகிறேன்.'

'அவ்வாறு நேர்வதுண்டு' என்று ராமு அனுதாபப் புன்னகை யுடன் தலையை ஆட்டினான்.

'இவ்வளவுக்கும் அவன் என்னிடம் மிகவும் மதிப்பு வைத்திருக் கிறான், தெரியுமா? ஆனால் மதிப்பு நேசத்தின் ஆதரவாகிவிட முடிகிறதில்லை... சில சமயங்களிலே காலை நேரத்தில் அவன் என்னைப் பார்த்து முதல் புன்னகை செய்யும்போது, குட்மார்னிங் சொல்லும்போது, அவற்றை அங்கீகரிக்கவும் எதிரொலிக்கவும் கூட எனக்குத் தயக்கமாக இருக்கும். இவன் புன்னகை செய்வதும் வணக்கம் தெரிவிப்பதும் அவன் மனத்தில் என்னைப் பற்றிக் கொண்டுள்ள ஒரு தவறான உருவத்தை நோக்கி, அவற்றை

அங்கீகரிப்பது இந்த மோசடிக்கு உடந்தையாயிருப்பது போல் ஆகும். எனவே அவனுடைய சிநேக பாவத்தை ஊக்குவிக்கக் கூடாது என்றெல்லாம் நினைப்பேன். ஆனால் நாள் முழுவதும் நம்முடன் ஒரே அறையில் உட்கார்ந்திருப்பவனுடன் இவ்வாறிருப்பது எப்படிச் சாத்தியமாகும்? நானும் புன்னகை செய்கிறேன். நாங்கள் பேசத் தொடங்குகிறோம். எங்களுடைய பரஸ்பர மோசடி தொடங்குகிறது. இந்த ரீதியில் போனால் நான் விரைவில் அவன் மனத்தில் உருவாகியுள்ள என்னுடைய தோற்றப் பிரகாரமே மாறிவிடப் போகிறேனோவென்று எனக்கு பயமாயிருக்கிறது.'

ராமு சிரித்தான்.

'இது சிரிக்கும் விஷயமல்ல' என்று கைலாசம் ஒரு கணம் முகத்தை சீரியஸாக வைத்துக்கொண்டிருந்துவிட்டு, பிறகு தானும் சிரித்தார்.

டிபன் வந்தது. இருவரும் சாப்பிடத் தொடங்கினார்கள்.

'உனக்கு இந்த மாதிரியான அனுபவம் ஒன்றும் ஏற்படட்டதில்லையா? என்றார் கைலாசம்.

ராமு தோள்களைக் குலுக்கியவாறு, 'நாமெல்லாம் ரொம்பச் சாதாரணமான ஆசாமி' என்றான். 'நீ ஒரு கிரேட் ரைட்டர்... எனவே பலதரப்பட்டவர்கள் உன்பால் ஈர்க்கப்படுகிறார்கள்.' கைலாசம் ராமுவைக் குத்தப் போவது போலப் பாசாங்கு செய்தார்.

'எனவே, எனக்கு மனித சகோதரத்துவத்தைப் பற்றிய இல்யூஷன்கள் எதுவும் கிடையாது. ஸோ எனக்கு எப்போதும் ஏமாற்றம் உண்டாவதில்லை' என்றான் ராமு தொடர்ந்து.

'இல்யூஷன்கள் எனக்கும்தான் இல்லை. ஆனால் . . .' என்று சைலாசம் கூறி நிறுத்தினார். தன் மனத்தில் குமிழிட்ட உணர்வுகளுக்கு எவ்வாறு சரியாக வடிவம் கொடுப்பதென்று யோசித்தவராக. அவர் மனத்தில் அகர்வாலின் உருவம் தோன்றியது. அவன் தனக்கு நகைச்சுவையாகப்படும் ஏதாவது ஒன்றைக் கூறி சிரிப்பை யாசித்தவாறு அவர் பக்கம் பார்ப்பது, குதுப் மினார், இந்தியாகேட் ஆகியவற்றைச் சுட்டிக்காட்டும் பாணியில் 'கைலாசம்' –கிரேட் டாமில் ரைட்டர்' என்று தன் நண்பர்களுக்கு அவரை அறிமுகப்படுத்துதல், ஏதாவது ஒரு வார்த்தையையோ சொற்றொடரையோ சொல்லி அதற்குத் தமிழில் என்னவென்று கேட்பது, தமிழ்நாட்டு அரசியல் நிலை, அங்கு நடைபெறும் ஏதாவது நிகழ்ச்சி அல்லது அதிகமாக அடிபடும் பிரபலமான பெயர் பற்றி அவரை விசாரிப்பது,

அவனுடைய இத்தகைய சிரத்தைக்குப் பிரதியாகத் தானும் அவனுடைய மாநிலத்தின் அரசியல், பிரமுகர்கள், மொழி ஆகியவற்றில் சிரத்தை கொள்ள வேண்டுமென்று எதிர்பார்ப்பது, தன் குடும்ப சமாசாரங்களை அனாவசியமாக அவரிடம் சொல்வது, அவருக்கு அந்தக் காரியாலயத்தில் நெருக்கமாக இருந்த வேறு சிலர் பற்றி அனாவசியக் கேள்விகளைக் கேட்பது, அபிப்பிராயங்கள் சொல்வது (ஒரு பொறாமைமிக்க மனைவி போல)... பலவிதமான நிலைகளிலும் காட்சிகளிலும் அவர் அவனைக் கண்டார். வழக்கமான சோர்வும் குழப்பமும்தான் உண்டாயிற்று. எத்தகைய தெளிவும் ஏற்படவில்லை.

'உன்னிடம் என்ன சிரமமென்றால், நீ ஒரு வழவழா கொழகொழா' என்றான் ராமு. சர்வர் கொண்டு வந்து வைத்த காப்பியை ஒரு வாய் உறிஞ்சியவாறு, 'வெட்டு ஒன்று துண்டு இரண்டு என்று நீ இருப்பதில்லை.'

'வாஸ்தவம்.'

'ஒருத்தனுடன் ஒத்துப்போக முடியவில்லையென்றால் நிர்த்தாட்சண்யமாக அவனை ஒதுக்கிவிட வேண்டியதுதான். இட்ஸ் வெரி சிம்பிள். அவன் உன்னுடைய நட்புக்காக ஏங்குவதாக உனக்குத் தோன்றியது. நீ அவனுடைய முயற்சிகளுக்கு வளைந்து கொடுத்தாய், ஓ.கே. ஆனால் சீக்கிரமே அத்தகைய ஒரு நட்பு ஏற்படுவதற்குத் தேவையான அடிப்படைகள் இல்லையென்று தெரிந்துபோயிற்று. ஸோ, அப்படித் தெரிந்த உடனேயே அவனை அவாய்ட் பண்ண வேண்டியதுதானே, இதிலே என்ன பிரச்னைன்னு எனக்குப் புரியலை.'

'அப்படி அவனை நான் அவாய்ட் பண்ணிண்டுதான் இருக்கேன். ஆனால் இது ஒரு குற்ற உணர்ச்சியைத் தருகிறது ...'

'குற்ற உணர்ச்சி எதற்காக?'

'என் முடிவுகள் தவறாகயிருக்குமோன்னு எனக்கே என் மேலே எப்பவும் ஒரு சந்தேகம். ஒரு வேளை என்னிட மிருந்த ஏதோ குறைபாடுகள் காரணமாகவும் எங்கள் நட்பு தோல்வியடைந்திருக்கலாமோ, அப்படியானால் அந்தக் குறைபாடுகளைத் தெரிந்துகொள்ள வேண்டாமா என்று ஓர் ஆர்வம்...'

ராமு, தான் சற்றுமுன் சொன்னது நிரூபணமாகிவிட்டது என்பதுபோலத் தலையில் அடித்துக் கொண்டான்.

'நான் ஓர் எழுத்தாளன் என்கிற கவர்ச்சியினாலே அவன் என்பால் ஈர்க்கப்பட்டிருக்கலாம்னு சொன்னே... ஆனால்,

உண்மையில், நான் ஓர் எழுத்தாளனாக இல்லாமல் சாதாரண மனிதனாக இருந்திருக்கக் கூடாதா என்று அவன் ஏங்குவதாக எனக்குப் படுகிறது.'

ராமு ஓர் அடம்பிடிக்கும் குழந்தையைப் பார்ப்பது போல அவரை ஆயாசத்துடன் பார்த்தான்.

'நீ ஒரு தமிழனாக இல்லாமல் வடக்கத்தியனாக இருந்திருக்கக் கூடாதா என்று ஏங்குவது போலப் படவில்லையா?'

'ஆமாம், அப்படியும்தான் தோன்றுகிறது' என்றார் கைலாசம் ஆச்சரியத்துடன்.

'நீ இந்தியில் ஏதாவது பேச முயன்றால் அவனுக்கு ரொம்ப சந்தோஷமாக இருக்கிறது. இந்திப்படம் ஏதாவதொன்றைப் பார்த்து அதைப் பற்றி அவனிடம் சர்ச்சை செய்தாலோ, சந்தேகங்களைத் தெளிவுபடுத்திக்கொள்ள முயன்றாலோ, அவன் ஜன்ம சாபல்யமடைந்தது போலப் பரவசமடைந்து போகிறான்?'

'ஆமாம், ஆமாம்.'

'இந்திப் புத்தகங்கள், பத்திரிகைகள் எல்லாம் உனக்கு சப்ளை பண்ணவும், உன்னுடைய இந்த அறிவை விருத்தி செய்யத் தன்னாலான உதவிகளைச் செய்யவும் கூடத் தயாராக இருப்பானே?'

கைலாசம் சந்தேகத்துடன் ராமுவை உற்றுப் பார்த்தார். 'ஏண்டா, கேலி பண்றயா?' என்றார்.

'கேலியோ, நிஜமோ, எனக்கு இந்த மாதிரி ஆளெல்லாம் ரொம்பப் பரிச்சயமானவர்கள், அப்படின்னு சொல்ல வந்தேன்.'

'சொல்லு, சொல்லு.'

'நான் மாசத்திலே இருபது நாள் இந்தியா முழுவதிலும் சுற்றியபடி இருக்கிறவன். எனக்கு இங்குள்ள எல்லாவிதமான டைப்பும் அத்துப்படி.'

'விஷயத்துக்கு வா.'

'இதுவெல்லாம் ரொம்ப அடிப்படையான எலிமெண்டரி டைப். கொச்சையான மாயைகளிலே தஞ்சமடைகிற ரகம். தனக்கென்று ஒரு ஹோதாவில்லாததினாலே, ஒரு தனித்த ஐடென்டிடி இல்லாததினாலே, எதன் மீதாவது சாய்ந்து கொள்வதன் மூலமாகத்தான் அவன் தன்னை உணர முடிகிறது. நிரூபித்துக்கொள்ள முடிகிறது. பலம் வாய்ந்த, மகத்துவம் ஏதாவது

ஒன்றுடன் தன்னை ஐடென்டிஃபை பண்ணிக் கொள்வதன் மூலம், அதன் ஒரு பகுதியாக ஆவதன் மூலம்.'

'யூ மீன் ...'

'ஆமாம், நீ அவன் போன்றவர்கள் இகழ்ச்சியாகக் கருதும் ஒரு சராசரி மதராஸி இல்லை. நல்ல அறிவும் பண்பும் உடையவனாயிருக்கிறாய், கதை வேறு எழுதுகிறாய். சப்பாத்தியோ சமோசாவோ சாப்பிடுவதில் உனக்கு ஆட்சேபணையில்லை. இதெல்லாம் அவனை மிகவும் பாதுகாப்பற்றவனாக உணரச் செய்கிறது போலும். மதராஸிகளை ரசனையற்ற மூடர்களாக, பணிவற்ற காட்டுமிராண்டிகளாக, குறுகிய நோக்கும் அசட்டுக் கர்வமும் உள்ளவர்களாக, சண்டைக்காரர்களாக – எப்படி எல்லாமோ அவன் கற்பனை செய்துகொண்டிருக்கலாம், உன்னைச் சந்திப்பதற்கு முன்பு. அவன்ஓர் உயர்ந்த இனத்தவனென்ற மாயையின் பகுதி இதெல்லாம். ஆனால் நீ இந்த மாயையைச் சிதைத்துவிட்டாய். அவனைச் சிறுமைப்படுத்தும் உத்தேசம் இல்லாமலிருந்தும்கூட நீ அவனைத் தாழ்வு மனப்பான்மை கொள்ளச் செய்துவிடுகிறாய். சரி, எப்படியிருந்தால் என்ன? என் மொழிதான் ஆட்சிமொழி, என் சகோதரர்களே ஆட்சி புரிபவர்கள் என்பன போன்ற எண்ணங்களில் தஞ்சமடைந்து அவன் ஆசுவாசம் பெற வேண்டியிருக்கிறது. அதே சமயத்தில் இந்த எண்ணங்கள் அவனைக் குற்ற உணர்ச்சி கொள்ள வைக்கின்றன. இவரும் என்னைப் போன்ற ஒரு யு.பி. வாலாவாக அல்லது குறைந்தபட்சம் ஒரு வடக்கத்தியனாக இருந்தால் தேவலையே என்று அவனுக்குத் தோன்றுகிறது ...'

'பலே, பேஷ்.'

'என்ன, நான் சொன்னது சரியில்லையா?'

'நூற்றுக்கு நூறு சரி. ஐ திங்க், இனிமேல் கதையெழுத வேண்டியது நானில்லை, நீதான்.'

'போதும், போதும். நீ கதையெழுதிவிட்டுப் படுகிற அவஸ்தை போதாதா?'

இருவரும் சிரித்தவாறே மேஜையை விட்டு எழுந்தனர்.

கேண்டீனுக்கு வெளியே ஒரு வெற்றிலைப் பாக்குக் கடை இருந்தது. ஆளுக்கொரு பீடா வாங்கி வாயில் போட்டுக் கொண்டு, சற்றுநேரம் சுற்றுப்புற உலகை வேடிக்கை பார்த்தவாறு அவர்கள் நின்றார்கள். மனத்தில் ஓர் அலாதியான அமைதி. அகர்வாலுடன் இப்படி ஒரு நிமிஷமாவது அமைதியாக உணர்ந்திருக்கிறாரா? சதா அனாவசியச் சர்ச்சைகள், தனக்காக அவன் அணியும்

வேஷங்களை உணராதது போன்ற பாசாங்கு, அவனுக்காகத் தானும் வேஷமணிய வேண்டிய பரிதாபம். அவர்களிடையே இல்லாத பொதுவான இழைகளுக்காக வீண் தேடல்... இந்த ராமு ஒரு யு.பி. வாலாவாக இருந்திருக்கக் கூடாதா? அப்போது அவர் அவன்பால் எழும் நேச உணர்வுகள் குறித்த இந்த அளவு குற்ற உணர்ச்சி கொள்ள வேண்டியதில்லை.

உடல் வனப்பு நன்கு தெரியும்படியாக உடையணிந்த மூன்று நடுத்தர வயதுப் பெண்மணிகள் அவர்களைக் கடந்து நடந்து சென்றார்கள். 'தில்லி பொம்மனாட்டிகள் பம்பாயிலே இருக்கிறவாளையும் தூக்கியடிச்சுடுவா போலிருக்கே வரவர!' என்றான் ராமு.

'ம், ம்' என்று கைலாசம் தலையைப் பலமாக ஆட்டி ஆமோதித்தார். வாய்க்குள் வெற்றிலை எச்சில் ஊறத் தொடங்கி யிருந்ததால் பேசமுடியவில்லை.

எதிர்ச்சாரியில் ஒருத்தி விசுக் விசுக்கென்று நடந்து சென்றாள். ராமுவின் கவனம் அங்கே சென்றது. கைலாசம் வெற்றிலையைத் துப்பிவிட்டு வந்தார். ராமுவின் முதுகில் தட்டிக் கொடுத்தார். 'ஸோ – போன விஸிட்டுக்கு இப்ப இங்கே சீனரி இம்ப்ரூவ் ஆகியிருக்கா?' என்றார்.

'டெரிஃபிக் இம்ப்ரூவ்மெண்ட்!' என்று ராமு ஒரு சிகரெட்டைப் பற்ற வைத்தான். புகையை ஊதினான். 'ஒரு சந்தேகம்' என்றான்.

'என்ன?'

'அகர்வாலுடன் பெண்களைப் பற்றிப் பேசுவியா?'

கைலாசம் அசந்து போனார். 'நீ நான் நினைத்ததை விடவும் ஆழமானவன்' என்றார்.

'இது சாதாரணப் பொது அறிவு' என்றான் ராமு. 'பெரும்பாலும் இந்த டாபிக்கைப் பற்றி ஃப்ரீயாகப் பேச முடியாத ஒரு நிர்பந்தமே உறவுகளை இறுக்கமானதாகச் செய்கிறது. ஏன், ஒரு அப்பாவுக்கும் பிள்ளைக்குமிடையே கூட...'

'நாங்கள் பெண்களைப் பற்றியும் பேசாமலில்லை.' கைலாசம் உதட்டைப் பிதுக்கினார். 'ஒரு பயனுமில்லை.'

'வேடிக்கைதான்.'

'வேடிக்கையென்ன இதிலே? செக்ஸ் எல்லோருக்கும் பொதுவான, அடிப்படையான விஷயம். எனவே எந்த இரு மனிதர்களும் இதைப் பற்றிப் பேசுவதன் மூலம் நெருக்கமாக

உணரலாம் என்று நினைக்கிறாயா? இல்லை, அது அப்படியல்ல. நெருக்கம் முதலில் வருகிறது. இந்தப்பேச்செல்லாம் பின்பு வருகிறது. அந்த நெருக்கம் எப்படி உண்டாகிறதென்பது கடவுளுக்குத்தான் வெளிச்சம். அது சிலருக்கிடையில் ஏற்படுகிறது. சிலருக்கிடையில் ஏற்படுவதில்லை. அவ்வளவுதான்.'

'எத்தகைய ஒரு வீழ்ச்சி! உன் போன்ற ஒரு பகுத்தறிவுவாதி, சமத்துவவாதி . . !

'எல்லா மனிதர்களும் சமமானவர்களாயிருக்கலாம், சகோதரர்களாயிருக்கலாம். ஆனால் எல்லா மனிதர்களுடனும் ஓர் அறையைப் பகிர்ந்துக்கொள்ளவோ, சேர்ந்து அமர்ந்து டிபன் சாப்பிடவோ என்னால் முடியாது' என்று கூறிய கைலாசம், ஒரு கணம் யோசித்து, 'சமத்துவத்தையும் தனி மனித உரிமைகளையும் குழப்பாதே' என்றார்.

'நீதான் குழப்புகிறாய்.'

'இருக்கலாம். நான் குழம்பித்தான் இருக்கிறேன்.'

'சரி, நீங்கள் செக்ஸைப் பற்றிப் பேச முயன்றால் என்ன ஆகிறது?'

'என்னத்தைச் சொல்ல, நானாக அவனிடம் இந்த டாபிக்கை எடுத்தாலும் அவன் சந்தேகப்படுகிறான். இத்தகைய டாபிக்குகளைப் பேசத்தான் லாயக்கானவனென்ற ஒரு மூன்றாம் தரப் பிரஜை உரிமையை அவனுக்கு என் உலகத்தில் வழங்குகிறானோ, என்று. அதே சமயத்தில் அவன் இதைப் பற்றிப் பேச்செடுக்கும்போது அவனுடைய ருசிகளுக்கும் அலைவரிசைக்கும் தக்கபடி என்னால் ரெஸ்பான்ட் பண்ணவும் முடியவில்லை. நான் ஒரு பியூரிடனோ என்று அவனைச் சந்தேகப்படச் செய்வதில்தான் நான் வெற்றியடைகிறேன். இது கடைசியில் டேஸ்ட்டைப் பொறுத்த விஷயம்தானோ, என்னவோ.'

'டேஸ்ட், பொதுவான குடும்பச் சூழ்நிலை, கலாசாரச் சூழ்நிலை . . .'

'ஐ நோ, ஐ நோ, இதெல்லாம் நட்புக்கு ஆதாரமானவையென்று நம்பப்படுகின்றன. அதை நான் அறிவேன். ஆனால் எனக்கு எப்போதும் நான் ஒரு வித்தியாசமானவனென்ற உணர்வு இருந்தது. யார்கூட வேண்டுமானாலும் ஒத்துப்போக முடியுமென்ற கர்வம் – ஆமாம், கர்வம் இருந்தது. கடைசியில் இப்போது நானும் எல்லோரையும் போல ஒரு குறிப்பிட்ட சூழ்நிலையின், குறிப்பிட்ட ஒரு வர்க்கத்தின் வரம்புகளுக்கு

உட்பட்டவன், என் நட்பு எல்லோரையுமே அரவணைக்கக் கூடியதல்ல என்ற உண்மையை நான் ஏற்றுக்கொள்ள வேண்டி இருக்கிறது. நான் என்னுடைய சில ஆழ்ந்த நம்பிக்கைகள் வெறும் லட்சியக் கனவுகளாக நிரூபணமாகி, ஒரு முட்டாளைப் போல உணருகிறேன்.'

ராமு கைலாசத்தின் முதுகில் தட்டிக் கொடுத்து, 'இவ்வளவு சீரியசாக எடுத்துக்கொள்ளாதே' என்றான்.

'இது சீரியஸாக எடுத்துக்கொள்ள வேண்டிய விஷயம் ராமு. சில மனிதர்கள் என்னதான் முயன்றாலும் ஒருவரோடொருவர் ஒத்துப்போக முடியாதென்ற உண்மையைத் திடீரென்று ஒரு ஞானோதயம் போல நான் உணர்ந்திருக்கிறேன். இது எவ்வளவு துர்ப்பாக்கியமான விஷயம், இந்த அகர்வால், பாவம், எங்களிடையே தோழமை உருவாகவேண்டும், அது பலப்படவேண்டும் என்று எவ்வளவு முயலுகிறான். பொதுவான இழைகளைத் தேடியவாறு இருக்கிறான். தனக்கு சாம்பார் ரொம்பப்பிடிக்குமென்கிறான். தன் வீட்டிலும் ரொட்டியைவிடச் சாதம்தான் அதிகம் சாப்பிடுவார்களென்கிறான். திருவள்ளுவரிலிருந்து ராஜாஜி வரையில் பல தென்னிந்திய அறிஞர்கள் தன்னைக் கவர்ந்திருப்பதாகச் சொல்கிறான். பிறகு இந்தி ஆசிரியர்கள், அறிஞர்கள் சிலரின் கருத்துக்களை எனக்குக்கூறி, என்னிடம் பதில் மரியாதையை எதிர்பார்க்கிறான். ஏதோ பள்ளிக்கூடத்தில் இருப்பது போலவோ, தேசிய ஒருமைப்பாட்டுக்கான பரிசு பெற முயன்றுகொண்டிருக்கும் ஒரு படத்தில் நடிப்பது போலவோ ஒரு சங்கடமான உணர்வு எனக்கு ஏற்படுகிறது. நான் பார்த்திருந்த சில பழைய இந்திப் படங்களை ஒரு நாள் தெரியாத்தனமாக அவனிடம் புகழ்ந்து பேசிவிட்டேன். அதிலிருந்து இந்திப் படங்களைப் பற்றிய தன் அறிவையெல்லாம் வலுக்கட்டாயமாக என்மேல் திணிக்கத் தொடங்கியிருக்கிறான். அவனுடைய தேடல் என்ன, அவன் என்ன யாசிக்கிறான் என்பதொன்றும் எனக்குப் புரியவில்லை. ஒருவேளை அடிப்படையாக அவன் ஒரு ஹிந்தி ஃபனாடிக்காக இருக்கலாம். அதைத் தனக்குத்தானே தவறென்று நிரூபித்துக்கொள்வதற்காக ஓர் ஆவேசத்துடன் என்னுடன் தன்னைப் பிணைத்துக்கொள்கிறான் போலும்... அதே சமயத்தில் தன் மனத்தின் கொச்சையான தஞ்சங்களை முழுவதும் திரஸ்கரிக்கவும் அவனால் முடியவில்லை போலும்... எப்படியிருந்தாலும், இதுவே அவனுடைய முயற்சியாயிருக்கும் பட்சத்தில், அவனுடன் நான் ஒத்துழைப்பதுதான் பொறுப்பான செயலாகும், இல்லையா? ஆனால் இந்தப் பளுவை என்னால் தாங்கமுடியவில்லை. எனக்கு ஒரு கட்டத்துக்குப் பிறகு, 'டு ஹெல் வித் அகர்வால், டு ஹெல்வித் எவ்ரிதிங்' என்று தோன்றுகிறது.'

ராமு ஒரு கணம் பேசாமலிருந்தான். பிறகு 'உனக்கு உன்னைப் பத்தி என்னென்னவோ இல்யூஷன், தட்ஸ் தி டிரபிள்' என்றான். 'யூ ஆல்வேஸ் வான்ட் டு பிளே ஸம் கிரேட் ரோல் ... ஒரு கம்யூனிடியின் அம்பாசிடராக... ஓ காட்! நீ நீயாகவே ஏன் இருக்க மாட்டேங்கிறே?'

'நான் நானாகவேதாம்பா இருக்கப் பார்க்கிறேன்... அதுக்கு இவன் விடமாட்டேனென்கிறான்னுதான் சொல்ல வரேன்...'

'விடலைன்னா விட்டுடு...'

'நீ சுலபமா சொல்லிடறே... ஹவ் இஸ் இட் பாஸிபிள்? என்கூடப் பேசாதேன்னு சொல்ல முடியுமா?'

'வானிலையையும் விலைவாசியையும் மட்டும் பேசு.'

'அதுவும்... இல்லை, உனக்கு இந்தப் பிரச்னை புரியவில்லை. சில சமயங்களில் நான் அவனிடம் பேசாமலே இருப்பதுண்டு. அப்போது அவன் மூஞ்சி பரிதாபமாக இருக்கும். எனக்கு அவன் மேல் ஏதோ கோபமென்றோ, அவன் என் மனத்தைப் புண்படுத்தி விட்டானென்றோஅவன் உணர்வது போலத் தோன்றும். எனக்கு அவன் மீது அனுதாபம் ஏற்படத் தொடங்கிவிடும். நான் பேசத் தொடங்கி விடுவேன்...'

ராமு ஏதோ சொல்லத் தொடங்கினான். கைலாசம் அவனைக் கையமர்த்தி விட்டுத் தொடர்ந்து பேசினார்:

'ஆனா, பேசாமல் இருக்கிறது ஸ்ட்ரெயினாக இருப்பது போலவே பேசுவதும் ஸ்ட்ரெயினாகத்தான் இருக்கிறது. அழும் குழந்தையைச் சிரிக்க வைப்பதற்காக அதற்கு உற்சாகமூட்டும் சேட்டைகள் காட்டுவது போல, அவனுடன் பேசும்போது என்னையுமறியாமல் நான் ஏதேதோ வேஷமணிய நேருகிறது எழுத்தை ஒரு ஹாபியாக வைத்துக்கொண்டிருக்கும் எழுத்தாளனாக, என் இனத்தவரைப் பற்றிய பிறருடைய சிரிப்பில் கலந்து கொள்ளும் மனவிடுதலை பெற்ற மதராஸியாக, பிற மாநிலத்தவருடைய இயல்புகள், பழக்கங்கள் ஆகியவற்றில் ஆர்வமுள்ளவனாக, என் மொழியின் தொன்மையையும் வளத்தையும் பற்றிய அவனுடைய புகழுரைகளை ஏற்றுக்கொண்டு, அதே சமயத்தில் மொழி வெறியர்களைக் கண்டிப்பவனாக... இப்படிப் பல மேலோட்டமான வேஷங்கள், இவற்றின் எதிரொலி யாக அவன் அணியும் இணையான வேஷங்கள். அவன் எப்போதும் என் ஆழங்களைத் தொடுவதில்லை. அவனுக்கோ எனக்குத் தெரிந்த வரையில், ஆழங்களே இல்லை. இந்த நிலைமையை, வேஷங்களின் மூலமே ஒருவரையொருவர் தொட

முடிவதை, அவனும் உணராமலில்லை. எவ்வளவுக்கெவ்வளவு ஒரு நாள் நெருங்கிப் பேச முயல்கிறோமோ, அவ்வளவுக்கவ்வளவு அதற்கடுத்த நாள் ஒருவர் முகத்தை ஒருவர் பார்த்துக்கொள்ளவே சங்கடப்படுகிறோம்.'

'அவன் தன் பிராந்தியத்தின் ஒரு மனவளர்ச்சி பெறாத டைப்பாகவே இருப்பதால், அதன் எதிரொலியாக உன்னை எப்போதும் ஒரு மதராஸியாக அவன் உணரச் செய்வதுதான் பிரச்னையென்று எனக்குத் தோன்றுகிறது. இதை உன்னால் எப்படித் தவிர்க்க முடியும்? இந்த மாதிரியானவர்களை எல்லாம் ரொம்ப நெருங்க விடாமல் முதலிலிருந்தே ஒரு டிஸ்டன்ஸ்லே வச்சிருக்கணும். நீ மற்றவர்களை ஏன் இவ்வளவு சுலபமாக உன்னிடம் உரிமைகள் எடுத்துக்கொள்ள அனுமதிக்கணும்னு எனக்குப் புரியலை.'

'என்ன பண்றது, என்னுடைய இயல்பே அப்படி. ஐ டோன்ட் வான்ட் டு பி அனப்ரோச்சபிள். பிறரை ஆசுவாசம் கொள்ளச் செய்வதற்காக, எனக்கு அவர்கள் மேல் விரோதமில்லை, நான் கர்வமுள்ளவன் இல்லை என்றெல்லாம் உணர்த்துவதற்காக, மெனக்கெட்டு அவர்களுக்கு இணக்கமான ஒரு வேஷத்தை அணிவது என் வழக்கம். கடைசியில் இதுவே ஆபத்தில் கொண்டு விடுகிறது. அவர்கள் இந்த வேஷத்தில் என்னை ஸ்திரப்படுத்த முயலுவதும் நான் இதை எதிர்த்துத் திணறுவதாக பெரிய தலை வேதனையாகி விடுகிறது. இப்போது ஞாபகம் வருகிறது, அகர்வால் முதல் முதலில் எனக்கு அறிமுகப்படுத்தப்பட்டபோது நான் மிகவும் சந்தோஷமான நிலையிலிருந்தேன். ஏனென்று தெரியாமலேயே இடுப்பை வளைத்து முகலாய பாணியில் சலாம் செய்து, உங்களை சந்தித்ததில் மிக்க மகிழ்ச்சி என்று இந்தியில் கூறினேன். சுத்த அனாவசியம், நான் இயல்பாகவே இருந்திருக்கலாம். இப்போது அந்த உற்சாகத்தையும் நடிப்பையும் எப்போதுமே அவன் எதிர்பார்க்கிறான். ஆனால் அதெப்படிச் சாத்தியமாகும்? நான் உற்சாகமாக உணர்வது அவன் போன்றவர்களுடனல்ல. சே! நான் ஒரு முட்டாள்.'

'வடிகட்டின முட்டாள்' என்று கடிகாரத்தைப் பார்த்த ராமு, 'மை காட்! மணி இரண்டாகி விட்டதே!' என்று கூவினான். 'உன் ராமாயணத்தைக் கேட்டு நேரம் போனதே தெரியவில்லை. உத்தியோகபவன்லே ஒரு ஆளைப் பார்க்கணும் எனக்கு' என்று சாலையில் வந்த ஓர் ஆட்டோவைக் கை காட்டி நிறுத்தினான்.

'சரி, அப்புறம் எப்ப வீட்டுக்கு வரே? சொல்லு!'

'நாளைக்கு ராத்திரி சாப்பிட வந்துடு.'

‘ஒரு கண்டிஷன்.’

‘என்ன?’

‘நாளைக்கும் அகர்வாலைப் பற்றியே பேசி போர் அடிக்கக் கூடாது.’

‘மாட்டேன், ஐ பிராமிஸ்.’

ராமு ஆட்டோவில் ஏறிக்கொள்ளப் போனவன், சட்டென்று நின்றான். ‘இன்னொன்று’ என்றான்.

‘என்ன?’

‘அகர்வால் உன் வீட்டுக்கு வந்ததுண்டா?’

‘அதையேன் கேட்கிறே, அந்தக் களேபரமும் ஆயாச்சு. வீட்டுத் தோசை சாப்பிடணும், வீட்டுத் தோசை சாப்பிடணும்னு ரொம்ப நாளாச் சொல்லிண்டிருந்தான். ஸோ ஒரு நாள் கூட்டிக்கொண்டு போனேன். வீட்டுக்கு வந்து தோசையைத் தின்னு ஒரேயடியாக என் வைஃபை ஸ்தோத்திரம் பண்ணித் தள்ளிப்பிட்டான். மதராஸிப் பொண்களே அலாதியானவர்கள், அது இதுன்னு ஒரேயடியாக அசடு வழிஞ்சுண்டு, என் வைஃபை சிரிக்க வைக்கறதுக்காக என்னென்னவோ ஜோக்ஸ் அடிச்சுண்டு... இட் ஆல் மோஸ்ட் லுக்ட் ஆஸ் இப் ஹீ வாஸ் இன்ஃபாச்சுவேட்டட் வித் ஹெர்!’

ராமு கடகடவென்று சிரித்தான். ‘யூ டிஸர்வ் இட்! அப்புறம், நீ அவன் வீட்டுக்குப் போகலையா?’

‘போகணும்... என்ன செய்றதுன்னு தெரியலை... நாளைக்கு, நாளைக்குன்னு டபாய்ச்சுண்டிருக்கேன். என் வைஃப், நானும் அவன் வீட்டுக்கு வரப்போவதில்லை, நீங்களும் போக வேண்டாம்னு என்னைக் கடுமையாக எச்சரித்து வைத்திருக்கிறாள், வேறே.’

‘பெண்கள் இவ்விஷயங்களில் எப்போதுமே புத்திசாலித்தனம் அதிகமுள்ளவர்கள்’ என்ற ராமு, ‘ஓ.கே.’ என்று ஆட்டோவில் ஏறிக்கொண்டான்.

கைலாசம் தன் தலைவிதியை நொந்தவாறு மறுபடி ஆபீசுக்குள் நுழைந்தார். தன் அறைக்குச் செல்வதற்கு முன்பாக ‘கோர்டேக்கர்’ அறையினுள் எட்டிப்பார்த்தார். ‘கம் இன், கம் இன்’ என்ற கோஷ் அவரை வரவேற்றான்.

கைலாசம் அவனெதிரில் போய் உட்கார்ந்தார்.

'சொல்லுங்கள், உங்களுக்கு நான் என்ன செய்ய முடியும்?' என்றான் கோஷ்.

'நானும் அகர்வாலும் உட்காரும் அறையின் நடுவே ஒரு பார்ட்டிஷன் போடுவதாகச் சொல்லிக்கொண்டிருந்தீர்களே, என்ன ஆயிற்று?'

'என்ன இது தாதா, நீங்கள்தானே சொன்னீர்கள், அதெல்லாம் வேண்டாம், உங்களைப் பொறுத்தவரையில் இன்னொருவனுடன் அறையைப் பகிர்ந்துகொள்வதில் எந்த விதமான அசௌகரியமும் இல்லை, என்றெல்லாம்?'

'சொன்னேன், ஆனால்...'

'இன்ஃபாக்ட், அகர்வாலுடன் அட்ஜஸ்ட் செய்துகொண்டு போவது உங்களைப் போன்ற ஒருவருக்குச் சிரமமாயிருக்குமென்று நான்கூட எச்சரித்தேன். ஆனால் நீங்கள், இல்லையில்லை, நான் யாருடன் வேண்டுமானாலும் அட்ஜஸ்ட் செய்துகொள்ள முடியும் என்கிறீர்கள்.'

'ஐ ஆம் சாரி, நான் என் வார்த்தைகளை வாபஸ் பெற்றுக் கொள்கிறேன்.'

கோஷ் கடகடவென்று சிரித்தான். 'நான் சொன்னபோது நீங்கள் நம்பவில்லையல்லவா?' என்று மறுபடி சிரித்தான். 'நான் உங்களைக் குற்றம் சொல்லமாட்டேன், தாதா. இந்த யு.பி. வாலாக்கள் இருக்கிறார்களே... அப்பப்பா!' என்று தலையை ஒரு அனுபவபூர்வமான சலிப்புடன் இப்படியும் அப்படியுமாக ஆட்டினான். 'யூ நோ, தாதா...' என்று அந்தப் பிராந்தியத்தினரைப் பற்றிய தன் அறிவை அவருடன் பகிர்ந்துகொள்ளத் தொடங்கினான்.

கைலாசம் மௌனமாகக் கேட்டுக்கொண்டு உட்கார்ந்திருந் தார். அவருக்குத் தன் மீதே வெறுப்பும் கோபமும் ஏற்பட்டன.

தில்லி அண்ணா

வாசுதேவன் சென்ற ஒரு மணி நேரத்தில் பத்தாவது தடவையாகப் பால்கனிக்குச் சென்று தெருவை மேலும் கீழுமாக ஆராய்ந்தார். பிறகு முகத்தில் ஏமாற்றத்துடன் வீட்டுக்குள் திரும்பினார். சமையல் அறையிலிருந்து எதற்கோ முன்னறைப் பக்கம் வந்த மனைவி இந்த நடையைப் பார்த்து விட்டதை உணர்ந்து சங்கடத்துடன் அவள் பார்வையைத் தவிர்த்தார், திருடும்போது பிடிபட்டது போல.

'இப்படிப் போய்ப் போய்ப் பார்த்துண்டிருந்தா அவா வந்தடப்போறாளா என்ன?' என்றாள் மனைவி.

'நான் அவாளுக்காக ஒண்ணும் பார்க்கலை' என்றார் வாசுதேவன். பொய்தான்.

'அவா ஏன் வரா? அவளுடைய சொந்தக் காராளும்தான் இங்கே சிலபேர் இருக்காளோல்லியோ, பெரிய வீடுகளும் காருமா... அவா வீட்டுக்கெல்லாம் போயிருப்பா... நியாயந்தானே? நம்மாத்திலே கார் இருந்தா நம்மாத்துக்கும் முதலிலே வந்திருப்பா...'

'ஐயோ, போறுமே!' என்றார் வாசுதேவன்.

மனைவி சமையல் அறைக்குச் சென்றுவிட்டாள். ஆனால் அங்கிருந்து தொடர்ந்து அவள் குரல் கேட்டுக் கொண்டிருந்தது. 'நம்மாத்திலே என்ன இருக்கு? ஃபிரிஜ் இருக்கா? டி.வி. இருக்கா? டெலிபோன் இருக்கா? நல்லதா இரண்டு நாற்காலிகள் இருக்கா?'

இதைக் கேட்டுக்கொண்டே வெளியில் எங்கோ போயிருந்த அவருடைய பெண் காமு—அவள் இரண்டாமவள், மூத்தவளுக்குக் கல்யாணமாகிவிட்டது — உள்ளே நுழைந்தாள். அவளும் சேர்ந்தாள். 'ஷோ கேஸ் இருக்கா? கீஸர் இருக்கா? மிக்ஸி இருக்கா? டோஸ்டர் இருக்கா?'

காமு இப்படிச் சொல்லிக்கொண்டே அப்பாவின் அருகில் வந்து உட்கார்ந்தாள். அவர் முகத்தில் புன்னகை படர்ந்தது. 'நிறைய புஸ்தகங்கள்தான் இருக்கு நம்மாத்திலே... இல்லையா?' என்றார்.

'நிறைய ஸ்வெட்டர்கள், கோட்டுகள்...'

'இந்தப் பழைய சோபாசெட்... பழைய சுவர்க் கடியாரம், பழைய கட்டில், பழைய அலமாரி, பழைய ரேடியோ...'

'அப்புறம்...' என்று காமு சோபாவில் சற்றுத் தள்ளி அமர்ந்தவாறு சொன்னாள்: 'அப்புறம்', பழைய டிஃபன்ஸ் மினிஸ்ட்ரி ஹாஸ்யங்கள்.'

வாசுதேவன் இதைக் கேட்டதும் பொய்க் கோபத்துடன் அவளை அடிக்கக் கையை ஓங்கினார். அவள் பொங்கும் சிரிப்புடன் அவசரமாக எழுந்து அடுத்த அறைக்கு ஓடினாள்.

வாசுதேவன் (முன்னால் உதவிக் காரியதரிசி, டிஃபன்ஸ் மினிஸ்ட்ரி) மறுபடியும் தன் தம்பியைப் பற்றி யோசிக்கத் தொடங்கினார். ஏன் அவன் இன்னும் வரவில்லை? சனியன்று அவன் தில்லிக்கு வந்தாயிற்று. இன்று செவ்வாய்.

இன்னும் அவரைப் பார்க்க வரவில்லை.

சனியன்று அம்பியின் (அவருடைய பிள்ளையின்) ஆபீசுக்கு டெலிபோன் பண்ணினானாம். முடிந்தால் ஞாயிறன்று வருவதாக. ஆனால் ஞாயிறு போய், திங்கள் போய், செவ்வாயும் போகப் போகிறது.

இன்னும் காணவில்லை.

இங்கே ஒரு கார் இருந்திருந்தால் உடனே வந்திருப்பான் என்று அவர் மனைவி சொல்கிறாள்.

பெரிய வீடாக இருந்திருந்தால், ஃபிரிஜ்ஜும் டி.வி.யும் டெலிபோனும் இருந்திருந்தால்... அப்படியா? இல்லை, வாசுதேவனால் தன் தம்பியைப் பற்றி இவ்விதமாக நினைக்க முடியவில்லை.

சிறு வயதில் அவர்கள் சேர்ந்து விளையாடியது, விஷமங்கள் செய்தது, பள்ளிக்கூடம் போனது, பழையது சாப்பிட்டது என்று

வரிசையாக நினைவுக்கு வருகிறது. அவர்கள் போட்டுக் கொண்ட சண்டைகளும் நினைவுக்கு வருகின்றன.

அந்தச் சண்டைகளும்கூட உண்மையில் தீவிர அன்பை, அதன் எதிர்பார்ப்புகளை ஆதாரமாகக் கொண்டவையாகவே இருந்திருக்க வேண்டும். வயதாக வயதாக அவர்களிடையே இந்த அன்பு வளர்ந்துதான் வந்திருக்கிறது. குறையவில்லை. அவர்களுக்கு ஒருவரிடம் ஒருவர் ஒரு மரியாதை உண்டு. மற்றவருடைய சில குறிப்பிட்ட பண்புகள் குறித்துப் பெருமையும் கர்வமும் உண்டு.

அண்ணா கல்விமான், ஞானஸ்தன் என்று தம்பிக்குப் பெருமை. தம்பி ஒரு லோகாயதப் புலி, உலகையே வென்றுவிட்டு வரக்கூடிய சூரன் என்று அண்ணாவுக்குப் பெருமை.

இந்தச் சிரத்தை, பெருமையெல்லாம் இன்னும் அவரிடம் குறையவில்லை. ஆனால் ஒருவேளை ராமச்சந்திரனுக்கு அவை குறைந்து விட்டனவோ?

'ராமச்சந்திரன் இங்கே வரணும்னு சொல்லியிருந்தால் கூட அவள், வேண்டாம், என்ன அவசரம்னு சொல்லியிருப்பாள்' என்று அவர் மனைவி ராமச்சந்திரனின் மனைவியைக் குறிப்பிட்டுக் கூறுகிறாள்.

ராமச்சந்திரனின் நோக்கங்களுக்கு மாசு கற்பிக்க விரும்பாத அவர் உள்ளமும் இந்தச் சமாதானத்தை ஏற்றுக்கொள்ளவே விழைகிறது.

ஆமாம்! அவள் – ராமச்சந்திரனின் மனைவி சுசீலாதான் – குற்றவாளியாயிருப்பாள்.

சுசீலா அவன் வாழ்க்கையில் ஒரு முக்கியமான இடம் வகிப்பவள். வேறு எவரையும்விட அதிகச் செல்வாக்குள்ளவள். அழகும் கவர்ச்சியும் உள்ள ஸ்திரீ என்பதனால் மட்டுமல்ல, பணக்கார வீட்டுப் பெண் என்பதனால் மட்டுமல்ல (இவையும் முக்கியமானவையாக இருந்தபோதிலும்).

சுசீலாவின் அண்ணன் காரணமாகத்தான் ராமச்சந்திரனுக்கு அவன் இப்போதுமுள்ள கம்பெனியில் வேலை கிடைத்தது. இருபது வருடங்களுக்கு முன்பு தில்லி செக்ரடேரியட்டில் ஒரு ஸ்டெனோவாக இருந்தவன் இன்று இந்தப் பிரபல கம்பெனியின் விற்பனை மேனேஜராக ஹோதாவிலும் சுகபோக வாழ்க்கையிலும் திளைப்பதற்கு, சுசீலாவின் அண்ணனுக்குத்தான் நன்றி உரியது.

அதாவது சுசீலாவுக்குத்தான் உரியது.

இந்த நன்றி, அவனுக்கு அவர் மேலுள்ள மரியாதையை விட அதிகமாக இருப்பது வேதனையளிப்பதாக இருந்தாலும் நியாயமற்றது என்றும் சொல்வதற்கில்லை. இன்னொரு பக்கத்தில் அந்த மரியாதை நிரூபிக்கப்பட வேண்டுமென்றும் அவர் ஏன் எதிர்பார்க்க வேண்டும்?

அதுவும் அவசியமில்லை.

லௌகீகக் காரணங்களால் எழும் நன்றி, லௌகீகச் செலாவணியில் அளிக்கப்பட வேண்டியதாக இருக்கலாம். ஆனால் அவர் மேலுள்ள மரியாதை, அவரே நம்புவது போல் அவருடைய அறிவு, பக்குவம், முதிர்ச்சி ஆகியவற்றைச் சார்ந்ததாயிருக்கும்போது, லௌகீகமான முறையில்தான் – அவரை வந்து பார்ப்பதன் மூலமாக – அது பிரகடனமாக வேண்டுமா? இல்லை, இந்தப் பிரகடனம் அவருக்குத் தேவையில்லை.

அவன் மனத்தில் மரியாதைக்குரிய ஓர் இடத்தைத்தான் வகிப்பதே அவருக்குப் போதுமானது.

அத்தகைய ஓர் இடத்தில்தான் அவன் தன்னை வைத்திருப்பான், அதில் என்ன சந்தேகம்?

அவனால் வர முடிந்தால் வரட்டும். அது ஆறுதலாகத்தான் இருக்கும். வர முடியாவிட்டால் வேண்டாம். அதுகுறித்து அவர் வருந்த வேண்டியதில்லை...

வாசுதேவன் மறுபடியும் அந்தச் சிறிய வீட்டின் சிறிய பால்கனிக்குப் போய் நின்று, சாலையை நோக்கிப் பார்வையை வீசினார். இன்று அம்பியையும் இன்னும் காணோம்.

இந்த வீடு அம்பிக்கு அலாட் ஆகியிருந்ததுதான். அவன் அசிஸ்டெண்டு; எனவே இரண்டு அறை வீடுதான் அவனுக்கு. அவர் உத்தியோகத்திலிருந்தபோது ஐந்து அறைகள், சுற்றிலும் பெரிய புல்வெளி, பின்னால் அவுட் ஹவுஸ் எல்லாம் இருந்த பெரிய பங்களாவில் அவர்கள் இருந்தார்கள். அது ஒரு காலம்.

அப்போதே எங்கேயாவது ஒரு பிளாட் வாங்கிப் போட்டிருக்க வேண்டும். விசாலமானதாக ஒரு வீடு. அப்போது ராமச்சந்திரன் அவர் மனைவி சொல்வது போல் அவர்கள் வீட்டிலேயே வந்து இறங்கியிருப்பான். இப்படி மனைவியின் உறவினர் வீட்டில் போய் இறங்கி, பார்க்கக் கூட வராமலிருக்க மாட்டான்.

ஏனோ வீடு கட்டவில்லை. ஃப்ரிஜ் வாங்கவில்லை. இன்னும் ஏதேதோ வாங்கவில்லை. ஏன்? அவருக்கு யோசித்துப்

பார்க்கையில் ஆச்சரியமாக இருந்தது. பணத்துக்கென்னவோ குறைவிருக்கவில்லை. அப்போதெல்லாம் நிறையச் சம்பளம் வந்தது. எப்படியோ அவ்வளவும் செலவாகிக் கொண்டுமிருந்தது. சாப்பாடு, துணிமணிகள், புத்தகங்கள், மருந்து, டாக்ஸி ...

ஆனால் வீடு கட்டுகிறவர்கள், ஃபிரிஜ்ஜும் இன்னொன்றும் வாங்குகிறவர்கள், சாப்பிடாமலா இருக்கிறார்கள்? உடம்புக்கு வராமலா இருக்கிறார்கள்?

என்னவோ தெரியவில்லை. பணம் சேர்க்கிறவர்களும் பண்டங்கள் வாங்குகிறவர்களும் ஒரு தனி ஜாதி என்று தோன்றுகிறது.

மீண்டும் உள்ளே வந்து உட்கார்ந்தார். பாதி படித்து வைத்திருந்த புத்தகத்தை எடுத்துப் படிக்கத் தொடங்கினார். ஐந்து நிமிடங்கள்கூட ஆகியிருக்காது. திடீரென்று வாசல் கதவு தட்டப்படும் ஓசை.

காமு ஓடிப்போய்க் கதவைத் திறந்தாள். 'என்ன காமு!' என்ற பரிச்சயமான குரல் ...

ராமச்சந்திரன் வந்துவிட்டான்.

'வா!' என்று வாசுதேவன் எழுந்து வரவேற்றார். ராமச்சந்திரன், அவன் மனைவி, மகள் ராதை மூவரும் உள்ளே வந்தார்கள்.

'என்ன வழி தெரிஞ்சுதா?' என்றாள் வாசுதேவனின் மனைவி.

'ஐயோ, மன்னி! அதை ஏன் கேட்கிறேள்!' என்று தொடங்கி சுசீலா ஒரு பாட்டம் அழுது தீர்த்தாள். அதன் சுருக்கம்: அவர்களும் வந்ததிலிருந்து இங்கே வரணும் வரணும் என்று தினமும் நினைத்துக்கொள்கிறார்கள். ஆனால் ஒழிந்தால்தானே?

காமுவும் ராதையும் மொட்டை மாடிக்கு ஓடினார்கள். சுசீலா வீட்டைச் சுற்றிப் பார்க்கத் தொடங்கினாள். வாசுதேவனும் ராமச்சந்திரனும் தனித்து விடப்பட்டார்கள். ஒரு சங்கடமான மௌனம். வாசுதேவன் இருப்பதாக நம்பிய ஒன்றை இல்லையென்று கூறும் மௌனம் ...

'எத்தனை நாள்கள் லீவு உனக்கு?' என்று அந்த மௌனத்தைக் கலைக்க விரும்பியவராக வாசுதேவன் அவசரமாகக் கேட்டார்.

'லீவு இருபது நாளைக்கு எடுத்திண்டிருக்கேன். இவள் எங்கேயோ ஹரித்வார், மதுரா, காசி, பிரயாகை எல்லாம்

போகணும்னு சொல்லிண்டிருக்கா. நாக்பூரில் இவளுடைய தம்பி இருக்கான். அவன் வீட்டிலே கொஞ்ச நாட்கள் இருக்கணுமாம்...'

'ஹெவி புரோகிராம்தான் போலிருக்கு!'

ராமச்சந்திரன் உதட்டைப் பிதுக்கிக் கையை விரித்தான். அடுத்த அறையிலிருந்து சுசீலாவின் உரத்த குரலொலி கேட்டது. ராமச்சந்திரனின் முகத்தில் அவளுடைய குரலுக்காக மன்னிப்புக் கேட்கும் பாவனை குடிகொள்வது போலிருந்தது.

'இன்னும் இரண்டு மூன்று நாள்கள் இருப்பேளா, இங்கே?' என்றார் வாசுதேவன் மறுபடியும்.

'உம்...' மறுபடியும் அவன் முகத்தில் மன்னிப்புக் கேட்கும் பாவனை. 'நாளைக்கு ஆக்ராவுக்குப் போகணும்னு சொல்லிண்டிருக்கா. அப்புறம் ஒரு நாள் தில்லியைச் சுற்றிப் பார்க்கணுமாம்.'

'பார்க்க வேண்டியதுதானே!' என்று வாசுதேவன் அபயம் அளித்தார். 'பாவம், அவளுக்கும் ஆசையாகத்தானே இருக்கும். முதல் தடவை இங்கே வரா இல்லையா?'

'ஆமாம்.' ராமச்சந்திரனின் முகத்தில் குற்ற உணர்ச்சி சற்றுக் குறைந்தது. அது வாசுதேவனுக்கு ஆறுதலாக இருந்தது. 'இதோ பார், உன் நிர்ப்பந்தங்கள் எனக்குப் புரியாதன அல்ல. நீ இங்கே வரமுடியாமல் போவதற்கோ அதிக நேரம் என்னுடன் செலவிட முடியாமல் இருப்பதற்கோ குற்ற உணர்ச்சி கொள்ள வேண்டியதில்லை' என்று அவர் நினைத்தார்.

'அம்பி எங்கே – இன்னும் வரலையா?' என்றான் ராமச்சந்திரன்.

'என்னவோ இன்னும் காணோம் இன்னிக்கு' என்றவாறு வாசுதேவன் கடிகாரத்தை நிமிர்ந்து பார்த்தார். மணி ஏழரை.

'இன்னும் ஓடிண்டிருக்கா இந்தக் கடிகாரம்?'

'பின்னே?' என்றார் வாசுதேவன். 'பெர்ஃபெக்ட் கண்டிஷன், அக்யுரேட் டைம். அப்பப்போ வெதர் மாறுகிறபோது மட்டும் கொஞ்சம் பெண்டுலத்தை அட்ஜஸ்ட் செய்யணும்.'

'உம்' என்று ராமச்சந்திரன் பார்வையை நிலைக்க விட ஓரிடம் கிடைத்ததற்காக நன்றியுள்ளவனாக, அக்கடிகாரத்தைத் தொடர்ந்து சில கணங்கள் பார்த்தான். 'அந்தக் காலத் வொர்க்மன்ஷிப்பே தனி அண்ணா!' என்றான்.

'உம்.' அவன் தனக்காக இவ்வாறு பேசுகிறான் என்பதை வாசுதேவன் உணர்ந்தார். அந்தக் கடிகாரத்தின் சிறப்புகளை மேலும் விவரிக்கும் ஆசையைக் கட்டுப்படுத்திக் கொண்டு, அவனுடைய கம்பெனி எப்படி இருக்கிறதென்று விசாரித்தார்.

'இருக்கு ...'

'சமீபத்திலே பொதுமக்களிடமிருந்து ஃபிக்சட் டெபாசிட் கால்ஃபார் பண்ணி விளம்பரம் பண்ணியிருந்ததைப் பார்த்தேன்.'

'ஆமாம்... என்ன செய்யறது? இந்த கிரெடிட் ஸ்க்வீஸ்னாலே பணம் புரட்டறதே ரொம்பக் கஷ்டமாயிருக்கு!' ராமச்சந்திரன் மேலே ஏதோ சொல்லத் தொடங்கி, ஆனால் சட்டென்று தன்னைக் கட்டுப்படுத்திக் கொண்டதாக வாசுதேவன் உணர்ந்தார். அவனுடைய கம்பெனி குறித்த தன் விசாரணையும் ஒரு மரியாதை குறித்துத்தான் எழுப்பப்பட்டதென்பதை அவன் உணர்ந்திருக்க வேண்டும்.

பிறகு அவர்கள் அவரவர் பிரதேசங்களில் (தில்லி, சென்னை) சீதோஷ்ண நிலை, தண்ணீர்ப் பிரச்னை ஆகியவை பற்றிப் பேசினார்கள். பிறகு பரஸ்பர உடல் நலத்தைப் பற்றி விசாரித்துக் கொண்டார்கள். வாசுதேவன் ஆபரேஷனுக்குப் பிறகு தனக்கு மூலத் தொந்தரவு அறவேயில்லை என்று தெரிவித்தார். ஆனால் கொஞ்ச நாள்களாக பிளட் பிரஷர் தொந்தரவு இருக்கிறது.

ராமச்சந்திரன் இடையில் சற்றுத் தணிந்திருந்த தன் நீரிழிவு உபாதை சில நாள்களுக்கு முன் திடீரென்று பெருகி விட்டதெனத் தெரிவித்தான். அதற்காகத் தான் மேற்கொள்ள வேண்டி வந்த சிகிச்சைகளை விவரித்தான். வாசுதேவன் சிரத்தையுடன் கேட்டுக்கொண்டார். இப்போதுதான் திடீரென்று அவர்களிடையே சகஜபாவம் உருவாவது போலிருந்தது. தேக அசௌக்கியத்தைப் பற்றிப் பேசும்போது, 'நானும் எல்லா மனிதர்களைப் போலத்தான், நான் இந்த உபாதைகளுக்கு உட்பட்டவன்தான்' என்று ஒருவன் தன் சாதாரணத் தன்மையைப் பணிவுடன் வெளிப்படுத்தியவனாகிறான் ...

அடுத்து, குழந்தைகளின் தேக அசௌக்கியம் பற்றியும் பொது வாக அவர்களுடைய கல்வி முதலியவை பற்றியும் பேசினார்கள். 'காமுவுக்கு இப்போது பி.ஏ. கடைசி வருஷம், இல்லையா? ராதை எட்டாங்கிளாஸ்தான். ஆனால் எவ்வளவு புத்தகங்கள், எவ்வளவு நோட்டுகள் ... நாமெல்லாம் படிக்கிறபோது ..!'

ஆமாம், அந்தக் காலத்தில் எல்லாம் எவ்வளவு எளிமையாக இருந்தது, அதே சமயத்தில் தரமாகவும் இருந்தது.

அந்தக் காலத்துப் பேச்சுக்களினால் சகஜ பாவம் அதிகரித்தது.

'உங்களுக்கு ஞாபகம் இருக்கா அண்ணா? ஒரு தடவை கிருஷ்ணய்யர் பிரின்சிபலாக இருந்தபோது...'

ராமச்சந்திரன் நினைவுபடுத்தியவற்றை அவரும் நினைவு கூர்ந்து சிரித்தார்.

காப்பி வந்தது.

'பொழுது போறதுக்கு என்ன பண்ணுவேள் அண்ணா?' என்று காப்பியை ஒரு வாய் பருகிவிட்டு ராமச்சந்திரன் கேட்டான்.

'பொழுதைப் போக்கிறதா? பொழுது போகமாட்டேனென்கிறது எனக்கு!' என்று கண்களை அகல விரித்து, குரலில் தமக்கே உரிய ஒரு பாவத்துடன் கூறினார் வாசுதேவன். தன் அண்ணாவின் பாவங்களை இத்தனை நாள்கள் மிஸ் பண்ணியிருந்த ராமச்சந்திரன், அவருடைய ஒவ்வோர் அசைவையும் ஆர்வத்துடன் பார்த்துக்கொண்டிருந்தான்.

'அம்பிக்கு ஆபீசுக்குப் போயிட்டு வரதுக்குத்தான் நேரம் சரியாயிருக்கு' என்று வாசுதேவன் தொடர்ந்தார். 'இப்பல்லாம் கரெக்டா வேறே போகவேண்டியிருக்கே?... காமுவுக்கு காலேஜ் இருக்கு. மத்தியான வேளையிலே ஏதாவது அவசரம்னா கடை கிடைக்குப் போறது, ரேஷன், ரொட்டி, பழம், மண்ணெண்ணெய் எல்லாம் என் டிபார்மெண்டுதான். இவளை டாக்டர் கிட்டே கூட்டிண்டு போறது எல்லாமும் நான்தான். அப்புறம் போஸ்ட் ஆபீஸ், பேங்க், எலெக்ட்ரிக் பில், தண்ணீர் பில்... சரியாகத்தான் இருக்கு எனக்கு.'

'அங்கேயும் எல்லாத்துக்கும் நான்தான் அண்ணா போக வேண்டியிருக்கு!' என்றான் ராமச்சந்திரன். 'சுரேஷ். ஹாஸ்டலில் இருக்கானா?'

'இது கடைசி வருஷமில்லையா அவனுக்கு?'

'ஆமாம்.'

'மெக்கானிக்கல்தானே?'

'ஆமாம்' என்று ஒரு கணம் மௌனமாக இருந்துவிட்டு ராமச்சந்திரன் கூறினான்: 'ஹீ இஸ் வெரி ஸ்டூடியஸ், அண்ணா. எனக்கேகூடச் சில சமயங்களிலே பிடிக்கிறதில்லே. அவன் கோர்ஸ் புத்தகங்களே ஒரு சுமை இருக்கு. அதுக்கு மேலேயும் வேறே என்னன்னவோ படிப்பான். உங்கண்ணாவைக் கொண்டிருக்குன்னு சுசீலா சொல்வாள்.'

அதில் இவளுக்கு வருத்தம் போலிருக்கு, என்று வாசுதேவன் நினைத்தார்.

அவனும் ஃபிரிஜ்கூட வாங்கத் தெரியாத ஒரு கேஸாக முடிந்து விடக்கூடாதே என்ற பயமும் இருக்கலாம்.

சாமியார்களுக்கு நாம் மதிப்பளிக்கத் தயார். ஆனால் நம் வீட்டில் இருப்பவர்கள் சாமியாராகப் போவதை அனுமதிக்கத் தயாரில்லை.

நான் இவனிடம் பெறும் மரியாதை ஒரு சாமியாருக்குக் குடும்பஸ்தர்களால் அளிக்கப்படுவது போன்றதுதானா?

மௌடிகமான, புரிந்துகொள்ளாத வெற்று மரியாதை.

'இப்ப முன்னைவிட உங்களுக்கு நிறைய நேரம் இருக்குமே அண்ணா, படிக்கிறதுக்கு?'

'உம்,'

சற்று மௌனம், பிறகு...

'கச்சேரிக்கெல்லாம் ரெகுலராகப் போவீர்களா?'

'எப்பவாவது' என்றார் அவர். 'ரேடியோவிலேதான் அதிகமாகக் கேட்பேன்.'

'ஆமாம், ரேடியோவிலே எல்லாம் வைக்கிறாளே.'

'அதெல்லாமே நன்னாயிருக்கிறதில்லைன்னு வைச்சுக்கோ... சும்மா பாட்டுகளுக்காகக் கேட்பேன். அவா கொலை பண்ணினாக்கூட கீர்த்தனைகளை முழு லட்சணத்தோட என் கற்பனையிலே பார்த்துக்கொள்வேன்.'

ராமச்சந்திரன், புரிந்ததோ இல்லையோ, புரிந்தது போலத் தலையாட்டினான். 'ஒரு டேப்ரிக்கார்டர் வாங்கியிருக்கேண்ணா' என்றான்.

'அப்படியா?'

'ஆமாம், நல்ல நல்ல வித்வான்களுடைய பாட்டையெல்லாம் ரெகார்ட் பண்ணி வைச்சிருக்கேன். நீங்க வந்து கேட்டால் சந்தோஷப்படுவேள்னு தினம் நினைச்சுப்பேன். இன்னொரு ஆசைகூட எனக்கு... நீங்க பாடறதைப் பதிவு செய்யணும்னு.'

'ப்ச்... நான் பாடறது ஒரு பாட்டா?'

'போங்கோண்ணா! இரண்டு வருஷம் முந்தி நீங்கள்லாம் மெட்ராசுலே நம்மாத்திலே வந்து தங்கியிருந்தபோது ஞாபகம்

இருக்கா? அப்ப நீங்க பாடினது இன்னும் பசுமையா நினைவிலே இருக்கு. அப்புறம் ரகுவம்சம், சுந்தர ராமாயணத்திலே இருந்தெல்லாம் சுலோகங்களைச் சொல்லி அர்த்தம் சொல்லுவேளே... இப்ப நினைச்சாலும் சந்தோஷமா இருக்கு.'

ஆனால் எனக்குச் சந்தோஷமாக இல்லை என்று வாசுதேவன் நினைத்தார். உன் மனைவி ஓர் அரைக்கிறுக்கைப் பார்ப்பது போலத்தான் அந்தச் சந்தர்ப்பங்களில் என்னைப் பார்த்தாள்.

எரிச்சலுடனும் கொட்டாவிகளுடனும் சுலோகங்களைக் கேட்டாள். வைரத்தோடு, பட்டுப்புடவை, வீட்டில் உள்ள அறைகளின் பண்டங்களின் எண்ணிக்கை, ஆகியவற்றை மட்டுமே படிக்கற்களாகக் கொண்ட தராசில் எங்களை எடை போட்டுச் சலிப்பேற்படுத்தினாள். ஒருநாள் தன் அண்ணாமார் – சென்னையின் அந்தப் பிரபல சீமான்கள் – வீட்டுக்கு வந்திருந்த போது அவர்களுக்கு அளித்த உபசாரத்தில் எங்களை புழுபோல் உணரச் செய்தாள். தன் உலகத்தில் மதிப்புப் பெறுபவை எவை என்பதைச் சந்தேகமற உணர்த்தினாள். வேண்டாம் ராமச்சந்திரா, அதைப் பற்றியெல்லாம் நீ இப்போது நினைவுபடுத்தாதே.

'இந்த வருஷம் மெட்ராசுக்கு வருவேளோ அண்ணா?'

'தெரியவில்லை...'

'வந்தால் நம்மாத்திலேதான் தங்கணும்.'

'உம்.' ஏனென்றால் உன் டேப் ரெகார்டருக்கு ஒரு ரசிகன், ஒரு பாடகன் வேண்டும். நீ இங்கே வந்து தங்கமாட்டாய். சாப்பிடக் கூட நேரமில்லாதவனாக இருப்பாய். ஆனால் நான் உன் வீட்டில் வந்து தங்க வேண்டும், பாட வேண்டும்.

நான் வெறும் தான்சேன். நீ அக்பர்.

'என்ன, கிளம்பலாமா?' என்று சுசீலா வந்து நின்றாள்.

'உம்.'

'மன்னி ஒருநாள் நம்மாத்திலே சாப்பிட வேண்டாமோடீங்கறா. என்ன பண்றது, இப்படி ஒரு நெருக்கடியிலே வந்திருக்கோமே நாம. முடிஞ்சா நாளான்னைக்குக் காலம்பற வரோம்னு சொல்லியிருக்கேன்.'

'உம்.'

'ராதா எங்கே–ஏ ராதா! எங்கேடி போயிட்டே... அப்பப்பா... வெளியிலே வந்துட்டாள்னா இவளுக்கு வீட்டு நினைப்பே வராது, போங்கோ.'

ராதா வந்து எல்லோரும் கிளம்புவதற்குள் இன்னமும் நாலைந்த தடவை சுசீலா, 'தப்பாக நினைச்சுக்காதேங்கோ மன்னி, அடுத்த தடவை இன்னும் நிறைய அவகாசத்தோட வரோம்' என்று சொல்லி முடித்தாள்.

அவர்களெல்லாம் போய்ப் பதினைந்து நிமிடங்களுக்கெல்லாம் அம்பியும் வந்தான்.

அம்மாவும் பொண்ணும் அவனிடம் சித்தப்பா வந்துபோன பிரதாபத்தைக் கேலியும் சிரிப்புமாகக் கூறத் தொடங்கினார்கள்.

இன்று இவர்களுக்குச் சிரிக்கப் புதிய ஹாஸ்யமே கிடைத்து விட்டது. வழக்கமான பழைய டிஃபன்ஸ் மினிஸ்ட்ரி ரகத்துக்குப் பதிலாக...

சாப்பிடும்போதும் அதே பரிகாசப் பேச்சுத்தான். சிரிப்புத்தான்.

வாசுதேவனுக்குத் திடீரென்று அவர்கள் சலிக்கத் தொடங்கினார்கள்.

சுசீலாவும் அவள் மூலம் ராமச்சந்திரனும் லௌகீக மாயைகளுக்குப் பலியாகியிருக்கிறார்களென்றால், இவர்கள் வேறொரு விதமான மாயையில் சிக்கியிருக்கிறார்கள்.

ஞானமில்லாமலே ஞானிகளாகத் தம்மைக் கருதிக் கொள்ளும் மாயை.

அவருடைய அலௌகீகத் தன்மை குறித்து எரிச்சல்பட்டுக் கொண்டு, அதே சமயத்தில் அதைச் சார்ந்த ஒரு பெருமையிலும் திளைத்தல்.

இதைவிட ராமச்சந்திரனின் மௌடிகமான மரியாதைகூடத் தேவலை போலிருக்கிறது.

அவனிடம் வீடு இருக்கிறது. இயந்திர யுகத்துக்குப் போகப் பொருள்கள் யாவும் இருக்கின்றன. இவர்களிடம் அதுவும் இல்லை, அதுவும் இல்லை.

இந்த மாயைக்கு இனியும் நான் உடந்தையாயிருப்பது விவேகமில்லை.

எதுவுமே இல்லாதவர்கள் பெருமைப்படக் கூடாது. என் மனைவியாக, என் மகனாக, என் மகளாக இருப்பது மட்டுமே பெருமைக்குரிய விஷயமல்ல.

இதோ அம்பி, சுசீலாவைப் போலப் பேசி, கேலியாக அபிநயிக்கிறான்.

அடே அம்பி, சுசீலாவின் அப்பாவின் சொத்தில் ஒரு பகுதியை அவள் சுலபமாக, எந்த முயற்சியுமின்றியே அடையப் போகிறாள். ஆனால் என்னிடமுள்ள சொத்துக்களான சங்கீத ஞானம், இலக்கிய ஞானம் ஆகியவற்றை அவ்வாறு நீ சுலபமாக அடைய முடியாது. அவற்றை அடைய நீ சிரத்தையும் கொள்ளவில்லை.

லௌகீகர்களைப் பரிகாசம் பண்ணுகிற உரிமையை மட்டும் நீ பெற்றுவிட விரும்புகிறாய்.

லௌகீகத் தேவைகளைப் பெரிதுபடுத்தாதவனாக நீ வளர்ந்தது பற்றி சந்தோஷம்தான். ஆனால் எதையுமே தேடாமலும் பெரிதுபடுத்தாமலும் இருப்பது முட்டாள்தனம். வெறும் கையாலாகாதத்தனம். தன்னைத்தானே ஏமாற்றிக் கொள்ளுதல்.

'உங்களுக்கு எல்லோரையும் கேலி பண்ணத்தான் தெரியும்' என்றார் அவர்.

அவர்கள் சிரிப்பை நிறுத்திவிட்டு அவரை வியப்புடன் பார்த்தார்கள்.

'நீ ஒரு டேப் ரெகார்டர் வாங்கு, பார்க்கலாம்.'

அம்பிக்கு அவர் கேலியாகச் சொல்கிறாரா, நிஜமாகவா என்று புரியவில்லை. அவர் அவன் சந்தேகத்தை உணர்ந்தவராக, 'நிஜமாகத்தான் சொல்கிறேன்' என்று எழுந்து கையலம்பச் சென்றார்.

கார்த்திக்

கார்த்திக் தன் பெற்றோர் தேர்ந்தெடுத்த பெண்ணை மணந்து கொண்டவனில்லை. அவனாகவே ஒருத்தியைத் தேர்ந்தெடுத்து அவளைத் தான் கல்யாணம் பண்ணிக் கொண்டிருந்தான். ஆனாலும், ஒரு விதத்தில் அவன் திருமணம் செய்துகொண்டது தன் பெற்றோருக்காகத்தான் என்றே சொல்ல வேண்டும்.

இதற்குக் கொஞ்சம் விளக்கம் தேவைப்படுகிறது. அல்லவா?

கார்த்திக் என்கிற கார்த்திகேயன் இந்தத் தலைமுறை இளைஞன். ரேஷனலிஸ்ட், அதாவது பகுத்தறிவுவாதி. அவன் பிறந்து வளர்ந்திருந்த தென்னிந்திய பிராமணர் குடும்பத்தின் அறிவுக்கு ஒவ்வாத மூடப் பழக்கங்கள், தன் பெற்றோர் தலைமுறையுடன் முடிந்துவிட வேண்டுமென அவன் விரும்பினான். நம் சமூகம் ஒரே நாளில் திருந்திவிடப் போவதில்லை. மாறுதல் படிப்படியாகத்தான் நிகழ முடியுமென்பதை உணரும் பக்குவம் அவனுக்கு இருந்ததால், அவனுடைய குடும்பத்திலும் வெளியிலும் இருந்த பத்தாம் பசலிகளுடன் அவன் அனாவசிய விவாதங்கள் புரிவது கிடையாது,

விரோதம் பாராட்டுவது கிடையாது, தன் நம்பிக்கைகளை (அல்லது அவநம்பிக்கைகளை) ஆர்ப்பாட்டமாகப் பிரசாரம் செய்வது கிடையாது. ஆனால் தன்னளவில் இந்தப் பைத்தியக்காரத் தனங்களுக்கு உடந்தையாக இல்லாமலிருந்தால் அதுகூடப் போதுமானதென்று முடிவு செய்து அதன்படியே அவன் செயல்பட்டு வந்தான்.

அவன் மரபுப் பிச்சுவாக இல்லாவிட்டால் அவன் குழந்தை களும் அப்படியிராது. பிறகு அவர்களுடைய குழந்தைகளும்.

அவன் வாழ்நாளில், பகுத்தறிவுள்ள எதிர்காலத்தை நோக்கி ஒரு காலடி எடுத்து வைக்கிறான்.

ஒரு தீர்மானமான காலடி.

கார்த்திக் ஒரு விஞ்ஞானி. பூச்சி சாஸ்திரம் அவன் பிரிவு, என்டமாலஜி. பயிர்களைத் தின்று வாழும் பூச்சிகள், இந்தப் பூச்சிகளைத் தின்னும் வேறு பூச்சிகள் என்று இது சம்பந்தமான சோதனைகளும் படிப்புகளும்தான் அவன் தொழில். பிரபஞ்சத்தில் உயிர்கள் யாவும் ஒன்றையொன்று சார்ந்த முடிவில்லாத ஒரு வட்டமாக அமைந்திருந்ததைப் பற்றிய தெளிந்த அறிவு அவனுக்கு உண்டு. இயற்கையின் அடிப்படையான ஒருமையைஅவன் அறிவான். இந்த அறிவு அவனுக்கு ஓர் அடக்கத்தையும் அதே சமயத்தில் ஒரு நாசூக்கான விரக்தியையும் அளித்திருந்தது. வாழ்வில் நிகழ்பவை யாவும், அடிப்படையான இயற்கை விதிகள், மனித உந்துதல்கள், இயல்புகள் ஆகியவற்றை ஒட்டி உருவாகுபவை. எனவே பெருமளவுக்குத் தவிர்க்க முடியாதவை. குறிப்பிட்ட சில சூழ்நிலைகள், அம்சங்கள் – இவை தொடர்ந்து வருபவை – குறிப்பிட்ட சில விளைவுகளை ஏற்படுத்தியே தீரும்.

சரித்திரம் புதுப்பிக்கப்பட்டவாறு இருக்கிறது.

கனவுத்திரை படியாத இத்தகைய பார்வை காரணமாக சுமார் முப்பது வயது வரையில் கல்யாணம் என்ற வலையில் சிக்காமல் அவன் தப்பி விட்டதில் ஆச்சரியமில்லை. அவனை அதில் சிக்க வைக்க முயன்ற பெண்களுக்கெல்லாம் ஆயாசமும், தோல்வியும் தான் ஏற்பட்டது. அவனுக்கேற்ற இண்டலெக்சுவல் துணையாகத் தம்மை நிரூபிக்க முயன்ற பெண்களை, பேசிப் பேசியே அவன் பைசல் செய்துவிடுவான். அவனுக்கேற்ற படுக்கையறைத் துணையெனச் சங்கேதமாகத் தம்மை முன் மொழிந்து கொண்டவர்களையோ, எதிர் சாகசம், குதர்க்கம், பசப்பல் மூலமாகத் தீர்த்துக் கட்டி விடுவான்.

'அவன் என்ன, எலிசபெத் டெய்லருக்காகக் காத்திருக் கிறானா?' என்று சில பெண்கள் கேலியாகச் சொன்னார்கள்.

'அம்மா ஆதிக்கம்–சந்தேகமென்ன?' என்று சிலர் கிசுகிசுத்துக் கொண்டார்கள்.

'இம்போடென்ட்?' என்று சிலர் நெற்றியைச் சுருக்கிக் கொண்டு அடித் தொண்டையில் விசாரித்துக்கொண்டார்கள்.

'ஹோமோ' என்பது வேறு சிலருடைய தீர்மானமான அபிப்ராயம். அவன் பெண்களை விட ஆண்களுடன் – அதிலும் தன்னைவிட வயதான ஆண்களுடன் அதிகம் காணப்படுவதை இவர்கள் சுட்டிக்காட்டினார்கள்.

கார்த்திக் பார்ப்பதற்குக் கவர்ச்சிகரமான தோற்றமுடையவன். அவன் வேலையில் கெட்டிக்காரனென்று பெயர் வாங்கி யிருந்தான். உத்தியோக வாழ்வில் அவன் துரிதமாக முன்னேறப் போகிறானென்பதில் சந்தேகமில்லை. எனவே இன்பகரமானதும் பிரச்னைகளற்றதுமான ஓர் எதிர்காலத்தின் நுழைவுச் சீட்டாக அவனை மதித்த அவனுக்காகப் பல பெண்கள் போட்டியிட்டதில் ஆச்சரியமில்லை.

தம் முயற்சியில் தோல்வி கண்டபோது 'இந்தப் பழம் புளிக்கும்' என்கிற ரீதியில் அவனுக்குப் பட்டங்கள் சூட்டியதும் ஆச்சரியமில்லை.

எந்த ஒரு கட்டத்திலும் அவன் சிலருக்கு ஏமாற்றத்தையும் எரிச்சலையும் அளித்துக்கொண்டிருந்த அதே சமயத்தில் வேறு சிலருக்கு நம்பிக்கையையும் நப்பாசையையும் அளித்து வந்தானாகையால், அவனைப் பற்றிய ஒவ்வொரு வதந்திக்கும் ஓர் எதிர் வதந்தி இருந்தது.

அவனுடைய அம்மாவை நேரில் சந்தித்திருந்த சிலர், அவள் அப்படியொன்றும் ஆதிக்கம் செலுத்துகிறவளல்லவென்றும், ஆதிக்கம் செலுத்துவது யார் என்றால் அது கார்த்திக்தானென்றும் கூறினார்கள்.

மேற்படிப்புக்காக அமெரிக்கா சென்றிருந்தபோது அங்கே ஓர் அமெரிக்கப் பெண்ணுடன் அவனுக்கு அஃபேர் இருந்ததாக வேறு சிலர் கூறினார்கள்.

ஏன், இந்தியாவிலேயே, கல்லூரி நாள்களில், ஒரு கரிய, திரட்சியான, நீளமான கூந்தலுள்ள அழகியுடன் அவன் மிகவும்

நெருக்கமாக இருந்தானே என்று சிலர் சேர்த்தார்கள். ஒரு வங்காளி . . .

அல்ல, வங்காளியல்ல, மலையாளி . . .

யாராக இருந்தாலென்ன? அவளை அவன் மிகவும் நேசித்திருக்க வேண்டும். இந்த உறவு ஏனோ திருமணமாக முதிரவில்லை. இப்போது வேறு யாரையும் அந்த இடத்தில் வைத்துப் பார்க்க அவனால் முடியவில்லை.

தன்னைப் பற்றிய இந்த வதந்திகள் – பெரிதுபடுத்தப்பட்ட உண்மைகள் – கார்த்திக்கின் காதுகளை எட்டுகிற தருணங்களில், அவன் உதட்டில் புன்னகை வெடிக்கும். அது ஒரு சோகமான புன்னகை என்று அவனை நன்கு புரிந்துகொண்டவர்கள் அடையாளம் கண்டுகொள்ளலாம்.

அவன், தன் சோகத்தைப் பகிர்ந்துகொள்ளக்கூடிய ஒருத்தியைத் தேடிக்கொண்டிருந்தான். மனித குலம் இழந்து விட்டிருந்த நிரபராதம் குறித்துச் சோகம். பறக்கும் வண்டை, காற்றில் அசைந்தாடும் இலைகளை, மலர்களை, நின்று பார்க்க நேரமின்றி ஓடும் அவசரம் குறித்துச் சோகம். இயற்கையை நசுக்கித் தேய்த்தவாறு எங்கும் செயற்கை படர்ந்து வருவது குறித்துச் சோகம்.

ஆம், கார்த்திக் ஓர் உலர்ந்த, ஒற்றைப் பரிமாணப் பகுத்தறிவுவாதியல்ல. அவன் எதிர்த்தது பழைமைவாதிளின் மூட நம்பிக்கைகளை மட்டுமல்ல. புதுமைவாதிகளின் மூட நம்பிக்கைகளும் கூடத்தான் அவனுக்குப் பிடிக்கவில்லை. அதிலும், இந்தப் பெண்கள் . . .

நவநாகரிக உடைகள் உடுத்து, ஆங்கிலத்தில் பேசவும் சிகரெட் குடிக்கவும் தெரிந்துவிட்டதால் மட்டுமே, தாங்கள் முன்னேற்றமடைந்து விட்டதாக எண்ணுகிற இவர்களுடைய மேலோட்டமான போக்கு . . .

இவர்களைப் போல உடுக்காத, ஆங்கிலம் பேசாத பெண்களை விட – தம் தாயாரையும் பாட்டியையும்விட – தங்களை உயர்ந்தவர்களாக நிரூபித்துக்கொள்ள ஒவ்வொரு கட்டத்திலும் முயற்சி செய்கிற பரிதாபம் . . .

புதுப் பணக்காரர்களின் ஆர்ப்பாட்டத்தையும், திடீரென உரிமையும் சக்திகளும் பெற்ற மாஜி அடிமைகளின் பழிவாங்கும் குரோதத்தையும் வஞ்சகத்தையுமே இவர்களிடம் அவன் கண்டான்.

பழைய பெண்மையின் அசட்டு நம்பிக்கைகள், பிடிவாதங்கள் இவையே மீண்டும் மாறு வேஷமணிந்து வந்தது போலிருந்தது.

ஒருவேளை தனக்கு எத்தகைய பெண்மைக்குத் தகுதி உள்ளதோ, அத்தகைய பெண்மையையே ஒரு சமூகம் பெறுகிறது, என்பதாக இருக்கலாம்.

சிந்தனைகளிலும் செயல்களிலும் இந்தச் சமூகத்திடமிருந்து வேறுபடுகிறவர்களும்கூட, அதில் வாழ்கின்ற காரணத்தாலேயே, இச்செயல்கள் விளைவிக்கும் தண்டனைகளிலிருந்து தப்ப முடிவதில்லை.

கார்த்திக் இந்தத் தண்டனையைக் கூடியவரை ஒத்திப் போட முயன்றான். போலீசுக்குப் பாய்ச்சல் காட்டும் பக்காத் திருடனைப்போல மூலைக்கு மூலை ஓடினான், பதுங்கினான். ஆனால் இறுதியில் ஒரு நாள் பிடிபட்டான்.

அவனைப் பிடித்தவள் பெயர் பத்மா. அவனுடைய அலுவலகத்திலேயே இன்னொரு பிரிவில் அவள் வேலை பார்த்து வந்தாள். ஆனால் தற்செயலான அந்தச் சந்திப்பு நிகழ்கிற வரையில், அப்படி ஒருத்தி அந்த அலுவலகத்தில் இருந்தாள் என்பதுகூட அவனுக்குத் தெரியாது.

வெப்பமான ஒரு கோடைப் பிற்பகல். இரண்டாவது மாடியிலிருந்த தன் ஜாயிண்ட் டைரக்டரிடம் முக்கியமான ஒரு கேஸ்பற்றி விவாதித்துவிட்டு, ஐந்தாம் மாடியிலிருந்த தன் அறைக்குத் திரும்புவதற்காக அவன் லிஃப்டுக்காகக் காத்திருந்தான்.

இரண்டு நிமிடங்கள் நின்ற பிறகுதான் லிஃப்ட் வேலை செய்யவில்லை என்று தெரிந்தது.

கட்டடத்தின் வேறொரு மூலைப் பகுதியிலிருந்த லிஃப்ட்டில் செல்லலாமென்று, இரு பகுதிகளையும் இணைத்த வெராந்தாவில் அவன் நடக்கத் தொடங்கினான்.

அதில் ஓரிடத்தில் ஒரு பெண் கைப்பிடிச் சுவர் மேல் சாய்ந்து கொண்டு எதையோ உற்றுப் பார்த்தவாறு நின்றிருந்தாள். அவள் என்ன பார்க்கிறாளென்ற இயற்கையான ஆவலினால் உந்தப்பட்டவனாக, கார்த்திக் அவளருகில் நின்று, அவளுடைய பார்வையின் திசையைக் கவனித்தான்.

அந்த இடத்திலிருந்து கட்டடத்தின் மத்தியப் பாகத்து ஜன்னல்கள் வரிசையாகத் தெரிந்தன. ஜன்னல்களில் ஏர்கூலர்கள். ஒரு கூலருக்கடியில் இரண்டு மைனாக்கள் அமர்ந்து, கூலரிலிருந்து

இடைவிடாமல் சொட்டிக்கொண்டிருந்த நீரில் சுகமாகக் குளித்துக்கொண்டிருந்தன. முதலில் ஒரு மைனா நீருக்கடியில் சில கணங்கள் நிற்கும்; வெளியே வந்து உடலைச் சிலிர்த்துக் கொள்ளும். பிறகு இன்னொரு மைனா ...

பார்க்கப் பார்க்க அலுக்காத அழகிய காட்சி. கார்த்திக் பார்த்துக்கொண்டே நின்றான்.

சில நிடங்கள் கழித்து, அந்தப் பெண் புன்னகையுடன் அவன் பக்கம் திரும்பினாள். 'தினசரி இந்த டயத்துக்கு இவை தவறாமல் இங்கே குளிக்க வந்துவிடுகின்றன' என்றாள்.

கார்த்திக்கின் முகத்தில் எந்த விதமான முயற்சியுமின்றி, பதில்புன்னகை மலர்ந்தது. 'ஃபன்டாஸ்டிக்!' என்றான் அவன்.

அவள் தொடர்ந்து பறவைகளைப் பார்க்கத் தொடங்கினாள். கார்த்திக் அவளைப் பார்க்கத் தொடங்கினான்.

அவளுடைய முகத்திலிருந்த புதிரும் சவாலும் அவனை ஈர்த்தன. அவளுடைய அண்மையில் கிளர்ச்சியை அல்ல, ஒரு திடீர்ச்சாந்தியை அவன் அனுபவித்தான்.

'இந்த ஆபீஸ்தானா நீங்களும்?'

அவள் தலையை மட்டும் அசைத்தாள்.

'புதிதாகச் சேர்ந்திருக்கிறீர்கள் போலிருக்கிறது.'

'இரண்டு வருஷமாகிறது.'

'எந்த செக்ஷனில் இருக்கிறீர்கள்?'

இதற்கு அவள் பதில் கூறாமல் அவனுக்குப் பின்னால் யாரையோ பார்த்துத் திடீரென்று முகம் மலர்த்தினாள்.

கார்த்திக் திரும்பினான், இன்னொரு பெண்.

'எக்ஸ்கியூஸ் மீ' என்று முணுமுணுத்துவிட்டு அவள் அந்த இன்னொரு பெண்ணுடன் நடந்து சென்றுவிட்டாள்.

பெயரைக் கூடக் கேட்கவில்லை, என்று தன் அறைக்குத் திரும்பியதும் கார்த்திக் ஆயாசத்துடன் நினைத்துக்கொண்டான்.

'இவள்தான்' என்று அவனுடைய சூசக உணர்வு கூறியது. இவள்தான் அவனுடைய வாழ்க்கைத் துணைவி.

அவளே நினைவாக அன்று தூங்கி, அவளே நினைவாக மறுநாள் விழித்தெழுந்து, அவளே நினைவாக ஆபீஸ் வந்தான். காத்திருந்த லிஃப்ட்டினுள் அவசரமாக நுழைந்து, முகத்தைத் துடைத்துக்கொண்டு நிமிர்ந்தால்... எதிரே அவள். குப் என்று இதயத் துடிப்பின் ஹை ஜம்ப்.

'ஹலோ.'

'ஹலோ.'

புன்னகைகூடச் செய்யவில்லை. அவன் பார்வையைச் சந்திக்க வில்லை. லிஃப்ட்டில் இருந்த வேறு மனிதர்கள் காரணமாகவா, அல்லது என்கரேஜ் பண்ண விரும்பவில்லையா?

ஒரு முடிவுக்கு வந்து ஏதோ பேசுவதற்குள் இரண்டாவது மாடி வந்துவிட்டது. அவள் இறங்கிச் சென்றுவிட்டாள்.

'ரோமியோ என்று நினைக்கிறாளா என்ன?' என்று கோபமாக நினைத்த கார்த்திக், தன் அறையை அடையுமுன்பே அவள் பற்றிய எண்ணங்களை உதறியெறிந்துவிட்டு (அப்படித்தான் அவன் நினைத்தான்) அறைக்கு வந்ததும் வேலையில் மூழ்கினான். ஃபீல்ட் ட்ரிப்புக்காக வேன் தயாராக இருக்கிறதா என்று போன் செய்து ஊர்ஜிதப்படுத்திக் கொண்டான். தேவையான சாமக்கிரியைகளை எடுத்து வைத்துக்கொண்டான்.

வேனில் செல்லும்போது, வயல்களை நினைத்து அவன் மனம் சந்தோஷமடைந்தது. அவனுடைய வேலையின் சுவையான அம்சங்களில் ஒன்று இது – வாரம் இருமுறை வயல்களுக்குச் சென்று பூச்சி சாம்பிள்கள் சேகரித்துக்கொண்டு வருதல். அவன் அத்தருணங்களில் குடியானவவனின் தோழனாக – அதாவது தானும் ஒரு குடியானவனாக – மாறிப் போவான். இக்கற்பனை இவனை நகர வாழ்க்கையின் (அவனைப் பொறுத்தவரையில்) போலியான வேஷங்கள், உறவுகள், பேச்சுகள், சிரிப்புகள் ஆகியவற்றிலிருந்து விடுவித்து, பரிசுத்தமாக உணரச் செய்யும்.

அந்த வயல்களிடையே நிற்கும்போது உலகம் முழுவதுமே அந்தக் கணத்துக்கு முன்னால் பொருளற்றதாகத் தோன்றும். பெருமிதத்துடனும் பரவசத்துடனும் அந்தக் கணத்திலே திளைப்பான் அவன். 'இதுதான் நான், இங்கேதான் நான்' என்று முணுமுணுத்துக் கொள்வான்.

ஆனால் இந்தக் குறிப்பிட்ட தினத்தன்று ஒரு விசித்திரம் நிகழ்ந்தது.

வயல்களிடையே தன்னைத் தனியாளாக அவன் உணர முடியவில்லை. அவன் கூடவே ஒரு பெண்...

நேற்றுப் பார்த்த பெண்.

நிற்கும்போதும் நடக்கும்போதும் உட்காரும்போதும் பக்கத்தில் சதா அந்தப் பெண். இதுவரை இவ்வாறு வேறு எந்த முகமும் அந்த வயல்கள் வரை அவனைத் தொடர்ந்ததில்லை. அவன் தனிமையைப் பறித்ததில்லை.

அவனுக்கு மிகவும் நெருக்கமான ஒன்று களவு போனது போலிருந்தது. இந்தக் களவினால் வேதனையல்ல, இன்பப் பூரிப்பும் ஆசுவாசமும் தான் ஏற்பட்டது. மதலையினால் பால் சுமை கழிந்த தாய்க்கு ஏற்படுவது போல.

பிற்பகலில் வேனில் ஆபீசுக்குத் திரும்பும்போது அவனும் அந்தப் பெண்ணும் அந்த வயல்களிடையே டூயட் பாடியவாறு ஓடி வருவது போல் அவன் கற்பனையில் ஒரு காட்சி தோன்றியது. இன்னும், அவளும் அவனுமாகச் சேர்ந்து ஈடுபடும் ஏதேதோ அசட்டுக் கோமாளித்தனங்கள், குறும்புகள் ...

காதல், நிச்சயம் பகுத்தறிவின் தோழன் அல்ல!

ஆபீஸை அடைந்ததும், அவசரமாக அவன் இரண்டாவது மாடியை அடைந்தான். அதே வெராந்தாவுக்குச் சென்றான்.

நேற்று நின்றிருந்த அதே இடத்தில் இன்றும் அவள் நின்றிருந்தாள்.

மைனாக்கள் இன்றும் குளித்துக்கொண்டிருந்தன.

'ஃபன்டாஸ்டிக்!' என்றான் அவன்.

அவள் திரும்பினாள்.

'நானும் மைனாக்களைப் பார்க்கலாம் அல்லவா' என்றான் அவன்.

'மைனாக்களை மட்டும்' என்றாள் அவள் சிரிக்காமல்.

அவன் சிரித்தான்.

அவளும் சிரித்தாள்.

'காலை நேரங்களில் நீங்கள் சிரிப்பதில்லை போலிருக் கிறது' என்றான் அவன். லிஃப்டில் அவளுடைய முகம் கடுகடுவென்றிருந்ததை நினைத்துக் கொண்டு,

'காலையில் என் மூஞ்சி அப்படித்தான் இருக்கும்' என்றாள் அவள். 'மறுபடி இன்று முழுவதும் இந்தப் பாழும் ஆபீசில் உட்கார்ந்திருக்கணுமே, என்கிற சலிப்பு.'

'எனக்கும் தினசரி அப்படித்தானிருக்கும்' என்றான் அவன். 'ஆனால் இன்று இல்லை.'

'ஏன்?'

'நேற்று ஓர் அழகிய சம்பவம் நடந்தது.'

'உம்?'

'நான் ஓர் அதிசயமான பெண்ணைச் சந்தித்தேன்.'

அவள் முகத்தில் ஒரு லேசான சுளிப்பு, மறுபடி அவன் ரோமியோ போல் உணர்ந்தான். பின்வாங்கி விடலாமா?

இல்லை கூடாது. இவளைத் தவறவிடக் கூடாது. தாமதிக்கக் கூடாது. அவனுடைய பெற்றோர் மும்முரமாக அவனுக்காகப் பெண் தேடிக்கொண்டிருந்தார்கள். ஒரே பிள்ளை . . . அவன் மூலமாகத்தான் அவர்கள் பேரக் குழந்தைகளைக் காண வேண்டும். அந்த ஆசை. அந்த அவசரம், பெற்றோர் மனம் புண்படக்கூடாதென்பதற்காகவே, விரைவில் ஒருநாள், பிடித்திருக்கிறதோ பிடிக்கவில்லையோ, யாரோ ஒருத்தியை அவன் கல்யாணம் செய்துகொள்ள வேண்டி வரலாம்.

குழந்தைகளென்றால் அவனுக்குப் பிடித்திருக்கிறது. கல்யாணம்தான் பிடிக்கவில்லை. அவனுடைய பகுத்தறிவுப் பயணத்தில் அதனால் ஏற்படக்கூடிய இடைஞ்சல்கள் பிடிக்கவில்லை.

அவளைப் பிடித்திருக்கிறது. ஆனால், இவள் துணையில் எதுவும் செய்யலாமென்ற தெம்பு ஏற்பட்டிருக்கிறது – எந்தப் பரிசோதனையையும் மேற்கொள்ளும் துணிச்சல்.

கல்யாணம் கூட.

'எனக்கு உன் பெயர் தெரியாது' என்றான் அவன் ஆங்கிலத்தில். 'ஆனால் நான் உன்னைக் கல்யாணம் செய்து கொள்ள விரும்புகிறேன்.'

❍

மணமேடையில் உட்காரும்போதும், அதன் பின் சில நாள்கள் வரையிலும், 'நான் ஒரு விசேஷமானவன், இவள் எனக்கேற்ற விசேஷமானவள்' என்ற பெருமையில் அவன் மிதந்தான்.

அவனைப் போலவே அவளும் மலர்களையும் இலைகளையும் மரங்களையும் செடிகளையும் விரும்புகிறவள். பறவைகளை விரும்புகிறவள். அமைதியை விரும்புகிறவள். அதிகம் பேசாதவள். மூடமரபுகள், பழக்கங்கள் ஆகியவற்றைத் தொடர விரும்பாதவள். அதே சமயத்தில் இந்த நம்பிக்கையை அல்லது நம்பிக்கையின்மையை உரக்கப் பறைசாற்றிக் கொண்டு அதன் மூலமாகத் தனக்கு ஒரு ஹோதாவை உருவாக்கிக்கொள்ள முயலாதவள். உடலிலோ மனத்திலோ மூளையில்லாதவள். தன்னைத் தானாகவே உணருவதில் சங்கடமில்லாதவள். ஒன்றைச் சார்ந்தவளாகவோ மற்றொன்றைச் சாராதவளாகவோ, சிலரை விட உயர்ந்தவளாகவோ, சிலருக்குத் தாழ்ந்தவளல்லாதவளாகவோ தன்னைச் சுட்டிக்காட்டிக் கொள்ளாமலேயே ஸ்திரமாக உணருகிறவள்.

அவளுடைய உறுதியும் திண்மையும் கார்த்திக்கு மீண்டும் மீண்டும் வியப்பளித்தன, தெம்பூட்டின.

'இவள் எனக்கேற்ற விசேஷமானவள். நான் தவறு செய்ய வில்லை' என்று அவன் நினைத்தான். இன்பம் நிறைந்த எதிர்காலம் அவன் கண் முன்பு விரிந்தது.

ஆனால் வாழ்க்கை ஆச்சரியங்கள் நிரம்பியது. நம்மைப் பற்றியும் பிறரைப் பற்றியும் புதிய கண்டுபிடிப்புகளை நம் முகத்தில் எறிந்து, சரியைத் தவறாகவும், தவறைச் சரியாகவும் மாற்றுவது.

அவனுக்குத் தெம்பூட்டுவதாக இருந்த பத்மாவின் விசேஷத்தன்மை, திடீரென்று அவனை அச்சுறுத்துவதாக மாறிப் போயிற்று.

அவனுடைய இயல்புகளையே அவளும் கொண்டிருந்ததால் அவனால் முன்னளவு விசேஷமாக உணர முடியவில்லை. அவன் பாதுகாப்பற்றவனாக உணர்ந்தான்.

அவளை மணந்துகொள்ள வேண்டுமென்ற விருப்பத்தை முதன் முதலாக அவளிடம் தெரிவித்தபோது அவள் தயங்கியதும், அவன் மேலும் வற்புறுத்தியபோது அவள் திமிறிக்கொண்டு சென்றதும் அவன் நினைவுக்கு வந்தன. அவளை இணங்கச் செய்ய, அவள் பெற்றோரை வசியம் செய்ய, அவன் எத்தனை சிரமப்பட வேண்டியிருந்தது!

தன்னை உந்தித் தள்ளியது இந்தச் சிரமந்தான் என்பது அவனுக்கு இப்போது புரிந்தது. அவள் மேலிருந்த ஆசையை விடவும், இவளை அடைவதிலிருந்த இடைஞ்சல்களே அவனைக் கவர்ந்திருக்க வேண்டும்.

அந்த இடைஞ்சல்களைச் சமாளிப்பதைத் தன் விசேஷத் தன்மைக்கு ஒரு சவாலாக அவன் கருதியிருக்க வேண்டும்.

அவனுடைய பெற்றோர், இதர உறவினர்கள், நண்பர்கள், ஆகியோருடைய பழைமைவாதத்துடன் அவன் நிகழ்த்திய மானசீகமான மோதல்களே அவனைக் கதாநாயனாக உணரச் செய்தன.

இப்போது இத்தகைய மோதல்களில் அவனால் ஈடுபட முடியவில்லை. பத்மாவும் அவற்றில் ஈடுபட்டிருக்கிறாளோ என்ற சந்தேகம் அவனுடைய பரவசத்தைக் குலைத்து விடுகிறது.

தான் மட்டும் விளையாடி வந்த ஒரு பிரத்தியேகமான விளையாட்டை பக்கத்திலுள்ள குழந்தையும் விளையாடத் தொடங்கும்போது ஏற்படுகிற அதிருப்தி, எரிச்சல் . . . போட்டியுணர்ச்சி . . .

இப்போது, தன் பிரத்யேகத் தன்மையை தன் பெற்றோர் முதலியவர்களுடன் ஒப்பு நோக்குவதன் மூலமாக மட்டுமல்ல, பத்மாவுடன் ஒப்பு நோக்குவதன் மூலமாகவும் ஸ்தாபிக்க வேண்டுமென்ற வெறி அவனைப் பிடித்து உலுக்கத் தொடங்கி இருக்கிறது.

அவளுடன் மோதுவதற்கான வாய்ப்புகளை அவன் தேடிய வண்ணமிருந்தான். அத்தகைய வாய்ப்புகள் கிடைக்காதபோது, அதனாலேயே அவனுக்கு அவள் மீது எரிச்சல் ஏற்படத் தொடங்கியது.

அவள், அவனைப் போலவே கூர்ந்த அறிவுள்ளவளாக, பண்பட்ட ருசிகள் உள்ளவளாக இருந்திருக்க வேண்டாமென்று அவனுக்குத் தோன்றியது. அதிலும் இந்த அறிவையும் ருசிகளையும் அவன் செலுத்துகிற திசைகளிலேயே தானும் செலுத்துகிறவளாக.

அவளுக்கும் பூச்சி சாஸ்திரத்தில் ஈடுபாடு இருந்தது. தன் சொந்த முயற்சியினாலேயே அதில் அவள் படித்துத் தெரிந்துகொண்டிருந்த தகவல்களும் புள்ளி விவரங்களும் அவனுக்குப் பிரமிப்பூட்டின. ஆரம்பத்தில் அவன் தன் அன்றாட வேலையில் சந்தித்த சுவையான பிரச்னைகள், சவால்கள், விநோத அனுபவங்கள் ஆகியவற்றை அவளிடம் ஆர்வத்துடன் பகிர்ந்துகொள்வான். அவளும் தன் கருத்துகளைக் கூறுவாள். மணிக்கணக்காக அவர்கள் சர்ச்சை செய்வார்கள்.

ஆனால் போகப் போக இதில் அவனுக்கு ஆர்வம் குறைந்து விட்டது. இப்போது அவளாக ஏதாவது அவன் வேலையைப் பற்றிக் கேட்டால்கூட அது அவனுக்கு ரசிப்பதில்லை, ஒரு

வார்த்தை அல்லது இரண்டு வார்த்தை பதிலுடன் அவன் பேச்சுக்கு முற்றுப்புள்ளி வைத்துவிடுவான்.

சினிமாவுக்கோ டிராமாவுக்கோ அவர்கள் போய்விட்டு வந்தால் அவள் போற்றுகிற அம்சங்களை அவன் தூற்றவும், அவள் தூற்றுகிற அம்சங்களை அவன் போற்றவும் தொடங்கினான்.

அல்லது முன்பு அமெரிக்காவில் தான் பார்த்திருந்த ஒரு கலை நிகழ்ச்சியைப் பற்றிக் கூறி, அதற்கு இதெல்லாம் ஈடாகுமா, என்பான்.

அவள் நவீன பாணியில் சற்றுத் தூக்கலாக அலங்காரம் செய்துகொண்டால், 'அடேயப்பா, அடிக்க வரமாதிரி இருக்கே அலங்காரம்!' என்பான். சரிதானென்று அவள் அலங்கரித்துக் கொள்வதில் சற்று அசிரத்தையாக இருந்தாலோ, 'ஏன் இப்படி அழுது வடிகிறாய்?' என்பான்.

அவளுடைய சமையலும் இப்படித்தான். தினசரி அவனுடைய விமரிசனத்துக்குள்ளாகத் தொடங்கியது. அரைத்த குழம்பு வைத்தால், 'லைட்டா ஏதாவது வைக்கக் கூடாதா? எப்பவும் எதுக்காக இப்படி அரைச்சுண்டும், கரைச்சுண்டும்' என்பான். சரியென்று வற்றல் குழம்போ மோர்க் குழம்போ வைத்தால், 'என்ன? இன்னிக்கு ஒரே டல்லடிக்கிறது!' என்பான். அவனுடைய அம்மாவிடம் கேட்டு அவனுக்குப் பிடித்ததாக எதையாவது செய்வாள். அதை அவன் தொடவே மாட்டான்.

'எங்கம்மாவுக்கு வேறே வேலையில்லை. பத்து வயசிலேயும் பதினைஞ்சு வயசிலேயும் பிடிச்சிண்டிருந்தது. இன்னிக்குமா பிடிக்கும்' என்பான்.

அவள் தன்னை முழுமையாக அறிந்துகொள்ள வேண்டு மென்று ஆசைப்பட்டவன், ஒரு கட்டத்துக்குப் பிறகு அவள் அவ்வாறு அறிந்துகொள்ள முயல்வதை வெறுக்கத் தொடங்கினான். அவனைப் பற்றி முழுமையாக அறிந்து கொண்டு விடலாமென்று அவள் நினைப்பதே அவனுக்கு இழைக்கப்படும் ஒரு அவமானமாகத் தோன்றியது. அவன், அவளுடைய கிரகிப்புச் சக்திக்கு மிகவும் அப்பாற்பட்டவன். அவள் இந்த உண்மையை அங்கீகரிக்க மறுத்து, ஒவ்வொரு கணமும் அவனைப் பற்றி கொச்சையான அவசர முடிவுகளுக்கு வந்தவண்ணமிருப்பது எரிச்சல் மூட்டுகிறது.

அவளுடைய அவசரமான லேபிள்களுக்கடியில், எளிய பாகுபாடுகளுக்கடியில் சிக்கிக்கொண்டு விடுவோமோ என்ற பயம் அவனை ஒவ்வொரு கணமும் போராட வைத்தது.

'என்னை, கத்தரிக்காய் கொத்சு பிடிக்கிறவனாக அறிவது என் அம்மாவுக்கும் போதும். அப்படி அவள் என்னை அறிவது எனக்கும் போதும். 'ஆனால் உனக்கும் எனக்கும் இது போதுமா?' என்று அவன் தனக்குள் சொல்லிக் கொள்வான்.

தன்னை எளிமையானவனல்ல என்று காட்டிக் கொள்ளும் பரபரப்பில், தான் உண்மையில் இருந்ததை விடவும் அதிகக் குழப்பமானவனாகத் தன்னைக் காட்டிக் கொள்வதிலேயே அவன் வெற்றியடைந்தான்.

'அவள் போலவே ஒருவன்' என்ற அவளுடைய ஆசுவாசத்தையல்ல, 'அவள் அதுவரை அறிந்திராத, இனியும் அறிய முடியாத ஒருவன்' என்ற மதிப்பையும் மலைப்பையும் அவன் நாடினான்.

ஆனால் அவளுடைய சலிப்பையும் வெறுப்பையுமே அவன் தூண்டத் தொடங்கினான். அவன் அவளைச் சலிக்கச் செய்த அதே அளவுக்கு அவனுடைய பெற்றோர் அவளைக் கவரத் தொடங்கியிருந்தார்கள். அவர்களுக்குத் தம்மைப் பற்றிய மயக்கங்கள் இல்லை. அவர்கள் பழைமைவாதிகளாக இருந்தாலும், குறைந்தபட்சம் அதில் ஸ்திரமாக இருந்தார்கள். அவள் சாய்ந்து ஆறுதல் பெற முடிந்த ஸ்திரத்தன்மை.

அவனுடைய பெற்றோருக்கும் அவளுக்குமிடையே நெருக்கம் அதிகரிக்கலாயிற்று.

இந்த நெருக்கம் அவன் பீதியையும் பாதுகாப்பற்ற உணர்வையும் அதிகரித்திருப்பதாகவே அமைந்தது.

அவளும் அவன் பெற்றோரும் கட்சியாகச் சேர்ந்து கொண்டு அவனைத் தனிமைப்படுத்த முயல்வதாகத் தோன்றியது.

அவள் அவன் கட்சியில் இருந்தால் அவனுடைய விசேஷத் தன்மை மங்கிப் போவதாகத் தோன்றியது. அவள் அவன் கட்சியை விட்டுச்சென்று விட்டாலோ அவனுடைய விசேஷத் தன்மையை நுட்பமாக உணரவும் ரசிக்கவும் ஆள் இல்லாமல் போயிற்று.

அவள் அவனுடைய அம்மாவுடன் கோயில், கதாகாலட்சேபம் என்று போகத் தொடங்கினாள். தினசரி அவனுடைய தந்தையின் பூஜைக்காக மலர்களைப் பறிப்பதிலிருந்து நைவேத்தியம் தயாரிப்பது வரையில் எல்லாம் செய்தாள். வாரம் ஒருமுறை விரதமிருக்கத் தொடங்கினாள். ஒவ்வொரு மாலையும் ஸ்வாமிக்கு முன்னால் அருட்பா படித்தாள். அதில் தனக்கு ஒரு மனச்சாந்தி கிடைப்பதாக கார்த்திக்கிடம் கூறினாள்.

இன்னும் மாமியாரின் மடி, தீட்டு, ஆசாரம்...

எங்கள் மாட்டுப் பெண்ணைப் போல உண்டா, என்ன விதரணை, என்ன வினயம் என்று அவனுடைய பெற்றோர் அவளை வாய்க்கு வாய் புகழ்ந்தார்கள்.

கார்த்திக் செய்வதறியாமல் தவித்தான். அவள் அவனிட மிருந்து மாறுபட்ட ருசிகளும் போக்குகளும் உள்ளவளாக இருக்க வேண்டுமென்றுதானே அவன் விரும்பினான்? அப்படி அவள் மாறியவுடன் அவனுக்குச் சந்தோஷம் தானே ஏற்பட வேண்டும்?

ஆனால் அவனுக்கு சந்தோஷம் ஏற்படவில்லை.

அவன் முட்டாளைப் போல உணர்ந்தான். நவீனமான, பகுத்தறிவுவாதியான மனைவியைப் பெற்றவனாக அவன் கொண்டிருந்த பெருமை – அகந்தை – சிதைந்தது.

உச்சிக் குடுமியும் பட்டை விபூதியுமாகப் பூணூலினால் முதுகைச் சொறிந்துகொண்டு தான் அக்கிரகாரத்துத் திண்ணையில் உட்கார்ந்திருப்பது போன்ற ஒரு தோற்றம் அடிக்கடி அவன் கற்பனையில் தோன்றியது. தான் எதிலிருந்து தப்ப விரும்பினோமோ, அதுவாகவே மாறிவரும் அதிர்ச்சியுடனும் அருவருப்புடனும் அவன் அடிக்கடி கண்ணாடியில் தன் முகத்தைக் கவலையுடன் பார்த்துக்கொண்டான்.

பத்மாவைப் பார்க்கும்போதெல்லாம் அவனுக்கு முன்னை விடவும் அதிகமாக எரிச்சல் வரத் தொடங்கியது. அவள் அறியாமல் அல்ல, அறிந்துதான் இவ்வளவும் செய்கிறாளென்று அவனுக்குத் தோன்றியது.

வேண்டுமென்றே, அவனுக்குப் பழிப்புக் காட்டுவதற்கென்றே, அவள் பழைமையைத் தழுவிக் கொள்கிறாள். அது அவனை எந்த வகையில் தாக்கும், காயப்படுத்தும் என்பதெல்லாம் அவளுக்கு நன்றாகத் தெரிந்திருக்கிறது.

அவள் அப்படியொன்றும் எளிமையானவளல்ல என்பது அவன் அறிந்ததுதானே!

அவளுடைய வேஷத்தை முறியடிப்பதற்கு, தானும் வேஷமணிவதைத் தவிர அவனுக்கு வேறு வழியொன்றும் புலப்படவில்லை.

அவளைப் பற்றிய தன் பெற்றோரின் அபிப்பிராயத்தை அவனும் ஆவேசமாக ஆமோதிக்கத் தொடங்கினான். பத்மாவைப் போல உண்டா, என்று அவனும் அடிக்கடி கூறத் தொடங்கினான்.

'பத்மா, யூ ஆர் கிரேட்' என்று தனியாக இருக்கும்போதெல்லாம், அவளைத் தழுவியவாறு கூறினான். அவளுடைய உடலை வருடுவதுடன் நில்லாமல் அவளுடைய ஈகோவையும் வருடினான். 'உலகத்திலேயே புத்திசாலியான பெண்மணி நீதான் பத்மா, நான் அதிர்ஷ்டசாலி...'

அரிசி வாங்குவதாக இருந்தாலும் சரி, தனக்கென ஏதாவது சட்டை வாங்குவதாக இருந்தாலும் சரி பத்மாவைக் கேட்காமல் கார்த்திக் எதுவும் செய்வதில்லை. உருளைக்கிழங்கு கறி (அல்லது வெங்காய உப்புமா அல்லது புளியஞ்சாதம்) பத்மா செய்தால் தான் நன்றாக இருக்கிறது என்று தன் அம்மாவிடம் புகழ்ந்தான். காப்பி அவள் போட்டால் நன்றாக இருக்கிறது. சட்டினி அவள் அரைத்தால் விசேஷமாக இருக்கிறது. தயிர் அவள் உறை குத்தினால் நன்றாக உறைகிறது.

அவள் வீட்டிலே அங்குமிங்கும் செய்திருக்கிற சின்னஞ்சிறு அலங்காரங்கள், பொருள்களின் வித்தியாசமான அமைப்புகள், எவ்வளவு பெரிய மாறுதலை உருவாக்கிவிட்டன. ஏதோ நவாப்பின் அரண்மனை போலாகி விட்டது வீடு!

'நீ பார்த்திருக்கிறாயா, நவாப்பின் அரண்மனையை?' என்று அவன் அம்மா கேட்டபோது, அவள் குரலில் ஒரு லேசான எரிச்சல் தொனித்ததை அவன் திருப்தியுடன் குறித்துக் கொண்டான்.

'நவாப் இல்லைன்னா ஜமீன்தார்னு வச்சுக்கோயேன். அந்தக் கம்பீரத்தையும் அருமையையும் சொல்றேன்.'

படித்த பெண் என்றால் அதுதான் விசேஷம் என்று அவன் தன் அம்மாவுக்கு மேலும் விளக்குவான். அதிகப் படிப்பு, வீட்டுவேலை இரண்டும் இருவேறு துருவங்கள்னு நினைக்கிறது அந்தக் காலத்து அசட்டுத்தனம். நிறையப் படித்த புத்திசாலியான பெண் ஒருத்தி சாம்பாரும் ரசமும், படிக்காதவளைவிட நன்றாகவே வைப்பாள். படிக்காதவளைவிட நன்றாக வீட்டை அழகுபடுத்தவும் செய்வாள். விஞ்ஞான மனப்பாங்கு உள்ளவளாதலால் காரியங்களைக் குறைந்த நேரத்தில் சிறப்பாகச் செய்வதெப்படி என்று தெரிந்தவளாகவும் இருப்பாள். நூறு நாழி அடுப்பங்கரையிலோ குழாயடியிலோ வீணடிக்க மாட்டாள்.

அவனுடைய அம்மாவுக்கு இதையெல்லாம் கேட்டு எரிச்சல் அதிகமாகும். இதுவரை அவள் வாழ்ந்த வாழ்க்கையை எல்லாம் நாலு வாக்கியங்களில் அவன் தூக்கியெறிந்து விட்டது போல அவள் உணர்வாள். 'படித்த மாட்டுப்

பெண்ணாயிருந்தாலென்ன? வீட்டு நிர்வாகத்தில் தன்னை மிஞ்ச முடியாது' என்ற அவளுடைய பெருமை, 'நான் மெல்ல மெல்ல இவளுக்கு நான் அறிந்த எல்லா நுணுக்கங்களையும் கற்றுத் தருவேன்' என்று தனக்குத்தானே அவள் வழங்கிக் கொண்ட குருஸ்தானம் – எல்லாம் சிதறிப் போக, அவளுக்கு மாட்டுப்பெண்ணின் மேல் எரிச்சல் கிளம்பியது.

அவள் மாட்டுப்பெண்ணைப் பற்றிப் புகழ்வது குறைந்தது.

அவன் அநேக மாலைகளில் பத்மாவை ஷாப்பிங், கலை நிகழ்ச்சி என்று ஏதாவது ஒரு சாக்கு வைத்துக்கொண்டு வெளியே அழைத்துச் செல்வான். வெளியிலேயே சாப்பிட்டு விடுவார்கள். இரவில் நேரங்கழித்துத் திரும்பி வருவார்கள்.

அவளுடைய ருசிகளுக்கும் உணர்வுகளுக்கும் அவன் புதியதொரு மதிப்பும் கௌரவமும் அளிக்கத் தொடங்கினான். நாடகம், சினிமா ஆகியவை பற்றிய அவளுடைய அபிப்பிராயங் களைப் பொறுமையாகக் கேட்டு, கூடியவரை அவற்றை ஏற்றுக்கொள்ள முயன்றான்.

அவள் தேர்ந்தெடுக்கும் சட்டைத் துணி, கால் சராய்த் துணி ஆகியவற்றை உற்சாகத்துடன் அணிந்துகொண்டான்.

அவளுடைய பிறந்த நாளை நினைவு வைத்திருந்து நெக்லஸ் பரிசாகக் கொடுத்தான். பிறந்த நாளல்லாத தினங்களில் கூட அவளுக்கு அவனிடமிருந்து பரிசுகள் கிடைக்கத் தொடங்கின.

வீட்டுக் காரியங்களில் சங்கடமூட்டும் அளவுக்கு சிரத்தை எடுத்துக்கொள்ளவும் உதவி செய்ய முன்வரவும் தொடங்கினான்.

அவளுடைய அனுதாபத்துக்காகத் தன் பெற்றோருடன் போட்டியிடுகிறான் அவன், என்பதையறிந்து அவள் அவன் நிலை குறித்து சிரிப்பும் இரக்கமும் கொண்டாள்.

இந்தப் போட்டியில் அவன் தன் தனித்தன்மையை இழந்து விடக்கூடாதே என்று கவலையும் கொண்டாள். என்ன இருந்தாலும், இந்தத் தனித்தன்மைதான் அவனிடம் அவளைக் கவர்ந்த அம்சம்.

அவனுடைய தனித்தன்மைக்காக அவளும், அவளுடைய தனித்தன்மைக்காக அவனும் கவலைப்பட்டு, ஒவ்வொருவரும் மற்றவருக்குப் பதிலாகத் தாம் குனியத் தயாராகி, அதன் காரணமாகவே தனித்தன்மை சேதப்பட்டவர்களானார்கள்.

ஆசுவாசமாக இருந்தது, அதே சமயத்தில் இந்த ஆசுவாசம் செயற்கையானதாகத் தோன்றி உறுத்தவும் செய்தது. ஆசுவாசமாகக்

கழிகிற ஒவ்வொரு நாளும் அதற்கு எதிர்மறையான ஒன்றுக்கு வித்திடுவது போல, உரமிடுவது போல, பளிச் பளிச்சென்று ஒரு திகில் உணர்வு மனத்தில் மின்னி மறைந்தது. நன்கு உப்பிப் பருத்த பலூன் ஒன்றைக் குழந்தை மேலும் ஊதிப் பெரிதாக்க முற்படும்போது ஏற்படுகிற சங்கடம்...

இதோ, எந்த நிமிடமும், படாரென்ற ஓசையுடன் பலூன் வெடிக்கப் போகிறது.

❍

ஆனால் வெடிக்கவில்லை. அதற்குள் இந்த இன்னொரு பலூன்...

பத்மாவின் வயிற்று பலூன். இதன் காரணமாக அவள் மீது அனைவராலும் பொழியப்பட்ட பரிவும் காட்டப்பட்ட சலுகைகளும்.

கார்த்திக்குக்கு அவளுடைய வி.ஐ.பி. ஸ்தானம் குறித்துப் பெருமை ஒரு பக்கம், பொறாமை ஒரு பக்கம்.

ஆனால் பெருமைதான் அதிகமாக இருந்தது. பலூன் உருவானதே என்னால்தானே, என்ற பெருமை. காற்றடித்தது நான்தானே!

பலூன் பெரிதாகிப் பெரிதாகிப் பெரிதாகி... டப்!

பலூன் போச்சு, பாப்பா வந்தது.

பாப்பா புது வி.ஐ.பி. யாயிற்று.

அதனுடைய ஒவ்வோர் அசைவும், சிணுங்கலும் மழலையும், சிரிப்பும்தான் வீட்டில் ஒவ்வொருவருடைய கவலையாகவும் மகிழ்ச்சியாகவும் ஆயிற்று.

அபிப்பிராய பேதங்கள், இறுக்கங்கள், வெடிப்புகள், மோதல்கள் ஆகியவை திடீரென்று மறைந்து எப்போதும் ஓர் அமைதி, ஓர் உல்லாசம்.

அப்படியே சண்டை சச்சரவுகள் ஏற்பட்டாலும்கூட அது பாப்பாவை ஒட்டியதாகவே இருந்தன.

ஃபேன் காற்று குழந்தைக்கு ஒத்துக்கொள்ளுமா ஒத்துக் கொள்ளாதா என்று சண்டை. வெறுந்தரையில் விடலாமா, வெறும் நிப்பிளைச் சுவைக்க விடலாமா என்று சண்டை. கிச்சுக்கிச்சு மூட்டிச் சிரிக்க வைக்கலாமா, எப்போதும் ஜட்டி போட்டிருக்கலாமா? சாளவாய் வழியும்போது துடைக்கலாமா, பச்சைத் தண்ணீர் கொடுக்கலாமா, குப்புறப் படுக்க விடலாமா,

விரல் சப்ப விடலாமா, எப்போதும் தொட்டிலில் கிடக்கலாமா, எப்போதும் மடியிலேயே வைத்திருக்கலாமா?

பிள்ளைக் குழந்தை, பெயர் ரவி. வம்சம் பிழைத்ததென்று கார்த்திக்கின் பெற்றோர் மகிழ்ந்தனர்.

தாயாகிவிட்ட பூரிப்பில், அனைவரையும் திருப்திப்படுத்திய ஒரு செயலைப் புரிந்துவிட்ட பெருமையில் மிதந்தாள் பத்மா.

தன் பகுத்தறிவுக் கொடியைத் தனக்குப் பிறகு முன்னால் எடுத்துச் செல்ல ஒருவன் வந்தவிட்டதாக கார்த்திக் மகிழ்ந்தான்.

மகனுடைய முகத்தைப் பார்த்தவாறு மணிக்கணக்காக அவன் உட்கார்ந்திருப்பான். அவனுடைய மழலைப் பேச்செல்லாம் தனக்குப் புரிவது போல, ‘ஆமாம், ஆமாம், ஆமாண்டா கண்ணு!’ என்று அவனிடம் கூறுவான்.

காலையில் ஆபீசுக்குக் கிளம்பும் வரையில், மாலையில் ஆபீசிலிருந்து வந்தபிறகு கார்த்திக் ரவியை மடியில் எடுத்து வைத்துக்கொள்ளும்போதோ அல்லது அவனை இடுப்பில் வைத்துக்கொண்டு இங்குமங்குமாக உலாவும்போதோ, அப்பாவுக்கும் பிள்ளைக்குமிடையே கீழ்க்கண்ட ரீதியில் சம்பாஷணை நடக்கும்.

‘நீ நிறையப் படிக்கப் போறாயாடா குழந்தை, இல்லை?’

‘ங்கா ... ங்கா ...’

‘புத்திசாலியாக இருப்பாய், இல்லையா கண்ணா?’

‘ங்கா ... ங்கா ...’

‘தைரியசாலியாயிருப்பாய் இல்லையா?’

‘ங்கங்கா ... ங்கங்கா ...’

‘யாருக்கும் பயப்பட மாட்டாயில்லையா?

“...”

‘துஷ்டப் பயல்! சிரிக்கிறதைப் பார்த்தாயா, பத்மா. யாருக்கும் பயப்பட மாட்டானாம் அவன். உன் இஷ்டப்படிதான் நீ இருப்பாய் அல்லவா ராஜா?’

‘ங்கங்கா ... ங்கங்கா ...’

ஆமாம், கார்த்திக்குக்குச் சந்தேகமேயில்லை. ரவி ஒரு சுதந்தரமான சிந்தனையுள்ள புரட்சிவாதியாக விளங்குவான். மரபை உடைத்தெறியும் வீரனாக இருப்பான். தனக்குச் சரி

எனப்படுகிறவற்றை ஒவ்வொரு கணமும் செய்வான். தனக்குச் சரியெனத் தோன்றாதவற்றை பிறர் எதிர்பார்க்கிறார்களென்பதற்காகவே செய்துகொண்டு போலி வாழ்க்கை வாழமாட்டான்.

ரவியின் பகுத்தறிவுப் பயணம் தன்னுடையதை விடவும் வெற்றிகரமாக அமையுமென அவன் நம்புவதற்கு ஒரு முக்கியக் காரணம் இருந்தது. தனக்குத் தன் அப்பாவின் பக்க பலம் இருக்கவில்லை. ஆனால் ரவிக்கு அவனுடைய அப்பாவின் பக்க பலம் இருக்கிறது! போலி வேஷங்களைத் தவிர்த்து நிஜத்தையே அவன் நாடவும் பெறவும், இது துணையாயிருக்கும்.

ரவி அடம் பிடிக்கும் தருணங்களில், அம்மாவையும் தாத்தா பாட்டியையும் போல கார்த்திக் ஆயாசமடைவதில்லை. மகிழ்ச்சியே அடைந்தான். 'இந்தப் பிடிவாதம்தான் நல்லது, இதுதான் அவனைச் சரியான பாதையில் அழைத்துச்செல்லும்' என்று குழந்தையின் பிடிவாதத்தை ஊக்குவித்து வந்தான்.

ரவிக்கு ஒரு வயது நிறைந்தது. பிறகு இரண்டு வயது நிறைந்தது. அப்பா தன்னுடைய பிடிவாதங்களுக்கு உடந்தையாயிருந்த போதிலும், ரவிக்கு ஒட்டுதல் அவரிடமில்லை, தாத்தாவிடம் தான் அதிகமாக இருந்தது.

தாத்தாவுக்கு சுவாரஸ்யமான கதைகள் நிறையத் தெரியும். துருவன் கதை, பிரகலாதன் கதை, ராமன் கதை, ஹனுமான் கதை, யானைக் கதை, சிங்கம் கதை, காக்காய்க் கதை, புறாக் கதை, விக்கிரமாதித்தன் கதை.

கிருஷ்ணன், அர்ச்சுனன், ராவணன், கும்பகர்ணன், அரிச்சந்திரன், மார்க்கண்டேயன், விசுவாமித்திரர், நாரதர் ...

குழந்தை உள்ளம் கற்பனை வளம் நிறைந்தது. இந்தக் கற்பனை அதிக அளவில் தூண்டப்படுவதில்தான் அது இன்பம் பெறுகிறது. தனக்குப் பரிச்சயமற்ற விநோதங்கள், விசித்திரங்கள் பால் அது ஈர்க்கப்படுகிறது. தாத்தாவின் கதைகளின் கருத்துகளைப் பற்றி ரவிக்குக் கவலையில்லை. அவை எப்படி ஆரம்பித்தாலும் எப்படி முடிந்தாலும் அவனுக்கு அக்கறையில்லை. அவருடைய கதைகள் அவன் அழகிய மனத்தில் உருவாக்குகிற பல காட்சிகளில்தான் அவனுக்குச் சுவாரசியம்.

தாத்தா காடு என்றால் உடனே காட்டைப் பற்றிய ஒரு கற்பனை அவன் மனத்தில் தோன்றும். சிங்கமும் நரியும் பற்றிக் கதை சொல்கையில் தாத்தா சிங்கம் போலவும் நரி போலவும் வெவ்வேறு குரல்களில் பேசிக் காட்டுவார். இன்னொரு கதையில் முதலை போல அழுவார். இதெல்லாம் அவனுக்கு மிகவும் ரசமாக

கருப்பு அம்பா கதை

இருக்கும். கம்சனைப் போல அவர் கர்ஜிப்பார். இரண்யகசிபுவைப் போலக் கடகடவென்று சிரிப்பார். கும்பகர்ணனைப் போலக் குறட்டை விடுவார். ஹனுமானைப் போலத் தாவிக் குதிப்பார்.

உயிருள்ள பாத்திரங்களை அவர் அவன் கண் முன்னால் மிதக்க விட்டார். அந்த ஆற்றல் அவனை மீண்டும் மீண்டும் அவர்பால் இழுத்துச் சென்றது. 'சிங்கம் கதை சொல்லு', 'கும்பகர்ணன் கதை சொல்லு' என்று தனக்கு வேண்டிய கதையை அவனாகவே குறிப்பிட்டுக் கேட்பான்.

அதாவது தாத்தா ஒரு ரெகார்ட் பிளேயரைப் போல, ரவி தனக்கு வேண்டிய இசைத் தட்டுகளை அதில் போட்டுக் கேட்பான்!

தாத்தா தினசரி காலையிலும் மாலையிலும் உலாவச் செல்வார். பூஜை செய்வார். ரேடியோவில் (கர்நாடக) சங்கீதக் கச்சேரிகள் கேட்பார். அவருடைய ஒவ்வொரு செய்கையிலும் ரவி தானும் தீவிரமாகப் பங்கு பெறுவான். அவர் உலாவக் கிளம்பியவுடன் ஓடிப்போய்க் கைத்தடியை எடுத்துக்கொண்டு வந்து அவரிடம் கொடுத்து, தானும் கூடவே கிளம்புவான்.

அவர் பூஜை செய்யும்போது மணி அடிக்கும் வேலை அவனுடையது.

அவர் ரேடியோவில் கச்சேரி கேட்கும்போது 'தாளம் போடணும்' என்று அவன் அவர் மடியில் போய் உட்கார்ந்து கொண்டு விடுவான். அவர் தன் கைகளால் அவன் கைகளைப் பிடித்துக்கொண்டு, தாளத்துக்கேற்ப அவன் கைகளைத் தட்டுவார்.

அப்பா, அம்மா இருவருமே ஆபீஸ் போய்விடுவதால், அவனுடைய பகல் பொழுதுகள் தாத்தாவுடன்தான் கழிந்தன. பாட்டியிடம் அவனுக்கு அதிகமாக ஒட்டுதல் இல்லை, அம்மாவைப் போல. அவள் தேவையானபோது பால், அப்புச்சி எல்லாம் தரும் ஓர் இயந்திரம், அவ்வளவுதான்.

அம்மா தலைவாரி டிரெஸ் பண்ணி விடுகிறவள். அப்பா சாக்லெட், பிஸ்கெட், பொம்மை, சட்டை எல்லாம் வாங்கித் தருபவர். டாக்ஸியில் வெளியே அழைத்துக்கொண்டு போகிறவர்.

ஆனால் ரவியின் ஃபிரண்ட் தாத்தாதான்.

ஒருநாள் காலை தாத்தா படுக்கையை விட்டு எழுந்திருக்க வில்லை.

வாக்கிங் போவதற்காக அவரை அவன் எழுப்ப விரும்பிய போது, அவனை அவரருகில் செல்லவே யாரும் அனுமதிக்க வில்லை.

வீட்டில் நிறையக் கூட்டம் கூடி, எல்லோரும் அழுதார்கள்.

தாத்தா சுவாமியிடம் போய்விட்டதாக ரவியிடம் சொன்னார்கள்.

○

ஒரு மாதமாகி விட்டது.

அப்பா, இல்லாமல் ஒரு மாதம்.

எல்லோரும் ஒருநாள் போக வேண்டியதுதான் என்பது தெரிந்ததுதான். ஆனால் மிக நெருக்கமானவர்கள் மறையும்போது தான் இது முழுப் பரிமாணத்துடன் உணர்வுகளில் உறைக்கிறது, அதன் மகத்துவம், அதன் சோகம்.

இருந்த ஒருவர் இல்லாமல் போதல்.

இனி அவர் குரலைக் கேட்க முடியாது. பரிச்சயமான அந்தப் புன்னகை, வெவ்வேறு பாவங்கள், பாவனைகள் – இவற்றைப் பார்க்க முடியாது.

அபிப்பிராய பேதங்கள், மதிப்பீட்டு மோதல்களினால் எழும் புகைச்சல்களும் நமைச்சல்களும் – இவற்றுக்கு அப்பால் அவர்களிடையே ஓர் ஒட்டுதல் இருந்துதான் வந்திருக்கிறது என்பதைக் கார்த்திக் உணர்ந்தான்.

கரும்பலகைக்கும் சாக்குக் கட்டிக்கும் உள்ள ஒட்டுதல், அவனை வெளுப்பாகக் காட்டிய கருப்பு அவர். அவன் வரைந்திருந்த அல்லது வரைய முயன்ற புதுமைக் கோலங்களுக்கு ஒரு ஸ்திரமான பின்னணியை அளித்தது அவர்தான். அவனை நவீனமாக உணரச் செய்தது அவருடைய பழமைதான்.

அவன் மோத வேண்டியிருந்த ஒரு பாறையாக அவரைப் பாவித்த அவன் எரிச்சலடைந்ததுண்டு.

உண்மையில் அது அவன் சாய்ந்துகொள்ள உதவிய பாறை என்பதை இப்போது உணர்ந்தான்.

அந்தச் சாய்ந்து கொள்ளலின் தேவையே அவனை எரிச்சலடையச் செய்திருக்க வேண்டும்.

கருப்பு அம்பா கதை

அவருடைய மடியில் கிடந்தவாறு, அது அளித்த பாதுகாப்பில் தான் அவன் குதூகலமாக, சுதந்தரமாக, கைகால்களை வீசி ஆட்டியவாறிருந்திருக்கிறான்.

இப்போது திடீரென்று வெறுந்தரையில் விடப்பட்டதாக அவன் உணர்ந்தான்.

அவனுக்கு ஏற்பட்டது விடுதலையின் உற்சாகமல்ல, தனிமையின் ஏக்கம்.

இந்த ஏக்கத்தை மறக்கவும் வெற்றி கொள்ளவும் முயன்றான். பயணத்தைத் தொடர முயன்றான்.

ஆனால் குழந்தை ரவியின் தவிப்பைப் பார்க்கும்போதெல்லாம் ஏக்கமும் சோகமும் அதிகமாகின்றன.

அப்பா சில சமயங்களில் டூர் போய்விட்டு வருவதைப் போலத்தான் தாத்தா சுவாமியிடம் போயிருப்பது என்று குழந்தை நினைக்கிறான். 'தாத்தா இன்னிக்கு வருவாரா?' என்று தினம் கேட்கிறான்.

தாத்தா இனிமேல் வரவே மாட்டாரென்ற உண்மையை அவனிடம் சொல்லத் தயக்கமாயிருக்கிறது. அது அவனை எப்படிப் பாதிக்குமோ?

அதற்காகப் பொய் சொல்லவும் பிடிக்கவில்லை.

'தாத்தா சுவாமிக்குக் கதை சொல்லப் போயிருக்கிறாரடா கண்ணு. சுவாமிக்குத் தாத்தாவுடைய கதையெல்லாம் ரொம்பப் பிடிச்சுப் போச்சு. அவர் தாத்தாவைப் போகவே விடமாட்டேன் என்கிறார்' என்று பத்மா சொல்லி வைத்தாள். பக்கத்திலிருந்த கார்த்திக், 'ஆமாம்' என்பது போலத் தலையாட்டி வைத்தான். சுவாமி உண்டா என்ற உண்மையை, குழந்தை பிறகு தானாகத் தெரிந்துகொள்ளட்டும்.

'சுவாமி எங்கேயிருக்கிறார்?'

'மேலே வானத்திலே இருக்கிறார்.'

குழந்தை ஜன்னலருகில் சென்று வானத்தை நிமிர்ந்து பார்த்தான். பிறகு அப்பாவிடம் திரும்பி வந்து, 'நானும் சுவாமி கிட்டே போகட்டுமா அப்பா?' என்றான்.

அப்பா இதைக் கேட்டு ஏன் அப்படித் திடுக்கிட வேண்டும், அம்மா வருத்தமாகத் தன்னை ஏன் அணைத்துக்கொள்ள வேண்டும் என்று குழந்தைக்குப் புரியவில்லை.

'சுவாமிகிட்டே எல்லோரும் போக முடியாதுடா கண்ணு' என்றாள் பத்மா.

'ஏம்மா?'

'சுவாமியே கூப்பிடுவார்... அவாதான் போகலாம்.'

'தாத்தாவைக் கூப்பிட்டாரா சுவாமி?'

'ஆமாம்.'

'என்னைக் கூப்பிட மாட்டாரா?'

மறுபடி அம்மா அழுகிறாள். ரவிக்கு ஒன்றும் புரியவில்லை.

ஆனால் அவனுக்குத் தாத்தா வேண்டும். நிச்சயமாக, உடனடியாக வேண்டும். இந்தக் கோரிக்கையை அவன் அடிக்கடி, ஏன், தினந்தோறும் எழுப்பியவாறிருந்தான். இதிலிருந்து அவனை யாராலும் திசை திருப்ப முடியவில்லை.

தினசரி பிடிவாதமும் அழுகையும். சரியான சாப்பாடு இல்லை, தூக்கமில்லை.

கார்த்திக் மகனைப் பற்றிக் கவலைப்படத் தொடங்கினான்.

தாத்தா இனி திரும்பி வருவது இயலாது, குழந்தையோ தாத்தாவுக்காக மிகவும் ஏங்குகிறான்.

எனவே, ஒரு புதிய தாத்தாவை உருவாக்கியாக வேண்டும்.

குழந்தையின் உலகில் ஏற்பட்டிருந்த சூன்யத்தை நிரப்புவதில் கார்த்திக் தீவிரமாக ஈடுபட்டான். தன் அப்பாவின் இடத்தைத் தானே எடுத்துக்கொள்வதைத் தவிர அவனுக்கு வேறு வழியில்லை.

லைப்ரரியிலிருந்து குழந்தைகளுக்கான கதைகள் அடங்கிய பெரிய புத்தகங்களை எடுத்து வந்து அவற்றைக் கரைத்துக் குடித்தான். அந்தக் கதைகளை ரவிக்குச் சொன்னான்.

ஆனால் ரவிக்குத் திருப்தியில்லை. அவனுக்குத் தாத்தா சொன்ன கதைகள்தான் வேண்டுமாம். சிங்கம் கதை சொல்லு அப்பா என்பான். ஹனுமான் கதை, ராட்சஸன் கதை.

பகாசுரன் கதை. பஸ்மாசுரன் கதை.

கார்த்திக் தன் நினைவுகளைக் குடைந்து, இந்தக் கதைகளை ரவிக்குச் சொல்வதற்குள் திணறிப் போவான். நல்ல வேளையாக, இந்தப் பழங்கதைகளிலும் சில புத்தக ரூபத்தில் வந்திருந்தன. சிலவற்றை தன்னுடைய ஆபீசில் இருந்த சில வயதானவர்களிடம் – அவன் இதுவரை பத்தாம் பசலிகள் என்று ஒதுக்கி வந்தவர்களிடம் –

கேட்டுத் தெரிந்துகொண்டான். பரிச்சயம் ஏற்பட்டு விட்டால் அதை ஓர் எல்லையுடன் வரையறுத்துக் கொள்வது இயலாமல் போகிறது.

இத்தகையவர்கள் தம்பதி சமேதராக அவன் வீட்டுக்கு வந்து போனார்கள். அவன் அவர்கள் வீட்டுக்கு பத்மாவுடன் போய் வந்தான்.

'அப்பா, கார்த்திக் மாமா வந்திருக்கார்' என்று அவன் வரவை இந்த வீடுகளில் குழந்தைகள் அறிவிக்கும்போது அவன் சோகமாகச் சிரித்துக் கொள்வான்.

ஆமாம் – கார்த்திக் மாமா.

பிறகு ஒருநாள் ரவி திடீரென்று தாத்தாவின் பூஜையை நினைத்துக்கொண்டு அழுதான். யாராவது பூஜை செய்ய வேண்டுமாம். அப்போது அவன் மணி அடிப்பான். கற்பூரம் ஒத்திக்கொள்வான், பூ எடுத்துப் போடுவான்.

கார்த்திக்குக்கு வேறு வழியிருக்கவில்லை. அவன் பூஜை செய்ய உட்கார்ந்தான்.

அவனுடைய அப்பா, இத்தகைய ஒரு சந்தர்ப்பத்தை எதிர்பார்த்துத் தானோ என்னவோ, ஒரு நோட்டில் மந்திரங்கள், சுலோகங்கள் ஆகியவற்றைக் குறித்து வைத்திருந்தார்.

பத்மாவின் உதவியுடன் பூஜை நல்லபடியாக முடிந்தது.

இப்போது அவன் தினசரி பூஜை செய்தான். குழந்தைக்குப் புராணக் கதைகள் சொன்னான். ரவியை மடியில் வைத்துக் கொண்டு ரேடியோவில் 'தரன்னன்னோம்' பாட்டுக் கேட்டான். இவற்றில் அவன் மெல்ல மெல்லத் தேர்ச்சி பெற்று வந்தான்.

அவனுடைய எதிர்ப்பினால், தான் தொடங்கிய பிரார்த்தனை, பூஜைகளை இடைக்காலத்தில் நிறுத்தி வைத்திருந்த பத்மா இப்போது மறுபடி அவற்றைத் தொடங்கினாள். அவனுக்கு இது ஆறுதலாகவும் திருப்தியாகவும் இருந்தது.

அவள் மட்டும் பகுத்தறிவுவாதியாக இருந்திருப்பதை அவனால் சகித்துக்கொள்ள முடிந்திருக்காது. அது அவனுடைய மமதைக்கு ஓர் அடியாக இருந்திருக்கும். எப்படி, ஓரிரு வருடங்களுக்கு முன்பு, அவள் பத்தாம்பசலிப் பழக்கங்களை மேற்கொள்ள முயன்றது அவன் மமதையை உறுத்தியதோ, அதேபோல.

ரவிக்கு ஒரே குஷி. இப்போது மறுபடி அவன் மணி அடிக்கிறான். கற்பூரம் ஒத்திக் கொள்கிறான். தன் பிரியமான கதைகளைக் கேட்கிறான்.

கார்த்திக்கின் அம்மாவுக்கும், பிள்ளை 'ஆகி வந்த' பாதையில் திரும்பி விட்டதைப் பற்றிச் சந்தோஷம், பெருமை.

கார்த்திக்குக்கும் வருத்தமாகவோ அதிருப்தியாகவோ இல்லை. அதாவது அவனுக்கு அப்படித்தான் தோன்றியது.

ஆனால் ஒருநாள் சில பழைய புகைப்படங்களைப் பார்த்துக் கொண்டிருந்தபோது திடீரென்று துக்கம் பீறிட்டெழுந்தது. முன்பு அமெரிக்காவில் எடுத்த புகைப்படங்கள் அவை. பில், ஸாம், மார்த்தா, ரூத் ஆகியோருடன் அவன்.

ஒரு புகைப்படத்தில் ரூத்துடன் தனியாக.

அந்தக் கார்த்திக் இப்போது இல்லை. கார்த்திக் மாமாதான் இருக்கிறான்.

கார்த்திக் வெறுத்த எல்லாவற்றுடனும் கார்த்திக் மாமா சமரசம் செய்து கொண்டாகி விட்டது.

மறுநாள் காலை துக்கத்துடனேயே படுக்கையிலிருந்து எழுந்திருந்தான். பல் தேய்த்தான்; காப்பி குடித்தான்; குளித்தான். பூஜையைத் தொடங்கினான்.

இப்போது நான் எதைப் பற்றியும் கேள்வி கேட்பதில்லை என்று அவன் நினைத்தான்.

நான் ஒரு நல்ல இயந்திரமாகி விட்டேன்.

மணி அடிக்கும் நேரம் வந்தது.

ரவியைக் காணவில்லை.

'ரவி!' என்று பத்மா கூப்பிட்டாள். 'டேய் ரவி!'

சற்று நேரங்கழித்து, பத்மா அவனைப் பார்த்துத் திரும்பிக் கூறினாள். 'கூப்பிடறது காதிலே விழாமல் விளையாடறதைப் பாருங்கோ.'

கார்த்திக் ஜன்னல் வழியே பார்த்தான். ரவி, கீழாத்து அம்பி, இன்னும் சில சிறுவர்கள் பந்தை ஒரு மட்டையால் தட்டியவாறு 'பொய் கிரிக்கெட்' ஆடிக் கொண்டிருந்தார்கள்.

பத்மா மறுபடியும் கூப்பிடப் போனாள்.

'வேண்டாம்' என்றான் கார்த்திக். 'அவனைக் கூப்பிடாதே' என்று கீழே வெய்யிலில் விளையாடிக்கொண்டிருந்த தன் மகனைப் பார்த்தவாறு நின்றான்.

ரவிக்கு வேறு ருசிகள் புலப்படத் தொடங்கியிருக்கின்றன. தன் ஆவலையும் திறமைகளையும் தூண்டுகிற, தன்னை ஈடுபடுத்திக்கொள்ள உதவுகிற, வேறு செயல்கள், மார்க்கங்கள்.

தனக்குத்தான் மறுபடி மூன்றரை வயதாகி, தான் கிரிக்கெட் ஆடத் தொடங்குவது போல கார்த்திக்குக்குத் தோன்றியது. உலகத்தைப் புதியதாக உணருவதுபோல, கண்டுபிடிப்பதுபோல...

அவன்தான் கார்த்திக்.

நான் கார்த்திக் மாமா.

'அவன் விளையாடட்டும்' என்று கார்த்திக் மாமா மறுபடி மனையில் வந்து உட்கார்ந்து தானே மணி அடித்துக்கொண்டார்.

பத்மா மாமி அவன் அருகில் வந்து நின்றுகொண்டாள்.

சிரிப்பு

திடீரென்று 'சுஸ்ஸ்' என்ற சத்தம்... பால் பொங்கி வழிகிற வாசனை, கேஸ் வாசனை...

அட ராமா! பாலை கேஸில் வைத்தது மறந்தே விட்டது. பால் விழுந்து கேஸையும் அணைத்து விட்டதா?

கேஸ் வைத்திருந்த மேடைக்கு எதிர்ப் பக்கத்தில்தான் சுவாமிப் படங்கள், சுவரில் இருந்த இறக்கத்தினுள் சார்த்தி வைக்கப்பட்டிருந்தன. இந்தப் படங்களை அவள் சற்று முன் துடைக்கத் தொடங்கினாள். துடைப்புக்கு இடையில் ஏதோ யோசனைகளில் ஆழ்ந்து அந்தச் சமையலறைக்கு வெகு அப்பால் எங்கேயோ சென்றுவிட்டாள்... பால் வடிந்த ஓசையும் வாசனையும்தான் மறுபடி நிகழ்கால ஸ்விட்சைத் தட்டி விட்டன. எழுந்திருக்க வேண்டும், கேஸை அணைக்க வேண்டுமென்ற பரபரப்புக் கிடையில் பால் வழிந்த வாசனை, கேஸ் வாசனை ஆகிய இரண்டின் நூதனமான நெடிக் கலவையில் திளைக்கவும் ஒரு குழந்தைத்தனமான ஆவல், ஏக்கம்... எப்போதுமே, இளம் வயதிலிருந்தே, பால் தீய்ந்த வாசனை அவளுக்கு மிகவும் பிடித்தமான ஒன்று; ஒருமுறை, நினைவு வருகிறது...

படபடவென்று காலடியோசை, ஆமாம், மேல் வீட்டிலிருந்த மீனாட்சி மாமிதான். நேரே கேஸ் அருகே போய் அவசரமாக அதை ஆஃப் செய்தாள்,

மீனாட்சி. 'என்னடி இது, கேஸ் பாட்டுக்கு ஒழுகிண்டிருக்கு. மாடிப்படி வரை நெடியடிக்கிறது. இப்படி அணைக்காமல் உக்காந்திருக்கியே ... நான் ஏதோ வேலையா வெளியிலே கிளம்பிண்டிருந்தேன், என்னடா இப்படி நெடியடிக்கிறதே, பார்ப்போம்னு இங்கே ஒரு நிமிஷம் நுழைந்தேன் ...'

'அணைக்கணும்னுதான் நானும் நினைச்சிண்டே எழுந்திருக்கப் போறவேளை ...'

'எப்போ எழுந்து எப்போ அணைச்சிருப்பியோ! நான் மட்டும் இப்போ வராமலிருந்தேனானால் ...'

'என்ன ஆகியிருக்கும்? அவர் இருக்கிற இடத்துக்கு நானும் போய்ச் சேர்ந்திருப்பேன்.' இப்படிச் சொன்னபோது பங்கஜத்தின் குரலில் சோகம் இல்லை, விரக்திகூட இல்லை. ஓர் அலுப்பு, ஓர் அசிரத்தை ...

'வெள்ளிக்கிழமையும் அதுவுமா எதையாவது உளறிண் டிருக்காதே' என்று மீனாட்சி கடிந்துகொண்டாள். 'காப்பி கலந்து தரட்டுமா?'

'நானே கலந்துக்கறேன்' என்று பங்கஜம் அவசரமாக எழுந்து நின்றுகொண்டாள். 'நீங்களும் கொஞ்சம் சாப்பிடுங்கோ.'

'வேண்டாண்டி ... நான் எங்கேயாவது ரவை கிடைச்சால் வாங்கலாம்னு கிளம்பினேன். வீட்டிலே அவர் பசியோட உக்காந்திருக்கார். பாவம் ... பிரெட் கூட இல்லை, இன்னிக்கு ... சரி, வரட்டுமா? ஜாக்கிரதை, மறுபடி எதையோ நினைச்சுண்டு எதையோ பண்ணி வைக்காதே ...'

மீனாட்சி மாமி போய்விட்டாள். பங்கஜம் மறுபடி சமையல் அறைக்குச் சென்று, இன்ஸ்டன்ட் காப்பித்தூளை வைத்து அவசரமாகக் காப்பி தயாரித்தாள். சமையலறைக்கு வெளியே கிடந்த நாற்காலியில் வந்து உட்கார்ந்து, அதைப் பருகத் தொடங்கினாள். மீனாட்சி மாமி தன்னை கேஸ் ஒழுக்கில் மூச்சுத் திணறிச் சாகாமல் காப்பாற்றிய சங்கதி நாளைக்குள் இந்த காலனி முழுவதும் பரவி விடுமென்று நினைத்துக்கொண்டாள் ...

மீனாட்சி மாமிதான் எத்தனை தடவைகள் தன்னைக் காப்பாற்றி இருக்கிறாள். அன்றொரு நாள் பஸ்ஸில் சக்கரங்களுக் கிடையில் விழுந்து நசுங்காமல் காப்பாற்றினாள். மற்றொரு நாள் கோயில் படிக்கட்டுகளில் உருண்டு விழாமல் காப்பாற்றினாள். இன்னொரு நாள் சாலையோரத்து ஆழமான பள்ளத்தினுள் விழாமல் காப்பாற்றினாள்.

ஆதவன்

உற்சவங்களுக்கோ, பஜனைகளுக்கோ, கதாகாலட்சேபங் களுக்கோ, அபூர்வமாக எப்போதாவது ஏதாவதொரு சினிமாவுக்கோ அவள் செல்வது மீனாட்சி மாமியின் துணையில் தான். துணைகூட இல்லை. பராமரிப்பு. மீனாட்சிமாமி மட்டும் இல்லாமலிருந்தால் தன்னால் இத்தனை இடங்களுக்குப் போய் வந்துகொண்டிருக்க முடியுமா என்ன? தனக்கு எந்த இடத்துக்கு எத்தனாவது நம்பர் பஸ்ஸில் ஏற வேண்டுமென்று தெரியாது. நம்பர் தெரிந்தால்கூட எந்தத் திசையில் போகிற பஸ்ஸில் ஏற வேண்டுமென்று தெரியாது. பஸ்ஸில் டிக்கெட் வாங்கத் தெரியாது. சரியான ஸ்டாப்பில் இறங்கத் தெரியாது. கடைக்குப் போய்ச் சாமான் வாங்கத் தெரியாது. கோயிலுக்கோ வேறு எங்காவதோ போனால் அங்கே கூட்டத்திடையே லாகவமாகப் புகுந்து சௌகரியமான இடம் பார்த்து நிற்கவோ, உட்காரவோ தெரியாது.

தனக்கு எதுவுமே தெரியாது.

மீனாட்சி கெட்டிக்காரி. அவளுக்குத் தெரியாத விஷய மில்லை, முடியாத காரியமில்லை. இந்த தில்லி ஊரையே ஜெயித்துக்கொண்டு வந்து விடுவாள். அவள் அப்படி இருக்கக் கொண்டு தானே, அவளுடைய அகமுடையானை இப்படி வியாதி முடக்கிப் போட்டு விட்டிருந்தபோதிலும் அவர்களுடைய வீட்டில் எதுவும் முடங்காமல் நடக்கிறது! ஐந்து வருடங்களுக்கு முன், மூளையில் ஏதோ நரம்பு பாதிக்கப்பட்டு அவருக்கு – மீனாட்சியின் கணவருக்கு – புத்தி திடீரென்று மங்கிவிட்டதாம். எதுவும் பேசாமல் எங்கேயோ வெறித்துப் பார்த்தபடி அமர்ந்திருப்பார். அப்படியே பேசினாலும் அந்தப் பேச்சில் கோர்வையோ, சந்தர்ப்பப் பொருத்தமோ எதுவும் இருக்காது. குளித்தல், சாப்பிடுதல், தூங்குதல் எல்லாம் பிறர்தான் நினைவு வைத்துக்கொண்டிருந்து அவருக்கு 'கழித்து' விடவேண்டும்; சிறு குழந்தைக்குச் செய்து விடுவதுபோல!

மீனாட்சிக்குச் சாமர்த்தியம் இருக்கிற அளவுக்குப் பொறுமையும் இருக்கிறது. மாங்கல்ய பலமும் இருக்கிறது. பங்கஜத்தின் கணவர், ஒரு நோய் நொடியில்லாமலிருந்தவர், மூன்று வருடங்களுக்கு முன் மாரடைப்பினால் திடீரென்று இறந்துபோய் விட்டார். ஆனால், மீனாட்சியின் கணவர், மூளைக்கோளாறோ என்னவோ, உயிருடனாவது இருக்கிறாரே!

கல்லானாலும் புருஷன்...

சூடான காப்பியை அவள் இன்னொரு வாய் உறிஞ்சினாள். இது நன்றாகத்தான் இருக்கிறது! ஆனால் அவருக்கு –

கருப்பு அம்பா கதை

பங்கஜத்தின் கணவருக்கு – இன்ஸ்டன்ட் காப்பி பிடிக்காது. அவருக்கு டிகாஷன் காப்பிதான் பிடிக்கும். இரண்டு அல்லது மூன்று நாள்களுக்கொரு முறை காப்பிக் கொட்டையை வறுத்து அரைக்கிற ஜோலி ஒன்று உண்டு, அப்போதெல்லாம்.

சாப்பாட்டு ராமர் இல்லை. ஆனால் சாப்பாட்டில் தனித்த, திட்ட வட்டமான, ருசிகள் கொண்டிருந்தவர் அவர் – அவளுடைய கணவர். ஒரு பக்குவம், ஒரு நாசூக்கு வேண்டுகிறவர். வற்றல் குழம்பு சற்றே நீர்க்க ஆகி விட்டாலோ, அதில் புளிப்பு காரத்தைச் சற்று மந்தப்படுத்துகிறாப்போல இருந்தாலோ, விட்டுக்கொள்ள மறுத்துவிடுவார். உருளைக்கிழங்கையும் கத்தரிக்காயையும் மொரமொரப்பாயிருக்கும்படி வாணலியில் வதக்கியெடுத்தால்தான் பிடிக்ககுமே தவிர, வேகவைத்து மொத்து மொத்தென்று களிமண்போலச் செய்து வைத்தால் (இந்த வார்த்தைகளைத்தான் அவர் பயன்படுத்துவார்) பிடிக்காது. அடை, தோசையும் இதேபோல, முறுகலாகத்தான் இருக்க வேண்டும். உப்புமாவில் வெங்காயம் போட்டிருந்தால் அவளுக்குக் குமட்டிக்கொண்டு வரும். ஆனால் அவருக்கு வெங்காயம் போட்டுக் கிண்டினால்தான் பிடிக்கும். சிலவகைக் கறிகளில் பல்லில் நறுக்கென்று கடிபடும் விதமாகச் சேர்க்கப்படும் வறுத்த உளுந்தம் பருப்பும், சாம்பாரில் மோருஞ் சாதத்துக்கேற்ற சுவையான வண்டலை உருவாக்கும் முழுசான துவரம் பருப்பும், பாயசத்தில் முந்திரிப் பருப்பும் அவளுக்குச் சிறு வயதிலிருந்தே பிரியமானவை. அவருக்கு இதொன்றும் பிடிக்காது. கறி எத்தகைய குறுக்கீடும் இல்லாத வெறும் கறிகாயாக இருக்க வேண்டும். சாம்பார் என்பது எப்போதும் 'அரைச்ச' குழம்பு, 'தான்' இல்லாவிட்டால் கூடப் பாதகமில்லை, பாயசம் என்பது கோதுமைக் கூழ்போல மிருதுவாக, சாதப் பருக்கைகள்கூட இடறாததாக இருக்க வேண்டும். அவளுடைய வீட்டில் பாகற்காய் பிட்ளையில் கொஞ்சம் வெல்லம் சேர்ப்பதுண்டு. கத்தரிக்காய் பிட்ளையில் இஞ்சி சேர்ப்பதுண்டு. இவர்களுடைய வீட்டில் இதெல்லாம் கூடாது என்றார்கள். பாலக்காடைப் பூர்வீகமாகக் கொண்ட அவளுடைய வீட்டில் ஓலன், எரிசேரி போலச் சில ஐட்டம்கள் அடிக்கடித் தயாரிப்பதுண்டு. ஆனால் மெட்ராஸ்காரர்களான இவருடைய குடும்பத்தினருக்கு இதிலெல்லாம் விசேஷ நாட்டமில்லை...

கல்யாணமான புதிதில் சில நாள்களுக்கு, அவர்களுக்குப் பிடிக்காவிட்டால்கூடப் பரவாயில்லையென்று, தனக்குப் பிடித்தவிதமாக ஓரிரு ஐட்டம்களை அவ்வப்போது தனக்காக வேண்டி அவள் தயாரித்து வந்தாள். ஆனால் நாளாவட்டத்தில்

குழந்தைகள் வந்து வேலைகளும் பெருகிப் போனபோது, இதெல்லாம் முடியாமல் போயிற்று. அவளுடைய ருசியென்று தனியாக எதுவும் இருப்பதாகவே, ஒரு கட்டத்துக்கு மேல், உணர்ச்சியில்லாமல் போயிற்று ...

கடைசி வாய்க் காப்பியையும் குடித்தாள். 'என்ன குறைச்சல்? நன்றாய்த்தானே இருக்கிறது?' – என்று மறுபடி நினைத்தவாறு, காலித் தம்ளருடன் எழுந்தாள். சமையலறைக்குச் சென்று தம்ளரைக் கழுவத் தொடங்கினாள்.

தம்ளரைக் கழுவிக் குழாயை மூடுகிற சமயத்தில் வாசலில் மணியடித்தது. ஈரக் கையைப் புடைவைத் தலைப்பில் துடைத்த வாறே வாசலுக்குச் சென்று கதவைத் திறந்தாள். கீழ்வீட்டுப் பையன் ரமேஷ் கையில் ஒரு கடிதத்துடன் நின்றிருந்தான். 'மாமி! உங்காத்துக்கு ஒரு போஸ்ட் கீழே கிடந்தது' என்று அவளிடம் கொடுத்தான். 'தாங்க்ஸ்' என்று அவள், அவன் கன்னத்தில் செல்லமாகத் தட்டி, கடிதத்தை வாங்கிக்கொண்டாள். ரமேஷைப் பார்க்கும்போதெல்லாம் அவளுடைய பேரன் குமார்தான் அவளுக்கு நினைவு வருவான்.

குமாரின் அம்மாதான் எழுதியிருந்தாள். பொடிப்பொடியான கையெழுத்து, செட்டான அவளுடைய சுபாவத்துக்கேற்றாற் போல. இதை மூக்குக்கண்ணாடியில்லாமல் படிக்க முடியாது. மறுபடி சமையலறைக்குப் போய், சுவாமிப் படங்களுக்கருகில் இருந்த மூக்குக் கண்ணாடியை எடுத்துப் போட்டுக் கொண்டாள். அங்கேயே தரையில் உட்கார்ந்து பெண்ணின் கடிதத்தைப் படிக்கத் தொடங்கினாள்.

அன்புள்ள அம்மாவுக்கு, ராதுவின் அன்பு கலந்த நமஸ்காரங்கள். (முந்தியெல்லாம் நமஸ்காரம்னு மட்டுந்தான் எழுதுவா. இப்ப என்னமோ 'அன்பு கலந்த நமஸ்காரம்'னு புதுசா ஒண்ணு. ஆம்படையானுக்கு அப்படி எழுதிப் பழகி அதையே தட்டுக் கெட்டுப்போய் எல்லோருக்கும் எழுதறா போலிருக்கு) இங்கு நாங்கள் யாவரும் சௌக்கியம். அங்கு நீ சௌக்கியமென்று நம்புகிறேன். (சௌக்கியத்துக்கென்ன குறைச்சல் எனக்கு, உன்னைப் போல விஜாரிக்கக் கடமைப்பட்டவா இப்படி விசாரிச்சிண்டிருக்கிறபோது?) எனக்கு எப்போதும் உன் நினைவுதான். அதுவும் பண்டிகை தினங்கள் வரபோதெல்லாம் அப்படியே நம்மாத்து அடுக்களை, சுவாமிப் படங்கள் இதெல்லாம்தான் ஞாபகத்திலே சங்குச் சக்கரம் மாதிரிச் சுத்திச் சுத்தி வரது. அந்தத் தினங்களோட கெடுபிடி, களேபரம், உன் பொறுமை, எல்லாம் ஞாபகத்திலே வரது. (ஆமாம், ஏகப்பட்ட

ஐட்டம்களை இழுத்துப் போட்டுண்டு அடுப்பங்கரைப் பிசாசா இருந்த அம்மாவுடைய பைத்தியக்காரத்தனம் ஞாபகம் வரதுன்னு சொல்லிட்டுப் போயேன். பண்டிகை தினங்களிலே இந்தப் பிசாசு கூட இருந்ததுன்னா வாக்காயிருக்குமேன்னு தோணறது; வேறென்ன?) இவருக்கு இப்பல்லாம் ஆபீசிலே வேலை ரொம்ப அதிகமாயிருக்கு. ராத்திரி எட்டு எட்டரை ஆயிடறது வரதுக்கு. (அடேயப்பா! என்ன ஒரு அதிசய ஆத்துக்காரர்! லோகத்திலே யாரும் பண்ணாத ஒரு வேலையைப் பண்ணுகிற அபூர்வப் பிறவி.) குமார் சமர்த்தாகப் பள்ளிக்கூடம் போயிட்டு வரான். அவன் பாட்டியைப் பற்றிக் கேட்காத நாளில்லை. பாட்டி எப்ப வருவா, பாட்டி எப்ப வருவா என்று ஓயாமல் நச்சரிக்கிறான். நீ வந்தால் உன்னிடம் காட்ட வேண்டுமென்று ஒரு தகர டப்பாவில் என்னவெல்லாமோ சேர்த்துச் சேர்த்து வைத்திருக்கிறான். எங்களிடம்கூட அதையெல்லாம் காட்ட மாட்டானாம். (பாவம், அந்தப் பிள்ளைக்கு அப்படியொரு உயிர், என்மேலே) அடுத்த மாசம் அவனுக்குப் பிறந்த நாள் வருகிறதென்பது உனக்குத் தெரியும். அந்தச் சமயத்தில் நீ இங்கே இருந்தாயானால் எங்களுக் கெல்லாம் ரொம்ப சந்தோஷமாயிருக்கும். நீ கண்டிப்பாக இங்கே வந்து ஒரு நாலு மாசமாவது இருக்க வேண்டும். (ஏன்! உன் சமையல் உனக்கும் உங்க ஆத்துக்காரருக்கும் அலுத்துப் போச்சா?) குமாரைப் போல நானும் ஏதேதோ சேர்த்து வச்சிருக்கேன், உன்னிடம் பேசணுமென்று, ஆசைதீர உன்னிடம் பேசித் தீர்க்கணும். எனக்கு மட்டும் றெக்கை இருந்துன்னா பறந்து வந்து உன் கழுத்தைக் கட்டிண்டுடுவேன். எனக்கு நீ அம்மா மட்டுமில்லை. டியர் ஃபிரண்டு, என் ஒரே ஃபிரண்டு – இப்படிக்கு உன் ப்ரிய ராதிகா.

பி.கு.: நீ எப்போது கிளம்புவாய் என்பதை முன்கூட்டி எழுதவும். என் நாத்தனாருக்கு அங்கிருந்த சில சாமான்கள் வேணுமாம். அதை நீ அங்கிருந்து வரும்போது உன்னோடு கொண்டு வந்துவிடலாம். அங்கே 237–ம் நம்பர் வீட்டு மாமி, 58–ம் நம்பர் வீட்டு மாமி, எல்லோரையும் நான் விசாரித்ததாகச் சொல்லவும்.

பங்கஜம் கடிதத்தை இன்னும் நாலைந்து தடவை படித்தாள். அப்படி ஒவ்வொரு தடவை படிக்கும்போதும் தன் வழக்கம் போல ஒவ்வொரு வரிக்கும் புதுப்புது வியாக்கியானங் களும் விமரிசனங்களும் செய்துகொண்டே படித்தாள். எல்லாவற்றையும்விட, பின்குறிப்பைப் படிக்கும் போதுதான் அவளுக்கு எரிச்சல் பீறிட்டுக்கொண்டு வந்தது. ஆமாம்! இவளுடைய நாத்தனாருக்குச் சாமான் வாங்கிக்கொண்டு

போக என்னைவிட்டால் வேறு ஆளே கிடைக்கவில்லை. இவளுடைய மச்சினர்கள் சதா பம்பாய், கல்கத்தா, ஹைதராபாத் என்று பிளேனில் பறந்தவாறு இருக்கிறார்களே, அவர்கள் வாங்கிக்கொண்டு போகக் கூடாதா இந்தச் சாமான்களை, தங்கள் அருமை அக்காவுக்கு? அநேகமாக அவர்கள் கவுரவமாக பிளேனில் கொண்டு போக முடியாத தட்டுமுட்டுச் சாமான்களாயிருக்கும், அல்லது அவர்களுடைய 'மேலான' ஜோலிகளுக்கு நடுவே நேரம் எடுத்துக்கொண்டு சுலபமாகப் போய் வாங்கக்கூடிய இடத்தில் கிடைக்காததாக இருக்கும். அவளுடைய அம்மா ஜோலியில்லாமல் இருக்கிறவள், சாதாரணப்பட்டவள். அவளை எங்கே வேண்டுமானாலும் அலைய வைக்கலாம். என்ன வேண்டுமானாலும் வாங்கிவரச் சொல்லலாம். இந்த லட்சணத்தில் நான் இவள் ஃபிரண்டாம், எனக்கு இவளுடைய அன்பு கலந்த நமஸ்காரமாம்! என்ன வேண்டிக் கிடக்கிறது?

குளிக்கும்போது, சென்ற தடவை பெண் வீட்டில் இருந்ததெல்லாம் பளிச் பளிச்சென்று ஞாபகம் வந்தது. அதுவும் சுருக்கென்று தைத்த அந்தச் சம்பவம்... சமையலறையில் புழுக்கமாக இருக்கிறதென்று ஃபேன் காற்றுக்காக வேண்டி சமையல் அறையை அடுத்திருந்த விசாலமான முன் அறையின் ஒரு ஓரத்தில் தரையில் உட்கார்ந்து சாப்பிட்டுக் கொண்டிருந்தார்கள், அம்மாவும் பெண்ணும், ஒரு விடுமுறை நாளில். வேலைக்காரி வந்து காத்துக்கொண்டிருந்ததால் பெண் முதலிலேயே சாப்பிட்டு எழுந்துகொண்டாள். பங்கஜம் மோர் விட்டுக் கொள்ளப் போகிற வேளை. அப்போது திடீரென்று வாசலில் சத்தம், மாப்பிள்ளை வந்து விட்டார். பெண் பரபரவென்று அம்மாவிடம் வந்து சொல்கிறாள், 'அம்மா அம்மா, அடுக்களைக்குப் போய்ச் சாப்பிடும்மா, அவர் வந்துவிட்டார்' என்று. விரட்டாத குறை தான் – பாதிச் சாப்பாட்டில் அந்நியர்களைக் கூட எழுப்பியடிக்கத் தயங்குவோமே, பெத்த அம்மாவை எழுப்ப இவளுக்கு எப்படி மனசு வந்தது? ஆனால் அம்மா அந்நியளாக இல்லாதிருப்பதால் தானே அவளிடம் ஐபர்தஸ்து! அம்மாவிடம் நல்ல பெயர் வாங்கிக்கொள்ள வேண்டிய நிர்ப்பந்தமொன்றும் கிடையாதே! வேலைக்காரியைவிட மோசமாக உணர்ந்தவாறு, பங்கஜம் அடுக்களையில் அமர்ந்து சாப்பிட்டு முடித்தாள் அன்று. மாமியார் முன் அறையில் உட்கார்ந்து மோருஞ்சாதம் சாப்பிட்டால் மாப்பிள்ளைக்கு என்ன கேடு வந்துவிடுமோ, தெரியவில்லை. எல்லாம் இவளுடைய பதிபக்தியை நிரூபிக்க இவளாகக் கிளப்பி விட்டுக் கொள்கிறது. வேறென்ன, அதுக்கு நான் ஒரு சப்பாணி. பதி மேலே நிஜமாகவே பக்தியிருக்கிறவா இப்படியெல்லாம் மாய்மாலம் செய்ய மாட்டா. இப்படிப்பட்ட மாய்மாலங்களை

எதிர்பார்க்கிற ஒரு பதி, பக்திக்கு யோக்கியதையுள்ளவனும் இல்லை...

புடைவை உடுத்திக்கொண்டு லலிதா சகஸ்ரநாமம் படிக்க உட்காரும்போது மறுபடி மீனாட்சி வந்தாள். மத்தியானம் 76–ம் நம்பரில் பஜனை இருப்பது நினைவிருக்கிறதல்லவா என்று கேட்டாள்.

'ஓ!' என்றாள் பங்கஜம். 'இரண்டுமணிக்குத்தானே?'

'ஆமாம்' என்றாள் மீனாட்சி. 'சரி, அப்ப நான் வரட்டுமா? இதை ஒருவேளை மறந்து போயிருந்தாயானால் நினைவு படுத்தலாம்னுதான் வந்தேன்.'

மீனாட்சி போய்விட்டாள் நிஜமாகவே பஜனையை நினைவு படுத்தத்தான் வந்தாளா, அல்லது மறுபடி தான் ஏதாவது விபத்தில் சிக்கிவிடவில்லையே என்று பார்க்க வந்தாளா? பங்கஜத்துக்குத் திடீரென்று ஓர் எரிச்சல் ஏற்பட்டது. இவளென்ன, என்னுடைய ஆயா என்று நினைத்துக்கொண்டிருக்கிறாளா? நான் என்னவோ, என்னைப் பார்த்துக்கொள்ளத் தெரியாத ஒரு சின்னப் பெண் மாதிரி!... கூடவே அவளில் ஒரு பகுதி இந்த எரிச்சலை விமரிசிக்கவும் செய்தது. பாவம் உன் மேல் சிரத்தையுள்ளவளாயிருக்கக் கொண்டுதானே இப்படிக் கவலையும் சிரமமும் படுகிறாள், என்று இடித்துக் காட்டியது.

லலிதா சகஸ்ரநாமத்தை வாய் பாட்டில் முணுமுணுத்துக் கொண்டிருக்க, மனம் எங்கெங்கோ பாய்கிறது. ஏதேதோ துவேஷ உணர்வுகளில் சிக்கி அல்லாடுகிறது. கோபம், வெறுப்பு, எரிச்சல்.. பெண்மேல் எரிச்சல். மீனாட்சி மாமிமேல் எரிச்சல்... சுயநலப் பேய்கள் எல்லோரும், என் மேலே இவாளுக்கு எவ்விதமான பிரியமோ சிரத்தையோ அறவே கிடையாது. அவாவா காரியம் கழியணும், வேறென்ன? பெண்ணுக்கு, தன் பாரத்தை வாங்கிச் சுமக்கவும் தன் புக்கக வாழ்க்கையின் விமரிசையைப் பாத்து மலைச்சுப் போகவும் ஒரு இளிச்சவாய் வேணும்!... மீனாட்சிக்கு, தான் போகிற இடத்துக்கெல்லாம் வால் போலக் கூடவே போயிண்டு, தான் சொல்றதுக்கெல்லாம் தலையாட்டுகிற ஒரு மண்டையாட்டிப் பொம்மை வேணும்!... ஈசுவரா, இவாளை மன்னிச்சுடு. இவா மேலே இப்படி எரிச்சல் படற என்னையும் மன்னிச்சிடு. நான் இப்படியெல்லாம் யார் மேலயும் எரிச்சல்படக் கூடாதுதான். அது ரொம்பத் தப்புதான். என் கோபத்தையெல்லாம் நீ வாங்கிண்டுடுன்னுதான் நான் உன்கிட்டே முட்டிக்கிறேன், என்னைப் போல இருக்கிறவா கோபப்படக் கூடாது, பொறுமையைத்தான் நிறைய

வளர்த்துக்கணும். ஆனா என்னைப் போல வக்கத்தவளுக்குத்தானே கோபம் பீறிட்டுண்டு வரது, என்ன செய்ய? . . .

மத்தியானம் பஜனையிலாவது மனச்சாந்தி கிடைக்குமென்று நினைத்தாள். அங்கே போய் உட்கார்ந்தவுடன் அச்சாந்தி கிடைக்கப் போகிறதென்றுதான் தோன்றியது. மனம் நிர்மலமா யிருந்தது. யாரோ பெங்களூரிலிருந்து வந்திருந்த ஒரு மாமிதான் பிரதானமாகப் பாடினாள். அவளுடைய பத்ததி, அடிக்க வருகிறாற்போல இல்லாமல் சன்னமாக அடங்கி ஒலித்த சாரீரம், எல்லாமே மனத்துக்கு மிருதுவாகவும் பாந்தமாகவும் இருந்தன. பஜனைக்குக் கிளம்புவதற்கு முன்தான் பங்கஜம் கொஞ்ச நேரம் தூங்கி விழித்திருந்தாள். மனத்தில் ஒரு குருட்டுத் திருப்தியும் சௌஜன்ய பாவமும் நிறைந்திருந்தன. அந்தப் பாட்டுப் பாடிய மாமி அங்கே உட்கார்ந்திருந்த மற்ற மாமிகள், எல்லோரையும் ஒவ்வொருவராக இறுக அணைத்துக் கொள்ளலாம் போல உள்ளத்திலே எல்லையற்ற ஒரு கருணைப் பெருக்கு. ஆனால் இந்த மனநிலை நீடிக்கவில்லை. எந்த வீட்டில் பஜனை நடந்ததோ அந்த வீட்டுக்கார மாட்டுப்பெண் டீ கலந்துகொண்டு வந்து அங்கிருந்த ஒவ்வொருவருக்கும் கொடுத்தாள். அந்தப் பெண் தலை மறைந்ததும் பங்கஜத்தின் அருகிலிருந்த இரு மாமிகள் அந்த வீட்டு மாமிக்கு இத்தனை பதவிசான ஒரு மாட்டுப்பெண் கிடைத்த அதிர்ஷ்டத்தைப் பற்றிப் பேசிக்கொண்டார்கள். அவ்வளவுதான்! பங்கஜத்துக்கு உடனே தவிர்க்க முடியாமல் தன்னுடைய மாட்டுப்பெண் நினைவு வந்தது. கூடவே, மனத்தில் குப்பென்று எரிச்சல் மண்டியது. தன் மாட்டுப்பெண்ணின்பால் எரிச்சல்.

பங்கஜத்தின் மாட்டுப்பெண்ணுக்கு டீ போடுவதெல்லாம் வெறும் சுண்டைக்காய். வீட்டுக்கு வரும் தன் கணவனின் நண்பர் களுக்கு அவள் விஸ்கி ஊற்றிக் கொடுப்பாள். சமயத்தில் தானும் அவர்களுடன் அமர்ந்து அதைக் குடிப்பாள். தனக்குத்தான் இங்கிலீஷ் தெரியுமென்பது போல தாட்பூட்டென்று ஆண்களுக்குச் சரியாக இங்கிலீஷில் பொரிந்து கொட்டுவாள். சரியாகத்தான் பேசுகிறாளோ அல்லது தப்பும் தவறுமாக உளறிக் கொட்டுகிறாளோ, யார் கண்டது? நடுநடுவே வெங்கலப்பானை விழுந்து உருளுகிற மாதிரி அட்டகாசச் சிரிப்பு வேற, அசிங்கமா. பொம்மனாட்டிகள் நாலு ஆண்களுக்கு நடுவிலே உட்கார்ந்து இப்படிச் சிரிப்பதைப் பங்கஜம் தன் பிறந்த வீட்டிலும் பார்த்ததில்லை. புக்ககத்திலும் பார்த்ததில்லை. வழக்கங்கள் அப்படி வேகமாக மாறிண்டிருக்கு. என்ன செய்ய! தப்பெல்லாம் சரியாயிடுத்து, சரியெல்லாம் தப்பாயிடுத்து. பங்கஜத்தைப்

போல இருக்கிறவா இதைப் பற்றியெல்லாம் ஏதாவது சொல்லப் போனால் பைத்தியக்காரப் பட்டம்தான் கட்டிக் கொள்ளணும் அல்லது மடிசஞ்சிப் பட்டம்.

...சரி, பேசட்டும், சிரிக்கட்டும், வேண்டாங்கல்லே, ஆனா இவளும் கள்ளு குடிக்காம இருக்கலாமோல்லியோ? கள்ளு குடிக்கிறதுதான் நாகரிகமா? அதுதான் பெரிய முன்னேற்றமா? அந்தக் காலத்திலே ஆம்படையான் கள்ளு குடிச்சுட்டு வந்தா நாங்க அவன் காலிலே விழுந்து கண்ணீர் விடுவோம். இவ சிரிச்சுண்டு கூடக் குடிக்கிறா... இதனாலே, தான் என்னவோ ஒசத்தியான பொம்மனாட்டியாயிடறதா நினைச்சுக்கறா... இதுவும், மீனாட்சி சொல்றாப்பலே, 'புருஷன் தர்மமே என் தர்மம்'னு சரணாகதியடையற அடிமைத்தனந்தானே, ஒரு விதத்திலே? குடிக்கிறவனைக் குடிக்காதேன்னு சொல்லட்டும் குடிக்காத புருஷன் கண்ணெதிரிலே இவ உட்காந்து குடிக்கட்டும். அப்ப இவாளை முன்னேறிட்டதா ஒத்துக்கலாம். புருஷன் செய்யறது ஒவ்வொண்ணும் சரின்னு சுயபுத்தி இல்லாமே அவன் காலிலே போய் விழறவாளைத் தொப்புளுக்குக் கீழே புடைவை கட்டிண்டாப்லே முன்னேறிட்டதாகச் சொல்ல முடியுமா என்ன? அறிவு கெட்ட ஜன்மங்கள்! என்ன கிரகசாரத்தையெல்லாம் பார்த்துண்டு உசிரோடு இருக்க வேண்டியிருக்கு எனக்கு. அவளுக்குத்தான் புத்தி கெட்டுப் போச்சுன்னா இவனாவது நல்லதைச் சொல்லிக் கொடுக்கப்படாதா, என்ன? இவனுடைய அப்பா இப்படித்தான் வரவாளுக்கெல்லாம் கள்ளையும் பெண்டாட்டியுடைய சிரிப்பையும் கொடுத்து முன்னுக்கு வந்தாரா, என்ன? இவாளெல்லாம் படிச்சவாளாம்! அவர் டிகிரியெல்லாம் வாங்கினவரில்லை. வெறும் எஸ்.எஸ்.எல்.சி தான். ஆனாலும் ஆபீசிலேயும் வெளியிலேயும் எல்லோரும் அவர் மேலே அவருடைய அறிவுக்காக வைத்திருந்த மதிப்பும் மரியாதையும்! எம்.ஏ., பிஎச்.டி.க்காரனெல்லாம் அவரிடம் வந்து சந்தேகம் கேட்டுண்டு போவான். லீவு நாளில்கூடச் சில சமயம் யாராவது தேடிண்டு வந்திடுவா. அப்பேர்ப்பட்ட ஒரு அப்பாவுக்கு, புத்தியை மாத்திரம் கொண்டு மதிப்புப் பெற வக்கில்லாமல் கள்ளைச் சாட்சிக்குக் கூப்பிடற ஒரு விவஸ்தை இல்லாத பிள்ளை, இந்தச் சாட்சியத்திலே பூரிச்சுப் போற ஒரு வெக்கங்கெட்ட மாட்டுப்பெண்!...

தன் பெண்ணின் பதி பக்தியை விடவும் மாட்டுப்பெண்ணின் பதி பக்திதான் இன்னும் மோசமானதாகப் பங்கஜத்துக்குத் தோன்றியது. மிக அதிகமாக அவளை ஆத்திரங்கொள்ளச் செய்தது. ஏனென்றால் இவளுடையதில் பழைய பாணி பக்தியிலிருந்து

முரண்படுவதுபோல ஒரு தளுக்கு – புருஷன் தோள்மேல் பிரியமாக வும், சரிசமமாகவும் கை போட்டு அணைத்துக்கொள்வது போன்ற ஒரு பாசாங்கு – கலந்திருந்தது. அவனும் இந்தப் பாசாங்கை நம்புகிறான், முட்டாள். அம்மாகிட்டேயிருந்து பிள்ளையைப் பிரிக்கிற ஒரு கெட்டிக்காரத்தனம் இது, வேறென்ன? காப்பி போட்டுக் கொடுப்பதிலும் மோர்க் குழம்பு வைப்பதிலும் வேண்டுமானால் மாமியார் தன்னுடன் போட்டி போட வரலாம். ஆனால் கள் குடிப்பதிலும் இன்னொன்றிலும் வரமுடியாதே என்றுணர்ந்து, இவற்றைத் தன் கணவனுடன் தன்னை ஒட்ட வைத்துக்கொள்கிற பிசினாகப் பயன்படுத்துகிற அசட்டுக் கெட்டிக்காரத்தனம்? கடைசியிலே இவள் மண்ணை அள்ளிப் போட்டுக்கொள்வது தன் தலையிலேதான் என்பது இவளுக்கு இப்பத் தெரியாது. வயசு காலத்தில்தான் தெரியும். இவளுக்குன்னு ஒரு தனி ருசி, ஒரு தனி பாவனையெல்லாம் வச்சுண்டு இந்த ஒரு பிரத்தியேகத்தனத்தை அவன் கௌரவிக்கும்படிப் பண்ணி, அந்த கௌரவத்திலே அன்பு துளிர்க்கும்படிச் செய்வதிலே இல்லையோ இருக்கு சாமர்த்தியம்!

'ஆனா, இப்படி இவாளைக் குத்தம் சொல்கிறேனே தவிர, நான் மட்டும் எப்படி இருந்தேன்? தனிச்சு நிக்கற திடமும் பலமும் எனக்கு மட்டும் இருந்துதா? நானும் என்னுடைய ருசியையெல்லாம் அவருடையதிலே போய்க் கரைச்சு, கடைசிலே எனக்குன்னு தனியா எதுவுமில்லாமே அழிஞ்சுதானே போனேன்? எங்காத்திலே தேவாரமும் திருவருட்பாவுந்தான் ரொம்ப விசேஷம். கார்த்தாலேயும் சாயங்காலமும் இந்தப் பாட்டுகளைத் தான் சாமிக்குப் பாடுவோம். ஆனா இவாத்திலே இவ அம்மா ஒரு அம்பாள் பக்தை . . . லலிதா சகஸ்ரநாமம், சியாமளா தண்டகம் இதெல்லாந்தான் பெண்களுக்கு விசேஷம்னு சொல்லி அதையெல்லாம் எனக்குப் படிப்பிச்சுக் கொடுத்ததோடு நிக்காமே தினம் அவகூட நானும் உக்காந்து அதையெல்லாம் சொல்லணும்னு நிர்ப்பந்தப்படுத்தினா . . . தன்னுடைய ஒரு பிரதிபலிப்பாகவே தன் மாட்டுப் பெண்ணையும் உருவாக்கணும்னு அவளுக்கு ஒரு ஆவேசம். அந்த ஆவேசத்துக்கு ஈடு கொடுக்கிறதிலே என் நேரத்திலே பாதிப் போயிடும். அப்புறம் மிச்சமிருக்கிற நேரத்திலே நான் அருட்பா சொல்றதா, அடுப்பைப் கவனிக்கிறதா, ஆத்துக் காரரைக் கவனிக்கிறதா? அருட்பாவெல்லாம், சொல்லாமே இருந்து இருந்து, இருந்து, கொஞ்ச நாளிலே மறந்தே போயிடுத்து.

வேறே எதுதான் மறந்து போகல்லே? சிரிக்கக்கூட மறந்து போச்சு. எங்காத்திலே எல்லோரும் ஒருத்தரையொருத்தர் கலாட்டா பண்ணிண்டு சிரிச்சுப் பேசிண்டிருப்போம்.

ஏதாவது கோபதாபங்கள் ஏற்பட்டால் அதை அப்பப்போ கொட்டித் தீர்த்துடுவோம். ஆனா இவாத்து மனுஷாளுக்கு ஒருத்தரோடொருத்தர் அதிகமாப் பேசாமே கொள்ளாமே உர்ருனு இருக்கிற சுபாவம். ஏதாவது கோபங்கள் உண்டாச்சுன்னாலும் அதை மனசுக்குள்ளேயே வச்சுண்டு மறுகிப் போவாளே தவிர வாயைத் திறந்து எதுவும் சொல்ல மாட்டா. கடைசியிலே இந்த வாயைத் திறக்காத முசுட்டுத்தனம் என்னையும் பிடிச்சுண்டது. நானும் ஒரு உம்மணாமூஞ்சியாப் போனேன். சிரிக்கத் தெரியாதவளாப் போனேன். ஒரு தடவை, நன்னா ஞாபகமிருக்கு. ராதிகாவோட அப்பா தம்ளரோ ஏதோ எடுக்கணும்னு அடுக்களைக்கு வந்தவர், அங்கே கீழே கொட்டியிருந்த கஞ்சியிலே காலை வைச்சு அப்படியே சரக்குன்னு வழுக்கி, பக்கத்திலே நியூஸ் பேப்பரிலே அரிசி மா பரத்தி வச்சிருந்தது. அது மேலே தொபீல்னு விழுந்தார். தலைமயிர், மூஞ்சியெல்லாம் ஒரே மா. அவருடைய அந்தக் கோலத்தைப் பார்த்து இவ அம்மா என்னோட மாமியார் அவளுக்குக்கூடச் சிரிப்பு வந்திடுத்து. கெக்கெக்கேன்னு (சிரிப்பா, குலைப்பான்னு தெரியாத ஒரு சத்தம் அது) சிரிச்சா.

ஆனா, நான் சிரிக்கல்லே, எனக்குச் சிரிப்பு வரல்லே – ராதிகாவுக்கு அப்ப மூணு நாலு வயசுதான் ஆகியிருக்கும். அப்பவே என் சிரிப்பு உறைஞ்சு போயிட்டதா என்ன? அவர் மூஞ்சியைப் பாக்கத் தைரியம் வராமே, அவரை அந்த நிலையிலே நான் பாக்கறதுகூட அவருக்குப் பிடிக்குமோ பிடிக்காதோங்கற பயத்திலே, அவருடைய உதவிக்குப் போனா அது மாமியாருக்கு மட்டுமில்லை, அவருக்கே அனாவசியமான அதிகப்பிரசங்கித்தனமாப் படுமோ என்கிற எச்சரிக்கையோட, பருப்பைக் களைஞ்சு முடிச்சிருந்தவ மறுபடி ஒரு தடவை அதைக் களையற மாதிரி பாசாங்கு பண்ணிண்டிருந்தேன். அவர் எழுந்திருந்து போற வரைக்கும்... நினைச்சுப் பார்த்தா ஆச்சரியமாத்தானிருக்கு. நான் ஒருவேளை அன்னிக்கு அவரைப் பிடிச்சுத் தூக்கப் போறதா ஒரு பாவனையாவது பண்ணியிருக்கலாமோ? ‘அடிபடலையே'ன்னு ராத்திரி தனியா இருக்கிறபோது தயங்கித் தயங்கிக் கேட்டதுக்குப் பதிலா அப்பவே, அந்த நிமிஷமே, அவரை விஜாரிச்சிருக்கலாமோ? எல்லாமே என்னுடைய தப்புத்தானோன்னு ஒரு சமயத்திலே தோணறது. அவாகிட்டே ஒரு சகஜ பாவத்தை உருவாக்கிக்க முடியாமே என்னை அவாளெல்லாருந்தான் தடுத்தாளா நிஜமாகவே, அல்லது நானேதான் எனக்கொரு தடுப்புப் போட்டுண்டேனா? சுய புத்தியில்லாமே, உத்தரவுகளுக்குக் கீழ்ப்படியற வெறும்

ஊமைச்சியா, சின்னச் சின்ன முகக் கோணல்கள், சுளிப்புகளுக்குக் கூடப் பயந்துண்டு எல்லோருக்கும் பணிஞ்சு பணிஞ்சு போயிண்டு, எனக்குள்ளே? நான் நினைச்சிருந்தா அவாளுடைய முசுட்டுத்தனத்திலே என் சிரிப்பு அவிஞ்சு போறதுக்குப் பதிலா என்னுடைய சிரிப்பைக் கொண்டு அவாளுடைய முசுட்டுத்தனம், துவேஷம் எல்லாத்தையும் சுட்டுப் பொசுக்கி அவா வீடெல்லாம் ஜகஜ்ஜோதியா சிரிப்பு விளக்குகளாலே நிறைஞ்சு போகும்படி செஞ்சிருக்க முடியாதா? ஆனா . . . என்னத்தைச் சொல்றது! நெருப்பு தண்ணியைவிடச் சக்தியுள்ளது மாதிரித் தோணினாலும், தண்ணிதான் நெருப்பை அவிச்சுடறதே தவிர, நெருப்பாலே தண்ணியைப் பத்த வைக்க முடியறதா என்ன?

‘பாட்டு நன்னாத்தான் இருக்கு, நிஜமாகவே . . . என மனசுதான் அதிலே லயிக்காமே இப்படிச் சுத்திச் சுத்தி வரது . . . இருவருக்குப் பாட்டுன்னா பிடிக்கும். அதுவும் முசிறி. மதுரை மணி மாதிரி மெலிசான, குழைவு அதிகமாயிருக்கிற சாரீரங்கள்னா ரொம்பப் பிரீதி. அப்படியே கேட்டுக் கேட்டு உருகிப் போவார். என் மாமியாருக்குப் பாட்டிலே அப்படியொன்னும் ருசி கிடையாது. ஆனா, நாங்க சேர்ந்தாப்பலே கச்சேரிகளுக்குப் போயிட்டு வரதையும், ரேடியோவிலே கேக்கிறதையும், கேட்ட வித்வான்களுடைய பாணிகளையும், சாரீர சூட்சுமங்களையும் பத்திப் பேசிக்கிறதையும் பார்த்தப்புறம் அவ சும்மாயிருப்பாளா? அவளும் தனக்குப் பாட்டிலே ருசியிருக்கிற மாதிரிக் காட்டிக்க ஆரம்பிச்சா. அவ அப்பாவுக்கும் தாத்தாவுக்கும் பல சங்கீத வித்வான்கள் நெருங்கின சிநேகிதாளாயிருந்தது, அவளுடைய சாரீரம் ரொம்பப் பிரமாதமாயிருப்பதாக அவர்கள் பாராட்டியது, ஆனால் டைஃபாய்டு வந்து குரல் கரகரத்துப் போயிட்டதினாலே அவளுடைய சங்கீதாப்பியாசம் பாதியிலே நின்றுபோனது, இதைப்பத்தியெல்லாம் சொல்லுவாள்.

ஒருத்தருடைய சந்தோஷம் பெரும்பாலும் இன்னொருத்தருடைய துக்கமாப் போயிடறதுதான் ஆச்சரியம். இதுக்கு நிவர்த்தியே கிடையாதா? இன்னொருத்தருடைய சிரிப்பு, பெரும்பாலும் நம்முடைய துக்கத்தை ஏன் கிளறணும்? நாமும் நாம எப்பவோ சிரிச்சிண்டிருந்ததையெல்லாம் அப்ப நினைச்சுண்டு சந்தோஷப்படக் கூடாதா? என் மாட்டுப்பெண் பிள்ளையோடு உக்காந்து சிரிக்கிறதைப் பார்த்து, நானும் அவரும் ஒரு தடவை செம்மங்குடி கச்சேரிக்குப் போயிருந்தபோது எங்களுக்கு முன் வரிசையிலே சில்க் ஜிப்பாவும் விரலெல்லாம் மோதிரமுமா உக்காந்திருந்த ஒருத்தர் நாற்காலிக் கையிலே தப்புத் தாளம் போடறதை இவர் என்னை மெல்ல நிமிண்டி

எனக்குச் சுட்டிக் காட்ட, இரண்டு பேரும் அந்தத் தாளத்தைப் பார்த்து அன்னியோன்யமாக ஒருத்தரையொருத்தர் பார்த்துச் சிரிச்சுண்டதை நான் நினைச்சுக்கப்படாதா? ஆனா இந்த விவஸ்தை கெட்ட மனசு அப்பேர்ப்பட்ட சந்தர்ப்பத்திலே இழந்த சுகங்களைத்தான் நினைச்சுக்கறது. மாமியாரை எரிச்சல்படுத்த வேண்டாம்னு நான் கச்சேரிகளுக்குப் போறதை நிறுத்தினதையும், சங்கீதத்தைப் பத்தி என் ஆத்துக்காரரிடம் பேசுவதை நிறுத்தினதையும் நினைச்சுக்கறது. என்னை அவருக்கு மிக நெருக்கத்தில் கொண்டு சேர்த்திருக்கக்கூடிய ஒரே பாலத்தை நானே என் கையாலே முறிச்சுப் போட்டதை நினைச்சுக்கறது... என் பாலம் முறிஞ்சு போனதினாலே, என் மாட்டுப் பெண்ணுக்கும் அவளுடைய கணவனுடன் பாலம் அமையக் கூடாதென்ற தீசலான எண்ணந்தான் அவளுடைய சிரிப்பின்பால் எனக்கேற்படுகிற எரிச்சலின் அடிப்படையா? ஈசுவரா, எனக்கு ஏன் இத்தகைய சஞ்சலங்களில் சிக்கிக்கொள்ளாத ஒரு ஞானத்தைக் கொடுக்க மாட்டேனென்கிறாய்?'

மாட்டுப்பெண்ணிடமிருந்தும் பிள்ளையிடமிருந்தும் கூடப் போன வாரம் ஒரு கடிதம் வந்திருந்தது, அவர்களுடன் வந்து கொஞ்ச நாள் இருக்கும்படி. ஒரு இன்லாண்டு கடிதத்தில் ஆளுக்குப் பாதிப்பாதி எழுதியிருந்தார்கள். அவர்களுக்குள் அவர்கள் எழுதிக்கொள்வது, பேசிக்கொள்வது எல்லாம் இங்கிலீஷ்தான். பங்கஜத்துக்காக வேண்டி மெனக்கெட்டு தமிழில் ஒரு கடிதம், இரண்டு பேருமாகச் சேர்ந்து. அவர்கள் சேர்ந்து ஈடுகட்டுகிற ஒரு விளையாட்டு. குழந்தையிடம் அதனுடைய மழலையில், கள்ளக் குரலில், பேசுவதுபோல, நாயைப் பார்த்து 'தோத்தோத்தோ!' சொல்வது போல ஒரு மெத்தனமான பரிவு, மிகையான சலுகை தொனி. வேலைக்காரிக்காகப் போடுகிற தனிக் காப்பியைப் போல, பங்கஜத்துக்கென எழுதப்பட்ட தனிக்கடிதம். இவர்கள் தன்னை நினைத்துக் கொள்ளவில்லை. அடிக்கடி கடிதம் எழுதவில்லை என்றெல்லாம் அவள் அழுது புலம்பினாளா என்ன? யாருக்கு வேண்டும் இவர்களுடைய பரிவும் அனுதாபமும்? அவள் புருஷனுடைய பென்ஷனைக் கொண்டு இந்தச் சிறிய வீட்டில் சுதந்திரமாகவும் சுய கௌரவத்துடனும் வாழ்ந்து வருவது இவர்களுக்கெல்லாம் கண்ணை உறுத்துகிறதா என்ன? இவர்கள் தம் புருஷன்மாரிடம் – அல்லது பெண்டாட்டியிடம் அடிமைப்பட்டுக் கிடப்பதற்கு ஈடு செய்கிறவிதமாக, அதனால் சரிந்து போயிருக்கிற தம் சுய கௌரவத்தை நிமிண்டி விட்டுக்கொள்ள ஏதுவாக, இவர்களுக்குக் கீழே இவர்களே கதியாக உள்ள இவர்களுடைய கொசுறு அன்பை நக்கி வாழ்கிற, ஒரு அற்ப ஜீவன் இவர்களுக்கு வேண்டும்...

மீனாட்சிகூட இத்தகைய ஒரு ஹோதாவை – தானே கதியென்று இருக்கிற ஜீவன் ஏற்படுத்துகிற ஹோதாவை – என் மூலமாகத்தான் பெற முயலுகிறாள். அவளுடைய ஆத்துக்காரர் மூலமாக இல்லை. அவர் அவளுடைய சம்ரட்சணையில், முழுக்க முழுக்க அவள் தயவை அண்டி வாழ்கிறவராயிருந்தாலும்கூட அவர் அவளுடைய கணவன், அவளுடைய கண்கண்ட தெய்வம். அவர் பூஜைக்கு, நான் விளையாட்டுக்கு. நானும், என் சொந்த மனுஷாளிடம் பறிபோகாமல் கஷ்டப்பட்டுக் காப்பாத்திக்கிற என் தன்மானத்தை, இவள் அந்நியளாயிருக்கிறதனாலே இவ கிட்டே பறிகொடுத்தாப் பரவாயில்லைன்னு நினைக்கிறேனோ, ஒரு வேளை? ஏன் இவள் அதட்டலுக்கெல்லாம் பணிஞ்சு பணிஞ்சு போறேன்? ஏன் இவ கூப்பிடற இடத்துக்கெல்லாம் பின்னாலேயே போறேன்? என்னுடைய சுதந்தரத்தைப் பார்த்து இவளுக்கும் எரிச்சல்தான் போலிருக்கு. அதை இப்படிக் கலைக்கப் பார்க்கிறா, தன்னை எனக்கு எஜமானியாக்கிறா . . . அதே சமயத்திலே புருஷனுக்கு அவள் பொழுது விடிஞ்சு பொழுது சாயற வரைக்கும் என்னல்லாம் செய்யறா, எப்படியெல்லாம் அவரைக் கவனிச்சுக்கறாங்கறதை அடிக்கொரு தடவை பட்டியல் போட்டுண்டு, அவருக்காகவேதான் தான் உசிரோடு இருக்கிற மாதிரி வேறே காட்டிக்கறா. ஹூம்! அவர் யாரு இவளுக்கு? வெறும் புளி உருண்டை, களிமண் கட்டி. இவளுக்கு ஒரு ஆதாரமா, விஷயங்களைப் பகிர்ந்துக்கிற மாதிரி இருக்கிறதெல்லாம் நான்... ஆனால் அதை அவ ஒப்புத்துக்க மாட்டா, ஒப்புத்துண்டா நான் பெரிய மனுஷியாயிடுவேனோ, இவளை உதறிடுவேனோன்னு பயம். எனவே என்னை எப்போதைக்கெப்போதுமா ஒரு வெகுளியாவும் கோழையாவும் ஆக்கி, தன் இஷ்டத்துக்கு என்னை ஆட்டி வச்சுண்டிருக்கா இவ . . . என் புருஷனுக்கும் அவர் அம்மாவுக்கும்கூட என்னிடம் இருந்தது ஒரு பயந்தானா? அப்படியானால் நான் அவர்களைக் கண்டு பயந்தேனா, அல்லது அவர்கள் என்னைப் பார்த்தா?

எதுக்காக இப்படி மனுஷா ஒருத்தரை ஒருத்தர் பார்த்துப் பயப்படணும்?

பஜனை முடிந்து வந்திருந்தவர்கள் ஒருவரோடொருவர் பேசிக்கொண்டிருந்தபோது, திடீரென்று முருகன் கோயிலுக்குப் போகிற பிளான் ஒன்று முளைத்தது. 21ஆம் நம்பர் மாமி வீட்டில் பம்பாயிலிருந்து அவளுடைய அத்தங்காள் வந்திருந்தாள் – இரண்டு பேருமாகத்தான் பஜனைக்கு வந்திருந்தார்கள். அத்தங்காளை, தான் முருகன் கோயிலுக்குக் கூட்டிக்கொண்டு போய்க் காட்ட இருந்ததாக அந்த மாமி சொல்லி, 'நீங்களும்

வாங்களேன் மாமி!' என்றாள் மீனாட்சியிடம். மீனாட்சி உடனே பங்கஜத்தைப் பார்த்து, 'போயிட்டு வரலாமோடி?' என்றாள். 'முருகனை எப்போது வேண்டுமானால் பார்த்துவிட்டு வரலாம்தான். ஆனால் 21ஆம் நம்பர் வீட்டில் கார் இருக்கிறது. அதில் அலுங்காமல் போய் ஒரு கொசுறு சுவாமி தரிசனம் செய்துவிட்டு வருவதில் என்ன நஷ்டம்' என்று மீனாட்சியின் முகம் சொல்லியது. பங்கஜத்துக்குத் துளிக்கூட இஷ்டமில்லை, ஒரே அலுப்பாக வேறெ இருந்தது. இருந்தாலும் ஒப்புக்கு 'உம்' என்று தலையாட்டி வைத்தாள். வரவில்லையென்று சொன்னால் மீனாட்சி, 'வீட்டிலே போய் என்ன செய்யப் போறேடி? புருஷனா, பிள்ளையா? மோட்ட வளையைப் பார்த்துண்டுதானே உக்காந்திருக்கப் போறே!' என்கிற ரீதியில் அசட்டுத்தனமாக ஏதாவது சளசளக்கத் தொடங்குவாள். அதுவும் மற்ற மாமிகள் எதிரில். இதைத் தவிர்ப்பதற்காகப் பங்கஜம் 'உம்' சொல்ல வேண்டி வந்தது.

பங்கஜமும் மீனாட்சியும் 21ஆம் நம்பர் வீட்டு மாமியுடனும் அவளுடைய அத்தங்காளுடனும் அவர்களுடைய வீட்டுக்குச் சென்றனர். 21ஆம் நம்பர் வீட்டு மாமியின் ஆத்துக்காரர் அப்போதுதான் ஆபீஸிலிருந்து வந்திருந்தார். அவருக்கும் தன் பிள்ளைக்கும் காப்பி கொடுத்துவிட்டு வருவதாகச் சொல்லி மாமி அவர்களைச் சற்று உட்கார்ந்திருக்கச் சொன்னாள். மாமியின் பிள்ளைக்குத்தான் அவாத்தில் காரோட்டுகிற டியூட்டி. அவன் டிரஸ் செய்துகொண்டு ரெடியாக இருந்தான்.

இவர்கள் எல்லோருமாக அங்கிருந்த சோபாக்களில் அமர்ந்தனர். மீனாட்சி, தான் தன் கணவருக்காகக் காப்பி போட்டு பிளாஸ்கில் விட்டு வைத்து வந்திருப்பதாகச் சொன்னாள். அவளுடைய சின்னப்பிள்ளை அதை அப்பாவுக்கு விட்டுக் கொடுப்பான். ஓமப்பொடி பண்ணி வைத்திருக்கிறாள். அதையும் அவருக்குக் கொடுக்கும்படி பையனிடம் சொல்லியிருக்கிறாள். இவ்விதமாக, தான் தன் கணவருடைய காப்பிக்கான ஏற்பாடுகளை யெல்லாம் செய்துதான் வந்திருப்பதாகக் கூறி, மீனாட்சி எத்தகைய குற்ற உணர்ச்சியுமில்லாமல்தான் இங்கே காப்பி பருகுவதற்குத் தன்னைத் தயார்ப்படுத்திக் கொண்டாள். பங்கஜம் எரிச்சலுடன் அவள் பேச்சைக் கேட்டுக்கொண்டிருந்தாள். அவளுக்கு எரிச்சல் மீனாட்சியின் மீதா, அல்லது இஷ்டமில்லாமல் இங்கே வந்து உட்கார்ந்திருக்கும் தன் மீதா, என்று புரியவில்லை.

தன்னுடைய அத்தங்காள் பம்பாயிலிருந்து கொண்டு வந்ததாகச் சொல்லி, '21' மாமி கொஞ்சம் கோதுமை பிஸ்கெட் எல்லோருக்கும் பொதுவாக ஒரு பெரிய தட்டில் கொண்டு

வைத்தாள். நடு மேஜையில், பங்கஜம் தான் எடுத்துக்கொண்டு மீனாட்சி பக்கம் தட்டைத் தள்ளுவதாக இருந்தாள். அதற்குள் மீனாட்சி தான் உட்கார்ந்திருந்த இடத்திலிருந்தே – அவள் கொஞ்சம் தள்ளி அமர்ந்திருந்தாள் – உடலை முன்புறம் சாய்த்து, கையைத் தட்டை நோக்கி நீட்டினாள். அவ்வளவுதான். அவள் உட்கார்ந்திருந்த மடக்கு சோபா முன்பாரம் தாங்காமல் குடைசாய, மீனாட்சி தொபுக்கடீர் என்று தரையில் விழுந்தாள். மகா பக்தையான, மகா பதிவிரதையான, மகா கெட்டிக்காரி, மகா ஞானியான மீனாட்சி, தொபுக்கடீர் என்று...

குபீரென்று சிரித்துவிட்டாள் பங்கஜம். எந்தத் தடையுமின்றிச் சிரிப்பலைகள் உள்ளிருந்து பொங்கிப் பொங்கி வர, அவள் தொடர்ந்து சிரித்துக்கொண்டேயிருந்தாள். உடல் குலுங்கச் சிரித்தாள். கண்களில் கண்ணீர் மல்கச் சிரித்தாள். இத்தனை சிரிப்பா அவளுக்குள் முடங்கிக் கிடந்தது? சிரிப்புக் காரணமாக மீனாட்சியின் சகாயத்துக்கூட அவளால் போக முடியவில்லை. மற்றவர்கள்தான் மீனாட்சியை இரு பக்கமும் தாங்கலாகப் பிடித்துக்கொண்டு அவள் எழுந்து உட்கார உதவி செய்தார்கள்.

காரில் போகும் வழியெல்லாம் மீனாட்சி, பங்கஜம் சிரித்ததனால் ஏற்பட்ட ஒரு மனத்தாங்கலினாலோ என்னவோ, மற்ற இரு பெண்மணிகளுடன்தான் பேசிக்கொண்டு வந்தாள். பங்கஜத்துக்கு இதனால் வருத்தமுண்டாகவில்லை, ஆனால் ஆறுதல் உணர்ச்சிதான் ஏற்பட்டது. ஒரு நிம்மதி, ஓர் ஆசுவாசம்... அவள் ஜன்னலுக்கு வெளியே தெரிந்த காட்சிகளையெல்லாம் ஒரு சிறு குழந்தையின் பூரிப்புடனும் நிறைவுடனும் வேடிக்கை பார்த்துக்கொண்டிருந்தாள்.

அவர்கள் கோயிலையடைந்தபோது அங்கே சரியாக தீபாராதனை சமயமாயிருந்தது. இரும்புக் கிராதிகளையொட்டி நெருக்கியடித்தவாறு நின்ற கூட்டம், சந்நிதியை நோக்கி எட்டிப் பார்த்துக்கொண்டு பின்னாலிருப்பவர்கள் பார்வையை மறைத்த எண்ணற்ற மனிதத் தலைகள்...

மீனாட்சியும் பங்கஜமும் மற்ற இருவரும் எப்படியோ பெண்கள் கூட்டத்திடையேயிருந்த ஓர் இடுக்கினுள் புகுந்து, மெல்ல மெல்ல இரும்புக் கிராதியருகே சுவாமி முகம் தெளிவாகத் தெரிகிற ஓர் இடத்துக்குப் போய்ச் சேர்ந்தார்கள். மீனாட்சி படபடவென்று கன்னத்தில் போட்டுக்கொண்டாள். 'என்ன ஒரு தேஜஸ், என்ன ஒரு கம்பீரம், சுவாமி முகத்திலே!' என்று பங்கஜத்தின் காதில் கிசுகிசுத்தாள். 'பார்த்தாலே உடலெல்லாம் சிலிர்க்கிறது. ஒரு லேசான பயங்கூட ... இல்லே?'

ஆனால் பங்கஜத்தினுள்ளே இன்னும் அந்தச் சிரிப்புத்தான் நிறைந்திருந்தது. பெரும்புனலாக அவளுள்ளிருந்து வெளிப்பாய்ந்து, சுற்றுப்புறத்தையெல்லாம் நிறைத்த வண்ணமிருந்தது, அந்தச் சிரிப்பு. முருகரையும்கூட அப்பிரவாகம் எட்டி, தலையில் இருந்து கால்வரை அவரை அபிஷேகித்தது. 'எனக்கென்னவோ ஸ்வாமி சிரிக்கிற மாதிரி இருக்கு...' என்றாள் அவள். குறும்பாச் சிரிச்சுண்டிருக்காப்பலே... பாருங்கோ, உங்களுக்குத் தெரியலே?'

மீனாட்சி ஒரு புது மனுசியைப் பார்ப்பது போல பங்கஜத்தை ஆச்சரியத்துடன் பார்த்தாள்.

லேடி

பாப்பா சரசரவென்று பாத்திரங்களை ஒவ்வொன்றாகத் தேய்த்து வைத்துக்கொண் டிருந்தாள். கைகள்தான் அக்காரியத்தில் ஈடுபட் டிருந்தனவே தவிர, மனம் அதில் இல்லை. அது எங்கோ வருங்காலத்தில் சுற்றிக்கொண்டிருந்தது. அவளுடைய மகன் மாரி பெரிய மனுசனாக, துரையாக மாறப்போகும் வருங்காலம். அவர்கள் இன்று வாழ்ந்து வந்த குடிசையைவிட்டு, திடமான நல்ல வீட்டுக்குக் குடிபோகப் போகிற வருங்காலம். இவள் இப்படி வீடு வீடாகப் பாத்திரம் தேய்ப்பதை விட்டு விட்டு ஹாய்யாக உட்கார்ந்திருக்கப் போகிற வருங்காலம்...

சீராக ஒலித்துக்கொண்டிருந்த 'சர சர'வுக்கு நடுவில் திடீரென்று ஓர் அபசுரம், சாம்பலில் இருந்த கரித்துண்டு பாத்திரத்தில் உரசியதால்.

அந்தச் சமயம் பார்த்துத்தானா வீட்டுக்கார அம்மாளும் அந்தப் பக்கம் வர வேண்டும்! 'மெல்லடி, மெல்லடி, புதுப் பாத்திரத்திலே இப்படிக் கீச்சறயேடி!' என்றாள் அம்மாள், 'எவர்சில்வர் பாத்திரத்தை விம் எடுத்துண்டு தேய், சாம்பலாலே தேய்க்காதேன்னு எத்தனை தடவை சொல்லியிருக்கேன்!'

'மறந்துட்டேம்மா' என்று பாப்பா கையிலிருந்த சாம்பலை உதறினாள். பக்கத்தில் சிறிய காகிதத் துண்டில் இருந்த விம்மில் விரல்களைத் தேய்த்துக் கொண்டு, தொடர்ந்து அந்தப் 'புதிய' பாத்திரத்தைத் தேய்க்கத் தொடங்கினாள்.

‘நல்ல மறதிடி! மெனக்கெட்டு நான் மறக்காமல் உனக்கு விம் எடுத்துத் தரேன். ஆனால் அதைப் பக்கத்திலே வச்சுண்டே... ஈயம், வெங்கலம், எவர்சில்வர், எல்லாத்தையும் நீ பாட்டிலே சாம்பலாலேயே தேய்ச்சுண்டு போறயே! செய்கிற காரியத்திலே கவனமில்லாமல் எப்பவும் ஏதோ ஞாபகம் உனக்கு... அப்படி என்னத்தை நீ எப்பவும் நினைச்சிண்டேயிருக்கே? ஏண்டி?’

பாப்பா பதில் சொல்லாமல் வெறுமனே சிரித்தாள். ‘எனக்குள்ளே எவ்வளவோ இருக்கும், நீ உன் சோலியப் பார்த்துக்கொண்டு இரு!’ என்று அந்தச் சிரிப்புக்குப் பொருள். ஆனால் வீட்டுக்கார அம்மாளுக்கு இதைப் புரிந்துகொள்ளும் நுட்பம் இல்லை. அந்தச் சிரிப்பு, அவளுடைய அந்தரங்கத்தைப் பற்றி இவள் விசாரிக்க உரிமை வழங்குவதாக நினைத்து, ‘உன் புருஷனைப் பத்தி நினைச்சுண்டியா?’ என்று கேட்டாள், ‘சீ! இவளும் இவள் மூஞ்சியும்... என் புருஷனைப் பற்றி இவள் என்ன விசாரிக்கிறது...’ பாத்திரங்களையெல்லாம் தூக்கியடித்து விட்டு ஓடலாம் போல அவளுக்கு ஆத்திரம்...

ஆனால் ஓடவில்லை, ஓட முடியாது.

வீட்டுக்கார அம்மாள் அன்று பாப்பா செய்ய வேண்டியிருந்த சில ஸ்பெஷல் வேலைகளைச் சொல்லிவிட்டு, (ரேஷன் வாங்க வேண்டும், மிளகாய்ப் பொடி இடிக்கவேண்டும்) அவற்றை இவள் இப்போதே செய்யப் போகிறாளா அல்லது வேறு எப்போது என்று கேட்டுக்கொண்டு, அங்கிருந்து அகன்றாள். பாப்பாவின் முகத்தில் ஒரு கடுகடுப்பு பரவியது, தேய்த்து வைத்திருந்த பாத்திரங்களை ஒவ்வொன்றாகக் கழுவி வைத்தாள். ‘மெல்லடி, மெல்லடி’ என்று மறுபடிஅம்மாவின் குரல் ஒலித்தது, சத்தம் கேட்கிறதாம்.

ஆயிற்று; பாத்திரங்களைத் தேய்த்துக் கவிழ்த்தாயிற்று. இப்போது பாத்ரூமை அலம்பி விட வேண்டும். பாப்பா இடுப்பைப் பிடித்துக்கொண்டு ஒரு தடவை நெட்டி முறித்தாள். பாத்ரூம் மூலையிலிருந்த கீற்று வாருகோலை எடுத்தாள். அதற்குள் இருந்து இரண்டு கரப்பான் பூச்சிகள் வெளிவரவும், பயந்துபோய் வாருகோலை அப்படியே போட்டு விட்டு ஒரு குதியுடன் பாத்ரூமுக்கு வெளியே வந்து, அங்கு வந்த வீட்டுக்காரப் பிள்ளைமேல் இடித்துக்கொண்டாள்.

நல்ல வேளையாக இது அம்மாள் கண்ணில் படவில்லை; பட்டிருந்தால் என்ன ஆகியிருக்குமோ! சாதாரணமாக, பாப்பா வீட்டினுள் பெருக்கும்போதும் துடைக்கும்போதும் அந்த அம்மாள் ஒரு நிமிடமும் அவளைத் தனியே விடாமல்

அவள் பின்னாலேயே தானும் வந்து கொண்டிருப்பாள். ஒரு பக்கமாக நின்று கூர்ந்து கவனித்துக்கொண்டிருப்பாள் – வேலை செய்கிறதைத்தான் கண்காணிக்கிறாளோ அல்லது வேறு என்ன கண்காணிக்கிறாளோ! பெருக்குவதையோ துடைப்பதையோ சற்று நிறுத்தி அவள் கொஞ்சம் மூச்சு விட நிமிர்ந்தாலும் போச்சு – 'என்ன?' என்று கேட்டுக்கொண்டு பக்கத்தில் வந்து விடுவாள். 'கண்ணு அலைபாயறது, எங்கே யாரு உக்காந்திருக்கான்னு – ஒழுங்கா வேலையைச் செஞ்சுட்டுப் போறதுகளா' என்று அவள் ஒருமுறை முணுமுணுத்துக் கொண்டிருந்ததும் தற்செயலாகப் பாப்பாவின் காதுகளில் விழுந்தது. அதாவது பெரிய ஐயாவையும் சின்ன ஐயாவையும் இவள் முறைத்துப் பார்க்கிறாளாம் – எப்படி? அந்த அம்மாளுக்கு நம்பிக்கையில்லாதது தன் புருஷனிடமும் பிள்ளையிடமுமா, அல்லது தன்னிடமா, என்று பாப்பாவுக்குப் புரியவில்லை.

பாத்ரூமில் பாத்திரம் தேய்த்த இடத்தில் கழுவிச் சுத்தம் செய்த பிறகு, உள்பக்கத்து இரண்டு அறைகளில் கூட்டி, கூட்டிய தரைமேல் வழக்கம்போல ஈரத்துணியால் துடைத்தாள். பிறகு வராந்தாவில் ஓர் ஓரமாக நின்றாள்... மூன்றாவதாகவும் ஓர் அறை அந்த வீட்டில் உண்டு. அங்கேதான் சாமி வைத்திருக்கிறது. அந்த அறையை இன்று அவள் சுத்தம் செய்ய வேண்டாமென்று வீட்டுக்கார அம்மாள் சொல்லிவிட்டாள். இன்றைக்கு ஏதோ பூஜை போலிருக்கிறது. வீட்டுக்கார அம்மாள் புடவையை ஆசாரமான பாணியில் கட்டியிருந்ததிலிருந்து இது தெரிந்தது. இத்தகைய தினங்களில் பாப்பா இந்த அறைக்குள் போனால் சாமிக்குத் தீட்டு வந்துவிடும் என்றோ என்னவோ, அம்மாளே அந்த அறையைச் சுத்தம் செய்து விடுவாள். இது பாப்பாவுக்கு நிரந்தரமாக எரிச்சலூட்டி வந்த ஒரு சமாசாரம்; தனக்கு ஏதோ பக்தி குறைவு போலவும், சாமிக்கு விசேஷமான தினத்தில் தான் அவருடைய சுற்றத்தில் இருக்க பாத்தியதை இல்லாதவள் போலவும்... தன்னுடைய பக்தியை அம்மாவுக்கு உணர்த்துவதற்காக அவள் அடிக்கடி மாரியம்மன் உற்சவம், முருகனுக்குக் காவடி என்று ஏதாவது சொல்லி ஒரு நாள், இரண்டு நாள், விடுமுறை எடுத்துக்கொள்வாள். ஆனால் இதெல்லாம் அந்த அம்மாளுக்கு உறைத்ததாகத் தெரியவில்லை... 'உன் பாப்பாரச்சாமியை நீயே போத்தி வைச்சுக்க, உன் ஆசாரப் புடவைக்குள்ளே!' என்று பாப்பா தனக்குத்தானே வெறுப்புடன் முணுமுணுத்துக் கொள்வாள்...

'இந்தா!' என்று வீட்டுக்கார அம்மாள் அவளுடைய வழக்கமான மாமூலான 'காப்பித் தண்ணி' கொண்டு வந்து வெராந்தா கைப்பிடிச்சுவர் மேல் வைத்தாள். பாப்பாவுக்கென்றே அந்த வீட்டில் ஒரு தம்ளர் உண்டு. பித்தளைத் தம்ளர்; அதில்தான்

அவளுக்குக் காப்பி கிடைக்கும். காப்பியை மடக் மடக்கென்று விழுங்கிவிட்டு தம்ளரைக் கழுவி அதற்குண்டான இடத்தில் வைத்தாள். 'வாரேனுங்க!' என்று கிளம்பினாள்.

'உம் . . . மத்தியானம் சீக்கிரமாகவே வந்துடு, என்ன?' என்றவாறு எஜமானி வாசலுக்கு வந்தாள், 'சரிங்க' என்றாள் பாப்பா, உற்சாகமில்லாமல். பூஜை தினமாதலால் தேய்க்க வேண்டிய பாத்திரங்கள் வழக்கத்தைவிட அதிகமாயிருக்குமென்ற உணர்வால் ஏற்பட்ட உற்சாகமின்மை. போதாதற்கு, எசமானியம்மா ஏற்கெனவே அறிவித்துவிட்டிருந்த அதிகப்படி வேலைகள் வேறு.

இந்த உற்சாகமின்மையைக் கவனித்து, அவளைக் குஷிப்படுத்த விரும்பியவள் போல எசமானி கூறினாள், 'இன்னிக்குக் கமலாவைக் காலேஜிலேருந்து வர வழியிலே உனக்குத் தட்டும் வாங்கி வரச் சொல்லியிருக்கேன் . . . சாயங்காலம் வீட்டுக்குப் போறதுக்குள்ளே உனக்குக் கிடைச்சுடும் . . . சந்தோஷந்தானே?'

பாப்பா பவ்வியமாக ஒரு சிரிப்புச் சிரித்து விட்டுக் கிளம்பிப் போனாள். அவள் சாலையை அடைவதற்கும் எட்டரை மணிச்சங்கு ஊதுவதற்கும் சரியாக இருந்தது. இப்போது அவள் நேராக வீட்டுக்குப்போய், சோறாக்கி மாரியைப் பள்ளிக்கூடத்துக்கு அனுப்ப வேண்டும். மாரி இப்போது எட்டாங் கிளாஸ் அடேயப்பா, எம்மாம் பெரிய கிளாஸ்! அவள் வேலை செய்கிற வீடுகளில் கிடைக்கும் மிச்சங்களை மாரிக்குக் கொடுப்பதை அவள் கூடியவரை தவிர்த்து வந்தாள். தான் புதிதாக அவனுக்குச் சமைத்துப் போடுவதுதான் அவளுக்குப் பிடிக்கும். அவள் வேலை பார்த்த வேறு சில வீடுகளில் எசமானியம்மாக்களும் வேலைக்குப் போய் வந்துகொண்டிருந்தார்கள். இந்த வீடுகளில் குழந்தைகள் பிரெட்டையும் பன்னையும் பிஸ்கெட்டையும் தின்றுவிட்டுப் பள்ளிக்கூடம் போகும். வாரத்தில் இரண்டு தரமோ மூன்று தரமோ ஏராளமாகச் சமைத்து ஃப்ரிஜ் அலமாரியில் வைத்து விடுவார்கள். குழந்தைகள் பகல் வேளையில் அதைத்தான் எடுத்துத் தின்னும் . . . ஐயோ! எப்படியிருக்குமோ அந்த இரண்டு நாள், மூன்று நாள் பழசு! பாப்பா, வேலை பார்க்கும் அந்தப் பெண் பிள்ளைகளுடன் வேலை பார்க்கும் தன்னை ஒப்பிட்டுக்கொண்டு, தான் அவர்களைவிட அதிகமாகத் தன் குழந்தையின்பால் அக்கறையும் பொறுப்பும் உள்ளவளாக இருப்பதை நினைத்துப் பெருமைப்பட்டுக் கொள்வாள். 'சீ, என்ன வேண்டிக்கிடக்கு, முகச்சாயமும் ஹேண்ட் பேக்கும் ஹை ஹீல்சும்! இந்தப் பச்சைக் குழந்தைங்களை இப்படிப்

பரிதவிக்க விட்டிட்டுத் திரியலேன்னா என்ன!' என்று அவர்கள் மீது எரிச்சல் பட்டுக் கொள்வாள்.

பஸ் ஸ்டாண்டில் பஸ் ஒன்று நின்றுகொண்டிருந்தது. கியூவில் இருந்தவர்கள் – ஹேண்ட் பேக்கும் குடையும் கருப்புக் கண்ணாடியுமாக மிளிர்ந்த பெண்மணிகள் உள்பட – ஒவ்வொருவராகப் பஸ்ஸில் ஏறிக்கொண்டிருந்தார்கள். பாப்பா சற்று நேரம் நின்று, அந்தக் காட்சியை வேடிக்கை பார்த்தாள். பஸ் கிளம்பிச் சென்றதும் மறுபடி நடக்கத் தொடங்கினாள்.

ஆபீசில் வேலை பார்க்கிற பெண் பிள்ளைகள் மீது அவளுக்கு அப்படி விரோதம் என்று ஒன்றுமில்லை. பார்க்கப்போனால் வீட்டிலேயே கிடக்கிற பெண் பிள்ளைகளைவிட இவர்கள் பல மடங்கு சகித்துக் கொள்ளக் கூடியவர்களென்பதில் சந்தேகமில்லை. காலை வேளையில் இவர்கள் ஆபீஸ் கிளம்பும் மும்முரத்தில் இருப்பார்களாகையால் பாப்பாவின் காரியங்களில் அதிகமாகக் குறுக்கிட மாட்டார்கள். இவளும் ஏனோதானோவென்று காரியங்களை ஒப்பேற்றிவிட்டு ஓடி வந்து விடுவாள். ஆனால் இந்த வீட்டிலேயே கிடக்கிற கிராக்கிகள் இருக்கின்றனவே, அவற்றுடன் மல்லுக்கு நிற்பதுதான் சிரமம். எப்போதும் கழுகுப் பார்வையால் அவளுடைய ஒவ்வோர் அசைவையும் கண்காணித்தவாறு இருப்பார்கள். பொலுபொலுவென்று ஏதாவது சொல்லிக்கொண்டே இருப்பார்கள். வேலைக்காரியுடன் வாக்குவாதம் செய்வதை விட்டாள் அவர்களுக்கு வேறு பொழுதுபோக்கே இல்லையோ என்று தோன்றும்.

ஆமாம்; ஆபீஸ் போகிற பெண் பிள்ளைகள் எவ்வளவோ தேவலை. அவளும் நாலு எழுத்து படிததிருந்தால் ஏதாவது ஆபீசில் சேர்ந்திருக்கலாம். அதற்கு வழியில்லாமல் போயிற்று. அவளுடைய கணவனுக்கும் 'ஆபீசு உத்தியோகம்' தான். ஒரு சர்க்கார் ஆபீசில் பியூனாக இருந்தவன். திடீரென்று நோய் கண்டு இளம் வயதிலே இறந்துபோனான். அதே ஆபீசில் அவளுக்கும் வேலை கொடுக்கிறேனென்று சொன்னார்கள். தோட்டிச்சி வேலை. வேறு வேலைகளுக்கு வேண்டிய படிப்பு அவளிடம் இருந்திருந்தால் வேறு வேலையும் கொடுத்திருப்பார்கள். அவள் தான் படிக்காத முண்டமாச்சே! தோட்டிச்சி வேலைதான் கொடுக்கிறேனென்றார்கள். இவள் வேண்டாமென்று சொல்லி விட்டாள். அந்த வேலைக்குப் பற்றுத் தேய்க்கிற வேலையே கௌரவமானதாகத் தோன்றியது.

குடிசை வாசலிலிருந்த பழைய கயிற்றுக் கட்டிலின்மேல் மாரியும் காளியும் உட்கார்ந்திருந்தனர். காளி மாரியைவிட

நாலைந்து வயது பெரியவன், முகத்தில் மீசை அரும்பத் தொடங்கி விட்டது. மாரி இவனுடன் சிநேகமாக இருப்பதில் அவளுக்கு இஷ்டமில்லை. அவள் நெருங்கியவுடன் காளி இவளைக் கள்ளப் பார்வை பார்த்தான். அவள் முகச்சுளிப்புடன் புடவைத் தலைப்பை இழுத்துப் போர்த்திக்கொண்டு குடிசைக்குள் நுழைந்தாள். பின்னாலேயே மாரியும் நுழைந்தான். 'தின்ன ஏதாவது கொடம்மா ... பசிக்குது' என்றான். காலையில் ஒரு வீட்டில் சப்பாத்தியும் ஊறுகாயும் கொடுத்திருந்தார்கள். அதை எடுத்துக்கொண்டு வெளியே சென்றான். அவள் சுள்ளிகளையும் மண்ணெண்ணெயையும் வைத்து அடுப்புப் பற்ற வைக்க முனைந்தாள். அரிசி இல்லை. இன்றைக்கு மாரிக்கு வெறும் கோதுமைக் கஞ்சிதான். மதியத்தில் அந்தம்மாவுக்கு ரேஷன் வாங்கிக் கொடுத்தால் அவர்களுடைய பங்கு ரேசன் அரிசியெல்லாம் அவளுக்குக் கிடைக்கும். இது அந்தம்மாவுடன் அவள் செய்துகொண்டிருந்த ஏற்பாடு. அரிசிக்கான பணத்தைச் சம்பளத்தில் பிடித்துக் கொள்வாள் அந்தம்மா, அவர்கள் ரேஷன் அரிசி தின்னுவதில்லை. வேறே உசத்தி அரிசி வெளியிலிருந்து வாங்குகிறார்கள் ...

அப்படியொன்னும் மோசமானவளில்லை அந்தம்மா. பாப்பா வேலை பார்த்து வரும் ஐந்து வீடுகளில் இந்தம்மா ஒருத்திதான் ஆபீஸ் போகாதவள் என்பது மட்டுமில்லை, இந்தம்மா ஒருத்திதான் தமிழச்சி. இந்த தில்லி நகரத்து பாஷையான இந்தியை அவளால் சரியாகப் பேச முடிவதில்லை என்பதாலோ என்னவோ, மற்ற வீட்டு அம்மாக்களுடன் உணருவதைவிட இந்தம்மாவுடன்தான் அவளால் நெருக்கமாக உணர முடிகிறது. இந்தம்மாவும் அவளிடம் எவ்வளவோ அன்புடன்தான் இருக்கிறாள். உணவுப்பொருள், உடை என்று பலதும் கொடுத்து உதவுகிறாள். அவளுடைய சுகதுக்கங்களைப் பற்றி அனுதாபத்துடன் விசாரிக்கிறாள் ... மாரிக்குப் பிறந்த நாள் வருவதாகக் கேள்விப்பட்டவுடன் அந்தம்மாவேதான் சட்டை வாங்கித் தருவதாகச் சொன்னாள். உடனே பாப்பா, சட்டையைவிட அவனுக்குச் சாப்பிட ஒரு தட்டு வாங்கிக் கொடுத்தால் நல்லதென்றாள். அந்தம்மாவும் அதற்கு ஒப்புக்கொண்டாள்.

அந்த அனுதாபம் தனக்குப் பாந்தமாகத்தானிருக்கிறது. சில சமயங்களில் அது எரிச்சலூட்டுவதாகவும் இருக்கிறது. அவளுடைய மனசே அவளுக்குச் சரியாகப் பிடிபடமாட்டேனென்கிறது. அனுதாபத்துக்கு ஏக்கம்; அதே சமயத்தில் அனுதாபம் வேண்டாமென்ற வீறாப்பு ...

அந்தம்மா தன்னை மிக வேண்டியவள் போல நடத்தி, அதே சமயத்தில் திடீர் திடீரென்று 'அங்கே போகாதே, இங்கே

போகாதே, இங்கே போகாதே, அதைத் தொடாதே' என்று தீட்டு பார்ப்பதுதான் தன் எரிச்சலுக்குக் காரணமோ?

முழுமையான, தடங்கலின்றிப் பாய்கிற அன்புக்காகத் தவிப்பு...

கஞ்சி தயாரித்து முடித்து வெளியே வந்தபோது மாரி மட்டும் கட்டிலில் உட்கார்ந்திருந்தான். 'அது எங்கே, போயிடிச்சா?' என்று கேட்டாள்.

'உம்.'

'அதுங்கூட ஏண்டா பளக்கம் வச்சிருக்கிறே! உன் வயசு பசங்க இல்லே? இவன் ரவுடி கணக்கால்ல முழிக்கிறான்...'

'காளி அண்ணன் ரவுடி இல்லைம்மா.'

'ஆமா; நீ என்னாத்தைக் கண்டே! குளந்தை நீ...'

'நான் குளந்தை இல்லை.'

'ஓ! பெரிய மனுசன்!' என்று அவள் சிரித்தாள். அந்தச் சிரிப்பில் காளியின் முகம் மறந்துபோயிற்று.

ஆனால் மாரி பள்ளிக்கூடம் போனதும் மறுபடி காளியின் முகமும் பார்வையும் நினைவில் எழுந்து உறுத்தத் தொடங்கின. உடம்பெல்லாம் பரபரவென்றது. வலது கையால் இடது கையிலும் இடது கையால் வலது கை மீதும் மெல்ல உருவி விட்டுக் கொண்டாள். அதே போலச் சற்று நேரம் கால்களையும் வருடி விட்டுக் கொண்டாள். பிறகு வாளியை எடுத்துக்கொண்டு குழாயடிக்குச் சென்றாள், தண்ணீர் பிடித்து வர. அந்த வாளியும் இந்தம்மா வீட்டில் கொடுத்ததுதான்.

பம்பு அடித்ததில் கொஞ்சம் உடம்பின் முறுக்கு தளர்ந்தது. தண்ணீரை எடுத்துக்கொண்டு குடிசைக்கு வந்தாள். கயிற்றுக் கட்டிலைக் குடிசைக்கு முன் ஒருக்களித்து நிற்க வைத்து அதன்மேல் ஒரு பழம்புடைவையைப் போட்டுத் திரை ஒன்று ஏற்படுத்தினாள். அந்தத் திரைக்குப் பின்னே அமர்ந்து துணிகளை அலசியவாறு குளிக்கத் தொடங்கினாள். பாத்திரம் தேய்த்துத் தேய்த்துச் சொர சொரவென்றிருந்த கைகளால் சருமத்தின்மேல் தேய்த்துக் கொண்டபோது அந்தக் கைகள் தன்னுடையன அல்ல போன்ற ஓர் இதமான பிரமையில் தோய்ந்தாள். அவை ஒரு முரட்டு ஆணின் கரங்கள் போல... அவள் மேலெல்லாம் மீண்டும் மீண்டும் தேய்த்துக்கொண்டு அந்தச் சுகத்தில் திளைத்தவாறிருந்தாள்; பிறகு திடீரென்று புற உலகைப் பற்றிய உணர்வு சிலிர்த்தெழ, சடக்கென்று

பின்புறம் திரும்பி அண்ணாந்தாள். சற்றுத் தூரத்தில் இருந்த மழைநீர்க் குட்டையில் உடம்பைப் புரட்டிக்கொண்டிருந்த எருமைகளை வேடிக்கை பார்த்தவாறு குட்டையின் ஓரத்தில் அமர்ந்திருப்பவன், ஆமாம்; காளிதான். இத்தனை நேரமாக இந்தப் பக்கம்தான் வெறித்துக் கொண்டிருந்திருப்பான். அவள் திரும்புவது கண்டவுடன் அவசரமாக எருமைகளைப் பார்ப்பது போலப் பாசாங்கு... சீ! தறுதலை! வெக்கங்கெட்ட மூதி! வேறெ சோலி கிடையாது, அந்தப் பயலுக்கு? சோதாப்பய... அவள் அவசரமாக இரண்டு முறை தகர டப்பாவினால் தண்ணீர் சேந்தி விட்டுக்கொண்டு, குடிசைக்குள் ஓடினாள்... போக்கிரிக் கயிதே! அந்தச் சேரிக்கு அருகிலிருந்த நாயர் கடையில் ரவுடிகள்போலத் தோன்றிய வேறு சில உள்ளூர்ப் பையன்களுடன் காளியை அவள் கண்டதுண்டு... சிகரெட்டை உறிஞ்சியவாறு... சீ! கஸ்மாலம்! இவனோட இந்த மாரியும் சேர்ந்து...

தலையைக் கோதி வாரிக்கொண்டு, ஓலைப் பாயில் சற்றுக் காலை நீட்டிப் படுத்தாள். மாரியை நினைத்துக்கொண்டாள். தன் புருஷனை நினைத்துக் கொண்டாள். காளியை நினைத்து, மறுபடி எரிச்சல்பட்டுக் கொண்டாள். டேய், ரவுடிப் பையா! மாரி பெரிய மனுசனா வரப் போறவன்டா! அவனை ஏன் நீ கெடுக்கிற? நல்லாப் படிச்சு நாளைக்குத் துரை கணக்கா இருப்பான்டா என் பையன்! பெரிய வீட்டிலே இருப்போமடா நாங்க... அதிலே தனியா கடவுளுக்கும் ஓர் இடம் இருக்கும்... அங்கே யாரையும் நான் விடமாட்டேன்...

குளித்த களைப்பு கண்களைக் கிறக்கியது. அப்படியே தூங்கிவிட்டாள். எவ்வளவு நேரம் தூங்கினாளோ? திடீரென்று காளி தன்னை அணைக்க வருவதுபோலக் கனவு கண்டு சட்டென்று விழித்துக்கொண்டாள். எழுந்து சோம்பல் முறித்துக் கொண்டு மறுபடி அந்தத் தமிழ் அம்மா வீட்டுக்குக் கிளம்பினாள்.

இப்போது வீட்டில் அம்மா மட்டுந்தான் இருந்தாள். ஐயா, சின்ன ஐயா, யாருமே இல்லை. பாப்பா ரேஷன் வாங்கி வந்தாள். அரிசியைத் தனியாக வைத்துக்கொண்டாள். தேய்க்கப் போட்டிருந்த பாத்திரங்களிடையே சோறும் குழம்பும் இருந்தது. அதைச் சாப்பிட்டாள். பிறகு பாத்திரங்களைத் தேய்த்தாள். சாப்பாட்டுத் தட்டுகளைக் கழுவும்போது அன்று மனத்தில் ஒரு புது உற்சாகம் நிறைந்திருந்தது. இன்று இரவுக்குள் மாரிக்கும் ஒரு நல்ல தட்டு வந்துவிடும். அதில் அவனுக்கு ஜோராக உணவு பரிமாறுவாள். அந்தத் தட்டை மிக ஜாக்கிரதையாகத்

தினசரி நன்கு தேய்த்துக் கழுவி எப்போதும் பளபளவென்று வைத்திருக்க வேண்டும்...

அன்று வழக்கத்தைவிட மிகக் கவனமாகவும் நேர்த்தியாகவும் அவள் பாத்திரங்களைத் துலக்கியிருந்ததைப் பார்த்து வீட்டுக்கார அம்மாளே வியந்து போனாள். 'வெத்தல போட்டுக்கிறயாடி?' என்று வெத்தலையும் சுண்ணாம்பும் கொஞ்சம் பாக்கும் கொடுத்தாள். பாப்பா நன்றியுணர்வுடன் வெற்றிலையை வாயில்போட்டு மெல்லத் தொடங்கினாள். இந்தம்மா நல்லவள்தான், நிசமாவே...

வேறொரு வீட்டில் தன்னை வரச் சொல்லியிருந்த நினைவு வரவே, பாப்பா அங்கே போய்விட்டு வருவதாகச் சொல்லிக் கிளம்பினாள். அந்த வீட்டுக்கார அம்மா இன்று விடுமுறையில் இருந்ததால் அவளை மத்தியானமாக வரச் சொல்லியிருந்தாள். அவர்கள் வீட்டில் வேலையெல்லாம் முடிய ஒரு முக்கால் மணி நேரமாயிற்று. வழக்கத்துக்கு அதிகமாகவே அன்று அவர்கள் வீட்டில் பாத்திரங்கள் தேய்ப்பதற்கு இருந்தன. 'ரொம்ப நாளைக்கப்புறம் சமைச்சிருக்காங்க போலே!' என்று பாப்பா நினைத்துச் சிரித்துக்கொண்டாள். பள்ளியிலிருந்து திரும்பியிருந்த அவர்கள் வீட்டுக் குழந்தைகளும் அன்று வழக்கத்தை விடப் பொலிவுடன் காணப்பட்டன. அந்த வீட்டு அம்மா அரிசி புடைத்துக் கொடுக்கச் சொன்னதால் அதையும் செய்தாள். இது கொஞ்ச நேரம் எடுத்துக்கொண்டது.

பிறகு மறுபடி தமிழ் அம்மா வீட்டுக்கு வந்தாள், மிளகாய்ப்பொடி இடிக்க. தட்டு வந்திருக்குமோ என்றும் ஒரு சபலம். ஆனால் அவர்கள் வீட்டுப் பெண் இன்னமும் திரும்பி வந்திருக்கவில்லை.

மிளகாய் இடித்து முடிக்கும்போது நாலு மணி ஆகிவிட்டது. மூக்கெல்லாம் நசநசவென்று அரித்தது. சில தடவைகள் தும்மினாள். குளியலறைக்குச் சென்று முகத்தைக் கழுவிக்கொண்டாள். அம்மா டீ கொடுத்தாள்; அதைக் குடித்தாள். பிறகு சின்னம்மா வருகிறாளாவென்று பார்ப்பதற்காக வெளிவாயில் படியில் போய் உட்கார்ந்தாள். தெருக் காட்சிகளை வேடிக்கை பார்க்கத் தொடங்கினாள்.

நாலரை மணி சுமாருக்கு தபால்காரன் வந்தான். அவள் வாசலில் உட்கார்ந்திருந்ததால் அவள் கையில் கடிதங்களைக் கொடுத்தான். தனக்குக் கடிதம் போட ஆளே கிடையாது என்று அவள் ஒரு கணம் சோகமாக நினைத்துக்கொண்டாள். உள்ளே போக எழுந்தாள். அதற்குள் நாலு வீடு தள்ளிச் சின்னம்மா வந்துகொண்டிருப்பதைப் பார்த்து அங்கேயே நின்றாள்.

'என்ன காத்திண்டிருக்கே போலிருக்கே பாப்பா!' என்றாள் சின்னம்மா.

பாப்பா சிரித்தாள்.

'வா, வா, உள்ளே வந்து பாரு. வாங்கிண்டு வந்தாச்சு உன் சாமான்.'

பாப்பா சின்னம்மாவின் பின்னே வீட்டினுள் நுழைந்தாள்.

சின்னம்மா தன் கையிலிருந்த வட்ட வடிவமான காகிதப் பொட்டலத்தைப் பிரிக்கத் தொடங்குகையில் வீட்டுக்கார அம்மாவும் அங்கே வந்துவிட்டாள். 'என்னடி, வாங்கியாச்சா?'

'உம்... ரொம்ப ஜோரா இருக்கு; இதைப் பாப்பாவுக்குக் கொடுக்கணுமேன்னு இருக்கு.'

காகிதங்கள் சரசரவென்று அகன்று, உள்ளேயிருந்த தட்டுத் தெரிந்தது. பாப்பாவுக்குத் திடீரென்று முகத்தில் சேறு தெறித்தாற்போன்ற உணர்வு; மழையின்போது வேகமாகச் செல்லும் கார்கள் நடந்து செல்பவர்களைப் பற்றிய பிரக்ஞையின்றி அவர்கள் மேல்...

அது ஒரு பீங்கான் தட்டு.

வீட்டுக்கார அம்மாள் தட்டைக் கையில் வாங்கி இப்படியும் அப்படியுமாகத் திரும்பிப் பார்த்தாள். 'நல்லாயிருக்குடி!' என்றாள். 'பிடிச்சிருக்கா?' என்றாள் பாப்பாவைப் பார்த்து.

பாப்பாவால் உடனே பேச முடியவில்லை. தனக்குள் பொங்கி எழத் தொடங்கிய சினமும் வெறுப்பும் தனக்கே வியப்பாயிருந்த நிலையில். அவை கொட்டி விட்டால் அதன் விளைவுகள் தன்னால் சமாளிக்கக் கூடியவையா என்ற தயக்கத்தில்...

'இந்தத் தட்டுங்களா?' என்றாள்.

'ஏன்?'

'இது... இந்தத் தட்டு இல்லீங்க, நான் சொன்னது.'

'வேறெ என்ன தட்டுடி?' எசமானியம்மா முகத்தில் வியப்புடன் லேசான ஓர் எரிச்சலின் சாயலும் தெரிகிறது.

'சாப்பிடறத் தட்டுங்க.'

'சாப்பிடத்தானேடி வாங்கியிருக்கு இது... இதிலே சாப்பிட முடியாதா?'

'இங்கே வீட்டிலே இருக்குங்களே, அந்த மாதிரித் தட்டுங்க!' அப்பாடா! உள்ளே தத்தளித்துக்கொண்டிருந்த வார்த்தைகளை அவள் பிடுங்கி வெளியே வீசிவிட்டாள். துணிந்து விட்டாள்.

'இங்கே இருக்கிற மாதிரின்னா ... எவர்சில்வரிலேயா?'

பாப்பா ஆமாம் என்ற பாவனையில் மௌனமாயிருந்தாள். வீட்டுக்கார அம்மாள் அதிர்ச்சியுடன் தன் பெண் முகத்தைப் பார்த்தாள். பெண் அம்மா முகத்தைப் பார்த்தாள். இருவரும் பேசவில்லை.

பிறகு வீட்டுக்கார அம்மாள் சொன்னாள்; 'பாப்பா, சந்தோஷமா ஏதோ கொடுத்தால் நீ இப்படிப் பேசறியே! உனக்குச் சம்பளம், சாப்பாடு எல்லாத்துக்கும் மேலே எவர்சில்வர் தட்டெல்லாம் வாங்கிக் கொடுக்க முடியுமா?'

பாப்பா மௌனம் சாதித்தாள் – ஏன் முடியாது? வீடு கொள்ளாமல் பாத்திரங்கள்; எனக்கு ஓர் எவர்சில்வர் தட்டு வாங்கிக் கொடுத்தால் குடி முழுகி விடுமா? அதுவும் எனக்காக இல்லை; என் பிள்ளைக்காகத்தான் கேட்கிறேன்.

நான் உங்கள் வீட்டில் வேலைக்காரி; கருத்த பித்தளை தம்ளரில் காப்பி கொடுங்கள், குடித்துவிட்டுப் போகிறேன்.

ஆனால் என் பிள்ளை துரையா வரப் போகிறவன்; அவனுக்கு நல்ல தட்டு வாங்கிக் கொடுக்கக் கூடாதா? நீங்கள் சாப்பிடுவது போல ஒரு தட்டு?

வீட்டுக்கார அம்மாள் ஏதோ பேசிக்கொண்டு போக, பாப்பா இப்படி ஏதேதோ நினைத்துக்கொண்டாள்.

வீட்டுக்கார அம்மாள் கடைசியாகச் சொன்னாள்; 'அப்ப, இந்தத் தட்டு வேண்டாமா உனக்கு?'

'இது வேணாங்க.'

அன்பு புறக்கணிக்கப்படும் போது எழும் குழப்பமான வேதனையும் சினமும் எஜமானியம்மா முகத்தில் தெரிகின்றன. அன்புதானா அவள் காட்டியது? கர்வம் இல்லையா?

கொடுப்பவள் என்ற கர்வம்... இவளுடைய பிச்சை என் பிள்ளைக்கு வேண்டியதில்லை.

'வாரேங்க' என்று பாப்பா கிளம்பினாள். குடிசையை அடைந்தாள். மாரியை இன்னமும் காணோம். ஆத்திரம் தீர ஒரு பீடி குடிக்கலாமென்று நினைத்துக் குடிசையில் எங்கெங்கோ தேடினாள். ஆனால் பீடி அகப்படவில்லை. ஆயாசத்துடன்

தரையில் சாய்ந்தாள். கண்களை மூடிக்கொண்டாள். இப்போது தெரிந்தது காளியின் முகம் இல்லை, வீட்டுக்கார அம்மாளின் பிள்ளை முகம். காலையில் அவள் மீது மோதிய உடல்... அவ புருஷன் இப்படித்தான் இருந்தான், கல்யாணமான புதிதில்.

அப்புறம் அந்த வெள்ளை முதுகு தெரிந்தது. தமிழ் அம்மாளின் கணவரின் முதுகு. ஒருக்களித்திருந்த சாமி அறைக் கதவையொட்டி அவள் பெருக்கும்போது உள்ளே தெரிந்த முதுகு...

'ஹூம்! பாப்பாரச் சாமியை நீயே கட்டிக்கிட்டு அழு!' என்று முணுமுணுத்தவாறு, கவிழ்ந்து கிடந்தவள் நிமிர்ந்து படுத்தாள். தலைக்கு மேலே கட்டியிருந்த கயிற்றுக் கொடியில் தொங்கிக்கொண்டிருந்த மாரியின் நிக்கர், அதன் ஓட்டை விழுந்த பாக்கெட்... பாக்கெட்டுக்குள், அதைப் புடைக்கச் செய்துகொண்டிருக்கிற, ஓட்டை வழியே வெள்ளையாகத் தெரிகிற, ஏதோ ஒன்று...

என்ன அது?

ஆவல் உந்த, அவள் எழுந்து பாக்கெட்டில் கையை விட்டு அதை வெளியில் எடுத்தாள்.

ஒரு பிரிக்கப்படாத, முழு சிகரெட் பாக்கெட்.

அகந்தை

இந்த ஞாயிற்றுக்கிழமையும் கடைசியில் வெங்கடேசுவரன் வீட்டுக்குப் போகாமலேயே கழிந்துவிட்டது...

'நான் மட்டுமாவது போய்விட்டு வந்திருக்கலாம்' என்று இரவுச் சாப்பாட்டுக்குப் பிறகு வெற்றிலையை மென்றவாறு, மடியில் அரைத் தூக்கத்தில் கிடந்த குழந்தையைத் தட்டியவாறு உட்கார்ந்திருந்த கல்யாணம் நினைத்துக்கொண்டான். 'அப்புறம் பார்க்கலாம்... ஒருநாள் வருகிறேன்' என்று பாராட்டு விழாவன்று அவரிடம் விடைபெறும்போது அவன் சமத்காரமாகச் சொல்லியிருந்தான். 'உம்... ஆம்படையாளையும் அழைச்சிண்டு வா' என்று வெங்கடேசுவரன் அவனுக்குப் பதில் சொல்லியிருந்தார். அதுவும் ஓர் உபசாரத்துக்குச் சொன்னதாகவே இருக்கலாம். ஆனால் அதை அப்படியே கடைப்பிடிக்க வேண்டுமென்று அவன் முயன்றுகொண்டு, அதனாலேயே அவரைப் பார்ப்பது தள்ளிப் போய்க்கொண்டிருக்கிறது. அவனுடைய மனைவிக்கு ஒவ்வொரு ஞாயிற்றுக்கிழமையும் வெங்கடேசுவரன் வீட்டுக்குக் கிளம்ப முடியாமல் ஏதாவதொரு அசௌகரியம் ஏற்பட்டவாறு இருக்கிறது.

அசௌகரியந்தானா, உண்மையில்? இல்லை, அவளுக்கு அவர்கள் வீட்டுக்குப் போவதில் அவ்வளவாக இஷ்டமில்லை என்பதுதான் உண்மைக் காரணம். 'போறுமே! அந்த மாமிக்குச் சாதாரண நாளிலேயே ஆம்படையான் பெருமைதான்

பேச்சுக்குப் பேச்சு. இப்பக் கேக்கணுமா? தலைகால் புரியாது' என்று இவள் சொல்வதில் எவ்வித மிகையுமில்லை. வெங்கடேசுவரனுடைய மனைவியின் அந்த மௌடிகமான பெருமையை அவனும் அறிந்தவன்தான். அது பற்றிய உறுத்தலைத் தானும் கொண்டவன்தான். அவனுக்குச் சங்கீதம் கற்பித்தவரும், தன்னுடைய தனித்த பாடும் பாணி, ஆற்றல் ஆகியவற்றினால் அவனைக் கவர்ந்திருப்பவரான வெங்கடேசுவரன்பால் அவனிடமிருந்து இயல்பாக வெளிப்படுகிற மரியாதை, 'நம்மவர் இவர்' என்னும் அபிமானம், ஆகியவற்றை ஒரு கற்றுக்குட்டி தன் துறை நிபுணரின் பால் காட்டுகிற வீர வழிபாடாகவும், முன்னுக்கு வர விரும்புகிறவன் ஏற்கெனவே முன்னணியில் இருப்பவரைச் சுயலாபம் கருதி காக்காய் பிடித்தலாகவும் கொச்சைப்படுத்தி, இவ்விதமாக அவள் உருவகிக்கும் அவனுடைய மரியாதையில் தனக்கும் பங்கு உண்டு என்பது போல அவள் நடந்துகொள்வது அவனுக்கும்தான் பல சமயங்களில் பிடிக்கவில்லை. ஆனால், 'பாவம், அவளுக்குத் தெரிந்தது அவ்வளவுதான்' என்று அவன் அவளை மன்னித்து விடுவான். 'அவளுடைய உருவகம் எப்படியிருந்தால் என்ன? நான் எதுவோ அதுதானே நான்?' என்று தன்னைத்தானே சமாதானம் செய்துகொள்வான்.

ஆனால் அவனுடைய மனைவி இவ்வாறு மன்னிக்கத் தயாராக இல்லை. சலுகை வழங்கத் தயாராயில்லை. 'அகமுடையான் மேதையாகவும் மதிப்புக்குரியவராகவும் இருப்பதால் உடனே மனைவியும் அத்தகைய மதிப்புக்குரியவளாகி விடுவாளா என்ன? அவா அவாளுக்கென்று சொந்தமாக இருக்கிற தகுதிகளுக்கேற்றாற் போலத்தானே அவா அவாளுக்கு மரியாதை தரமுடியும்? என்னைப் போல அவளும் ஒரு மனைவி, ஒரு தாய், ஒரு குடும்பத் தலைவி, அவ்வளவுதானே? என்னைவிட அவளை ஒசத்தியானவளாக நான் நினைக்கணும் என்கிற அவளுடைய எதிர்பார்ப்பை நான் எப்படி அனுசரணையாய் ஏத்துக்க முடியும்?' இது அவனுடைய மனைவியின் வாதம்.

இதில் நியாயமில்லை என்று அவனால் எப்படிச் சொல்ல முடியும்? கல்யாணத்துக்கும் கூட, சமீபகாலமாக வெங்கடேசுவரன் வீட்டுக்குப் போக வேண்டுமென்பது நிறைவேற்ற வேண்டிய ஒரு கடமையாக, ஒரு சடங்காக, நினைவு வருகிறதே தவிர, அங்கு போவதில் அவனுக்கும் ஊக்கமோ உற்சாகமோ இல்லை. இப்போதெல்லாம் தன் மனைவியைப் போலவே வெங்கடேசுவரனும் சமூக அந்தஸ்து ஒன்றையே அளவுகோலாகக் கொண்டு, பெரிய பதவிகளில் இருப்பவர்களுடன் சிநேகம் வளர்த்துக்கொள்வதில் மிகவும் முனைப்பாக இருப்பதைத்தானே அவன் பார்த்து வந்திருக்கிறான்?

இத்தகைய சிநேகிதங்கள் மூலமாகத்தான் அவருக்கு மத்திய சர்க்கார் விருது கிடைத்ததாகவும் பலர் பேசிக்கொள்கிறார்கள்.

அவருடைய வீட்டுக்கு ஒரு சில சமயங்களில் சென்றபோது அங்கு குழுமியிருந்த கனவான்களுக்கு நடுவில் மிகத் துச்சமாக உணர்ந்து, வெங்கடேசுவரனும் தனக்குப் போதிய கௌரவம் அளிக்காததாக உணர்ந்து, இப்போதெல்லாம் அவர் வீட்டுக்குச் செல்வதையே அவன் நிறுத்திவிட்டிருக்கிறான்.

குழந்தை தூங்கிவிட்டது. 'மீனு!' என்று அவன் மனைவியைக் கூப்பிட்டான். அவள் கையில் பால் தம்ளருடன் வந்து, அதை அவனருகே மேஜைமீது வைத்தாள். குழந்தையை அவனிடமிருந்து வாங்கிச் சென்றாள்.

கல்யாணம் பால் ஆறி விடாமலிருக்க மேஜை மேல் கிடந்த போஸ்ட் கார்டை எடுத்து தம்ளர் மேல் மூடினான். அந்த போஸ்ட் கார்ட், வெங்கடேசுவரனைக் கௌரவிப்பதற்காக உள்ளூர்த் தமிழ்ச் சங்கம் நடத்திய விழாவுக்கான அழைப்பிதழ். அந்த அழைப்பிதழில் அவன் பெயரும் இருந்தது, பேச்சாளர்களில் ஒருவனாக.

வெற்றிலையைத் துப்புவதற்காக வாசல் கதவைத் திறந்து கொண்டு வெளியே சென்றான், துப்பினான். மேலே நிர்மலான நீல வானத்தில் சப்தரிஷி மண்டலம் பளிச்சென்று பார்வையில் இடறியது. அதை ஒரு கணம் பார்த்தவாறு நின்றான். ஏழு ரிஷிகள், ஏழு ஸ்வரங்கள்.

ரிஷி என்றால் புலனடக்கம், தவம், ஸ்வரம் என்பது ஒரு சலனம், எழுச்சி... முனைவின், ஆற்றலின் மூலம் இந்த ஸ்வரங்களைக் கோர்வைப்படுத்தி, பல வகை வடிவங்களைப் பிறப்பித்து, வாழ்வியக்கத்துக்கு வண்ணமும் ஒளியும் சேர்க்க வேண்டியவனான கலைஞன்...

எனவே, வெங்கடேசுவரன் எல்லோரையும் அரவணைத்துக் கொண்டுபோவதுதான் கலைஞனின் இயல்பான, ஆரோக்கியமான ரூபமல்லவென்று எப்படிச் சொல்ல முடியும்? கலையை ஒரு தவமாக, ஒரு தன்னெறிப்படுத்திக் கொள்கிற அப்பியாசமாக மட்டுமே நான் உருவகிக்க முயல்வது என் இயலாமையைப் பூசி மெழுகி சப்பைக் கட்டு கட்டிக்கொள்வது தானோ? என்னை நானே ஏமாற்றிக் கொள்வதுதானோ?...

பளிச்சென்று தமிழ்ச்சங்கத்தில் நடந்த அந்தப் பாராட்டு விழாவும், அங்கு பேசப்பட்ட பேச்சுகளும், மறுபடி கல்யாணத்துக்கு நினைவு வந்தன. வெங்கடேசுவரனுக்கு மத்திய சர்க்கார் விருது

வழங்கப்பட்டதைக் கொண்டாடுவதற்காக நடந்த அந்த விழாவில் கலெக்டர் பேசினார்; பேங்க் மேனேஜர் ஒருவரும் லேடி டாக்டர் ஒருவரும் பேசினார்கள்; கல்லூரி பிரின்சிபால் ஒருவர் பேசினார்; முன்னாள் ஹைகோர்ட் ஜட்ஜ் ஒருவர் பேசினார்.

கலெக்டர் வெங்கடேசுவரனைவிடத் தன்னைப் பற்றி அதிகம் சொல்லிக்கொண்டார். தனக்கு சங்கீதத்தில் நுணுக்கமான அறிவோ பயிற்சியோ கிடையாது எனறார். வேறு எந்தத் துறையிலுமே, பார்க்கப் போனால், தனக்கு நுணுக்கமான அறிவு கிடையாது. ஆனால் இத்தகைய நிபுணத்துவம் எங்கெங்கே, யார் யாரிடம் உள்ளதென்று தெரிந்துகொள்கிற ஒரு கெட்டிக்காரத்தனம் உண்டு. யார் யாரிடம் எதைப் பற்றி யோசனை கேட்க வேண்டும், யாரிடம் எந்தக் காரியத்தை ஒப்படைக்க வேண்டும், என்பதையெல்லாம் சரியாக அனுமானிக்கக்கூடிய சூட்சும அறிவு உண்டு. இந்த சூட்சும அறிவுதான் ஒரு நல்ல நிர்வாகிக்கு வேண்டியது. சங்கீதத்தைப் பொருத்தவரையில் அவர் யோசனை கேட்பது தன் மனைவியிடம்தான். (இந்த இடத்தில் கலெக்டர் தன்னருகில் உட்கார்ந்திருந்த மனைவியைப் பார்க்க, அவள் புன்னகை செய்தாள்.) வெங்கடேசுவரனுடைய சிறப்பை, அவருடைய மேதமையை, முதன்முதலாக அவருக்கு உணர்த்தியது அவருடைய மனைவிதான். இந்தச் சிறப்பை, விரைவிலேயே கலெக்டரும் உணர்ந்தார். தானும் அதை அனுபவிக்கலானார். இவ்வளவுக்கும், மனைவியுடன் கருத்து வேறுபாடு கொள்ள அவர் பயப்படுகிறவரில்லை. (இந்த இடத்தில் எல்லோரும் சிரித்தார்கள். கலெக்டர் இதனால் சந்தோஷமடைந்து தனக்கும் தன் மனைவிக்குமிடையே ருசியில் இருந்த பல வேறுபாடுகளை, சாப்பாட்டுப் பண்டங்களின் உதாரணங்கள், சினிமா நடிக நடிகையரின் உதாரணங்கள் ஆகியவற்றின் மூலம் ஜனரஞ்சமாக விளக்கி வைத்தார்.) உள்ளத்தினில் ஒளி உண்டெனில் வாக்கினில் ஒளி பிறக்கும் என்ற பாரதியின் வரியை எல்லோருக்கும் கலெக்டர் நினைவூட்டினார். இந்த ஒளி வெங்கடேசுவரனிடம் இருப்பதால்தான் தன்னைப் போன்ற ஔரங்கசீப்பினிடம்கூட அவரால் சலனமேற்படுத்த முடிந்திருக்கிறது. உண்மையான கலை என்பது இதுதான். அது எல்லோரையும் எங்காவது தொடவேண்டும்... ரூல்களிலிருந்து வழுவாமால், அதே சமயத்தில் காலம், சந்தர்ப்பங்கள் ஆகியவற்றின் நுண்ணிய தேவைகளில் இருந்து தன்னைக் கத்தரித்துக் கொள்ளாமலிருப்பவனே சிறந்த நிர்வாகி; ஒரு சிறந்த கலைஞனிடம் தான் எதிர்பார்ப்பதும் இத்தகைய ஒரு தாட்சண்யம் கலந்த நியமானுஷ்டானம்தான். (வார்த்தைகள், வெறும் வார்த்தைகள்!) கடைசியாக, ஔரங்கசீப்பாக இருந்த தான் ஓர் அக்பராக மாறி, தான்சேனை

அடையாளம் கண்டு கொள்கிற பக்குவத்தை வெங்கடேசுவரன் மூலமாக அடைந்ததாக அவர் கூறி முடித்ததும், 'கரகோஷம் வானைப் பிளந்தது.'

கலெக்டருக்குப் பின் பேச எழுந்தவர்களுக்கு, வெங்கடேசுவரனின் இசையைப் போற்றுகிற பொறுப்புடன், கலெக்டரின் பேச்சைச் சிலாகிக்கிற பொறுப்பும் சேர்ந்து கொண்டது. 'நம் கலெக்டர் அவர்கள் அழகாகச் சொன்னார்கள்'... என்று கலெக்டர் ஐயா சொன்னதுபோல' போன்ற அடைமொழிகளை கலெக்டரின் வார்த்தைகளுக்கு முன்னேயோ பின்னேயோ சேர்த்தும் தம் பேச்சில் நுழைத்து, அப்படி நுழைக்கும்போது கலெக்டரைப் பணிவுடன் பார்த்து, பிறகு இவ்வாறு அவருடைய பேச்சிலிருந்து தாம் பொறுக்கிய வார்த்தைகளுக்குப் புதிய வியாக்கியானம் வழங்கினார்கள். பேங்க் மேனேஜருக்கும் லேடி டாக்டருக்கும், தம் தொழிலின் தன்மை காரணமாகவோ என்னவோ, சிறந்த ஒரு கலைஞன் எல்லோரும் அணுகக் கூடியவனாயிருக்க வேண்டும் என்ற கலெக்டரின் கருத்து பிடித்திருந்தது. இதில் ஒரு சமத்துவ நோக்கையும் தியாக மனப்பாங்கையும் அவர்கள் கண்டு,.இதுவே இன்றையத் தேவை என்று முழங்கினார்கள். கலைஞர்கள் ஒரு மக்கள் கூட்டத்தின், ஒரு நாட்டின், பொதுச் சொத்துகள். ஒரு சிலருக்கு மட்டுமே கிட்டக் கூடியதாக, ஒரு சிலரே உரிமை பாராட்டக்கூடிய ஒன்றாக, கலையோ கலைஞனோ இருந்து பிரயோஜனமில்லை.

பிரின்சிபால் அந்நாள்களில் சின்ன வகுப்புகளுக்குப் பாடம் எடுக்கத் தொடங்கி படிப்படியாகத் தன் இன்றைய பதவிக்குப் பிரமோஷன் ஆனவர். சின்னப் பையன்களுக்கு ரஞ்சகமாக இருக்கும் பொருட்டு ஒவ்வொரு விஷயத்தையும் பற்றி அடிப்படையான விளக்கங்கள், உதாரணங்கள் கொடுத்துக் கொடுத்து அந்தப் பழக்கம் அவர் ரத்தத்தில் நன்றாக ஊறிப் போய்விட்டிருந்தது. இவர் சூட்சும அறிவு பற்றி கலெக்டர் சொன்னதைப் பலமாக ஆமோதித்து, வெங்கடேசுவரனின் பெயர்ப் பொருத்தத்தைச் சுட்டிக்காட்டி, இந்தப் பெயரே ஓர் இசை மேதையை நமக்கு அடையாளம் காட்டி விடுகிறது என்றார். அந்தப் பெயரிலேயே 'சுவரம்' என்கிற பதம் இடம் பெற்று இருப்பதுடன், வெங்கடேசுவரன் என்ற பெயரின் மூல வடமொழிச் சொல்லாகிய 'வெங்கடேசுவர'வில் ஏழு அட்சரங்கள் ஏழு ஸ்வரங்களுக்கு இணையாக இடம் பெற்றிருக்கும் பொருத்தத்தை எண்ணி எண்ணி வியந்தார்.

இதற்குப் பின் பேசிய ஹைகோர்ட் ஜட்ஜ், 'ப்ராஸிக்யூஷன் தரப்பு வாதங்கள், டிஃபன்ஸ் தரப்பு வாதங்கள், இரண்டையும்

கேட்டு விட்டுத் தீர்ப்பு வழங்கலாமென்றிருந்தேன். ஆனால் இங்கே ஒரே டிஃபன்ஸாகவே இருக்கிறது' என்று ஜோக் அடித்தார் ...

இதெல்லாம் முடிந்து கல்யாணத்தின் முறை வருவதற்குள் அவனுடைய அந்த விழா பற்றிய உற்சாகம், இனிய எதிர்பார்ப்புகள் எல்லாம் வற்றிப் போய், கிட்டத்தட்ட அரைப் பைத்திய நிலையில் அவன் இருந்தான். எங்கேயோ போகக் கிளம்பி, கடைசியில் வேறெங்கேயோ வந்து சேர்ந்ததைப் போலிருந்தது. தலைமயிரைப் பிய்த்துக்கொண்டு அங்கிருந்து ஓடலாம் போலிருந்தது. நடுநடுவே வெங்கடேசுவரனின் பக்கம் பார்த்தான், ஒருவேளை அவர் ஒரு குறும்புச் சிரிப்பைத் தன்னுடன் பகிர்ந்துகொள்வாரோ என்ற எதிர்பார்ப்பில். ஆனால் அவரோ, பெருமிதம் ததும்பும் மந்தகாசத்துடன், பலவகை அபிஷேகங்களில் திளைக்கும் பெருமாள் போல, கம்பீரமாக அமர்ந்திருந்தார். அவனுக்கு அந்தத் தோரணை அதிர்ச்சியாக இருந்தது. 'கடைசியில் உமக்கு இதெல்லாம் வேண்டித்தான் இருக்கிறது அல்லவா!' என்று சோகத்துடன் நினைத்துக்கொண்டான். 'இதெல்லாம் மட்டுந்தான் வேண்டியிருக்கிறதோ ஒருவேளை?' என்றும் தோன்றியது. இந்தச் சந்தேகம் அவனைச் சரியாகப் பேசவிடவில்லை, அவருடைய கமகங்களின் லாகவமும் நேர்த்தியும், சங்கதிகளின் மிடுக்கும் தளுக்கும், குரலின் கார்வையும் நளினமும், ஆகிய ஏதேதோ அம்சங்களைப் பற்றி விஸ்தாரமாகச் சொல்ல வேண்டுமென்று யோசித்துக்கொண்டு வந்திருந்தான். ஆனால் அவ்வளவும் அந்தச் சபையில், அவர்களின் எதிர்பார்ப்புகள் பற்றிய கிரகிப்பின் அடிப்படையில், திடீரென்று வியர்த்தமாகத் தோன்றியது. துக்கடாக்களே பலமான அப்ளாஸ்களைப் பெறுகிற சூழ்நிலையில் தான் மட்டும் ராக ஆலாபனை செய்ய முற்படுவது முட்டாள்தனமாகத் தோன்றியது. வெங்கடேசுவரனைப் போன்ற ஒரு மேதையைக் குருவாகப் பெற்ற தன் பாக்கியம், பழகுவதற்கு இனிய அவர் சுபாவமும் ரஞ்சகமான சில பாவனைகளும், ஒரு வித்துவான் என்ற முறையில் மட்டுமின்றி ஒருமனிதர் என்ற முறையிலும் அவர் தனக்குக் கற்றுக்கொடுத்துள்ள சில பாடங்கள், இளம் வித்துவான்கள் பலருக்கு அவர் செய்து வரும் உதவிகள், என்கிற ரீதியில் அவனும் மேலோட்டமான சில தகவல்களைக் கூறி நிறுத்திக்கொள்ள வேண்டியதாயிற்று – அவனுடைய அந்தத் தகவல்களைக் குழுமியிருந்தவர்கள் ரசித்து வரவேற்றதை அவன் இப்போது சோகத்துடன் நினைவுகூர்ந்தான்.

அந்தக் கூட்டத்தினரின் அப்ளாஸைப் பெற வேண்டுமென்ற பரபரப்பினால் அல்ல, அவர்கள் மீது எழுந்த ஓர் அனுதாபத்தினால்தான் அவன் அவர்களுடைய மட்டத்துக்கு இறங்கி வந்து பேசினான். அறிவிலிகளுக்கிடையில் தன் அறிவைப்

பறைசாற்றிக் கொண்டு அவர்களை மிரளச்செய்வதுடன் தானும் போலியான ஒரு கதாநாயகனாவது பிடிக்காமல், அந்த அறிவை ஒளித்துக்கொண்டு, 'உங்களைப் போலத்தான் நானும்' எனப் பாசாங்கு செய்து அவர்களுடைய தோழமையைச் சம்பாதித்துக் கொண்டான்.

வெங்கடேசுவரனும் இதைத்தான் செய்கிறாரோ என்னவோ, யார் கண்டது? தன் மேதையின் மிகக் கூரிய, மிக நுண்ணிய வெளிப்பாடுகள் தன்னைத் தனிமைப்படுத்தி விடுமென உணர்ந்து, அந்தத் தனிமைக்கு அஞ்சி, தன் வெளிப்பாடுகளைப் பல சமயங் களில் மொண்ணையாக்கி, கலப்படப்படுத்தி, ரஞ்சகமாக்குகிறார். தன்னை எல்லோருக்கும் பாந்தமானவராக்கிக் கொள்கிறார். இதை ஒரு 'காம்ப்ரமைஸ்' என்றுதான் ஏன் நினைக்க வேண்டும்? யாரையும் தன் உலகத்திலிருந்து விரட்ட விரும்பாத, 'உங்களில் மிக எளியவரினும் மிக எளியவன் நான்' என்று தன் 'தானை' அழித்துக்கொண்டு எல்லா ஜீவன்களுடனும் சம்பாஷிக்க விரும்புகிற ஓர் உன்னத யோகமாகவும் ஒரு மென்மையான சமர்ப்பணமாகவும் அவருடைய முயற்சி ஏன் இருக்கக் கூடாது?...

இந்தச் சிந்தனைச் சரடு கல்யாணத்தை மிகவும் வசீகரித்தது. ஆனால் இதுவா உண்மை? தானும் தன் கலையை ரஞ்சகமாக்க விரும்பிக்கொண்டு, எனவே இதுபோல ரஞ்சகமாக்குகிற முயற்சி ஒன்றை நியாயப்படுத்தப் பார்த்தலாகவும் இந்தச் சிந்தனை இருக்கலாமல்லவா?

பாராட்டு விழாவில், அந்தக் கூட்டத்தின் முன்னிலையில், பெருவாரியான மக்களின் பாராட்டுக்கு ஏங்குகிற ஒருவன்தான் தானும், என அவன் திடீரென உணர்ந்தான். அதன்பிறகு, இந்த உணர்வை நளினப்படுத்தவும் நியாயப்படுத்தவும் அவன் மனம் முயன்றவாறிருக்கிறதா?

அன்று மத்தியானம் ரேடியோ ஸ்டேஷனில் கேட்ட வெங்கடேசுவரனின் பழைய ரெகார்ட் ஒன்று மறுபடி மனத்தில் ரீங்காரமிடத் தொடங்கியது. கல்யாணம் ரேடியோவில் ஒரு புரொடியூசர் (இந்த வேலையும் வெங்கடேசுவரன் சிபாரிசினால் கிடைத்ததுதான்... ஒரு வேளை அவரைப் பார்க்கப் போவதைத் தவிர்க்கிறானோ? அதுவும் சாத்தியந்தான்) தியாகராஜரைப் பற்றிய ஒரு ஒலிச்சித்திரத்தில் பயன்படுத்துவதற்காக வெவ்வேறு வித்வான்களின் ரெகார்டுகளைப் போட்டுப் பார்த்துக் கொண்டிருந்தான். அதில் ஒன்று, வெங்கடேசுவரனின் 'ராம பக்தி சாம்ராஜ்ய' என்ற ரெகார்டு. அடேயப்பா! என்னமாகத்தான் பாடியிருக்கிறார் மனுஷன்! அந்த நேரத்தில் கூட்டத்தை மறந்து, தன்னையே மறந்து, ஒரு பரவச நிலையில் அதைப் பாடியிருக்க

வேண்டும்... இத்தகைய பரவச நிலைகள் அவரிடம் ஏன் அரிதாகி வருகின்றன?

அதைவிட மோசம், அவரிடம் அந்தப் பரவச நிலை குறைந்து வருவதாக, தான் எதற்காக அவர்மீது கோபமும் எரிச்சலும் கொள்ளத் தொடங்க வேண்டும், அவரைத் தவிர்க்க முயல வேண்டும்? தானும் மனத்தின் ஆழத்தில் கூட்டத்தின் கொச்சையான பாராட்டுகளுக்கு ஏங்குகிறோம். எனவே இத்தகைய பாராட்டுகளை அபரிமிதமாகப் பெற்றுள்ள வெங்கடேசுவரனைப் பார்த்துப் பொறாமைப்படுகிறோம் என்பதுதானே இதற்குப் பொருள்?

கல்யாணம் திடீரென்று தரையில் உட்கார்ந்து 'ராம பக்தி சாம்ராஜ்ய...' என்ற பாட்டைப் பாடத் தொடங்கினான். நிறைய சங்கதிகள் போட்டு, விஸ்தாரமான நிரவல்கள், ஸ்வர ப்ரஸ்தாரங்களுடன், நிதானமாகப் பாடினான். பாடி முடித்ததும் மனம் நிர்மலமாயிருந்தது.

○

மறுநாள் காலையில் பஸ் ஸ்டாண்டில் நின்றிருந்தபோது 'நமஸ்காரம்' என்ற குரல் கேட்டுக் கல்யாணம் திரும்பினான். மேல் வீட்டுக்குப் புதிதாக வந்திருந்தவர் நின்றிருந்தார். 'நமஸ்காரம்' என்றான் அவனும் புன்னகையுடன். இன்னும் அவருடன் நன்கு பரிச்சயம் வளர்த்தாகவில்லை.

'நேத்திக்கு ராத்திரி பாட்டு பிரமாதமாயிருந்தது சார்!' என்றார் அவர். 'நீங்கதான் பாடினேளா? ரொம்ப அருமையான சாரீரம்... கேக்கக் குளுமையாயிருந்தது. இப்படிக் கேட்டு ரொம்ப நாளாச்சு.'

கல்யாணத்துக்கு இன்ப அதிர்ச்சி ஏற்பட்டது. அவனுடைய கிலேசங்கள் நீங்கி, மனம் திடீரென்று லேசாகியது. அந்தக் கீர்த்தனையை அப்போது பிரபலமாயிருந்த எந்த வித்துவானும் அத்தனை சுத்தமாகப் பாடிக் கேட்டதில்லை என்று முன்னணியில் இருந்த சிலரின் பெயரை அவர் குறிப்பிட்டார். கல்யாணத்துக்குக் கர்வம் தாளவில்லை. அதற்குள் அவர் போக வேண்டிய பஸ் வந்து விடவே, மாலையில் பார்ப்பதாகச் சொல்லி அவர் விடை பெற்றார்.

சொன்னபடி மாலையில் அவர் வந்துவிட்டார். அப்போது முன்னணியில் இருந்த வித்வான்களின் சாரீரம், பாணி ஆகியவற்றை விரிவாக அவர் சர்ச்சை செய்த விதம் அவரை ஒரு ஞானஸ்தராகக் காட்டிற்று. அவர் வேண்டுகோளின் பேரில்

கல்யாணம் மூன்று பாட்டுகளைப் பாடினான். அவர் மறுபடி அவன் பாட்டை வெகுவாகப் பாராட்டிவிட்டுச் சென்றார்.

அவர்களிடையே திடீரெனத் தொடங்கிய பரிச்சயம் வெகு துரிதமாக வளர்ச்சியடைந்தது. வாரத்தில் இரண்டு, மூன்று தடவைகள் கல்யாணம் அவர் முன்னிலையில் விரிவாகப் பாடுவது வழக்கமாகிவிட்டது. தனக்கும் ஒரு ரசிகன் கிடைத்து விட்டானென்று கல்யாணத்துக்கு மகிழ்ச்சியாக இருந்தது. கர்வமாகவும் இருந்தது. அவனுடைய பாடுகிற தன்மையின் தனித்த சில பண்புகளையும் சூட்சுமங்களையும் உணர்ந்து, இவை பிரபலமான சிலரின் ஒத்த முயற்சிகளை விடவும் எப்படிச் சிறப்பாக அமைந்துள்ளனவென்று அவர் பல தடவைகளில் சுட்டிக் காட்டியபோது, கலைஞன் தன் சாதனையின் கூறுகளை உணர்ந்து, அது குறித்து நியாயமான கர்வம் கொள்வதில் தவறில்லைதான். அதே சமயத்தில் தன் சாதனையின் பரிமாணங்கள் பற்றிய பூதாகாரமான பிரக்ஞையும் அவனுக்கு நல்லதில்லை. இந்தப் பிரக்ஞையின் பளு இல்லாதவரையில்தான் பணிவுடன், யதேச்சையான, இளமையான, ஒரு மனப்பாங்குடன், அவன் தன் கலையைப் பயிலவும் பேணவும் முடியும்...

கல்யாணத்துக்கு இப்படிப் பேண முடியாத ஒரு நிலை விரைவிலேயே ஏற்பட்டது, மேல் வீட்டுக்காரர் காரணமாக, அவனுடைய சாதனைகளை கிரீடமாக்கி அவன் தலையில் சூட்டி அவர் பளுவேற்றி விட்டதால்.

அவன் அவரைத் தவிர்க்கலானான்.

தன் கிரீடத்தை மறப்பதற்காக அவன் தன் குழந்தையிடம், மனைவியிடம், ஆபீஸ் தோழர்களிடம், கேண்டீன் பையனிடம் யார் யாரிடமெல்லாமோ சமயா சமயமின்றித் தாறுமாறாக வெல்லாம் பாடத் தொடங்கினான். தன் சாதனையிலிருந்து, அதைச் சார்ந்த பிரும்மாண்டமான 'தான்' எனும் தளையிலிருந்து, தன்னை மீட்டுக்கொள்ள முயன்றான்.

❍

ஒரு சனிக்கிழமை மாலையில் இவ்வாறு தன் மனைவி, குழந்தை முன்னிலையில் பாடிக்கொண்டிருந்த போது அவனுக்குத் திடீரென்று தன் முகம் மறைந்து வெங்கடேசுவரனின் முகம் தெரிந்தது. சமூகத்தில் உயர்வும் சலுகைகளும் பெறுவதற்காகச் சங்கீத அஞ்ஞானங்களுடனும்கூட அவர் சமரசம் செய்து கொள்வதாக, தன் கலையைப் புகழுக்காக அடகு வைப்பதாக, தான் நினைத்ததெல்லாம் தவறாகத் தோன்றியது.

இல்லை, ஞானஸ்தர்களின் நுணுக்கமான மதிப்பீடுகளினால் தன் கலைக்கு ஏற்படக்கூடிய இடையூறுகளை உணர்ந்துதான் அவர் அஞ்ஞானிகளை நோக்கி ஓடியவாறிருக்கிறார்.

உயர்ந்த சமூக அந்தஸ்து பெற்றிருக்கும் சிலரை, அவர்களுக்கு ரசனையில்லாவிட்டாலும்கூடச் சகித்துக்கொண்டு, தன் போன்ற உண்மையான ரசிகனை, சமூக அந்தஸ்து அற்ற எளியவன் என்பதால் அவர் உதாசீனப்படுத்தியதாக நினைத்தது எவ்வளவு மடத்தனம்!

அஞ்ஞானிகள் அவருக்கு அகந்தையைக் கொடுக்க முடியாது. அவர்களுடன் அவர் தன்னை வெளிப்படுத்தாமல், தன்னுடைய 'தான்' பாதிக்கப்படாமல், தனுக்கான பாவனைகள் காட்டியவாறிருக்கலாம், கோமாளித்தனங்கள் செய்தவாறிருக்கலாம்.

ஆனால் நான் அவருக்கு அகந்தையைக் கொடுக்கக் கூடியவன். எனவே என்னிடம் அவர் எச்சரிக்கையாயிருந்திருக்கிறார்.

அகந்தை அவருக்கில்லை, எனக்குத்தான். 'நான்தான் சுத்தக் கலைஞன்' என்ற அசட்டு அகந்தை.

'என் குருவே, என்னை என்னிடமிருந்தே காப்பாற்றும்!' என்று கல்யாணம் முணுமுணுத்துக் கொண்டான்.

அடுத்தநாள் எவ்விதக் குழப்பமுமின்றி கல்யாணம் தன் மனைவி, குழந்தையுடன் விடியற்காலையிலேயே வீட்டை விட்டுக் கிளம்பினான் – வெங்கடேசுவரன் வீட்டுக்குப் போவதற்காக.

புதுமைப்பித்தனின் துரோகம்

'ஜூஸ்?' என்றான் ராம், மெனுகார்டிலிருந்து தலையைத் தூக்கியவாறு.

'வேண்டாம்' என்றான் வேணு.

'என்னப்பா. எல்லாத்துக்கும் வேண்டாம், வேண்டாம்கிறே!' என்று ராம் செல்லமாகக் கடிந்துகொண்டான். 'இரண்டு கிரேப் ஜூஸ் என்று வேணுவின் சம்மதத்துக்குக் காத்திராமல் அவனாகவே ஆர்டர் செய்தான்.

'இரண்டு பிளேட் இட்டிலி, ஒரு ஊத்தப்பம், ஒரு பூரி, இரண்டு கிரேப் ஜூஸ்' என்று வெயிட்டர் அதுவரை சொல்லப்பட்டவற்றையெல்லாம் ஒரு முறை திருப்பிச் சொன்னான்.

'கரெக்ட். ஜூஸ் முதலில்.'

வெயிட்டர் சென்றான். ராம் டன்ஹில் பாக்கெட் ஒன்றை வேணுவிடம் நீட்டி, 'ஸ்மோக்?' என்றான்.

'பிற்பாடு' என்றான் வேணு.

ராம் தான் மட்டும் ஒரு சிகரெட்டைப் பற்ற வைத்துக்கொண்டான். தீர்க்கமாக இரண்டு இழுப்பு இழுத்துப் புகையை ஊதினான். 'யார் வேண்டுமானாலும் ஸ்மோக் பண்ணலாம். ஆனால் எல்லோரும் கதையெழுத முடியாது; இல்லை?' என்றான்.

வேணு: வெறுமனே புன்னகை.

‘இப்போது என்ன எழுதிக்கொண்டிருக்கிறாய்?’

‘ஒரு குறு நாவல்’

‘அபௌட் வாட்?’

‘ஒரு எழுத்தாளனுக்கும் அவனுடைய மச்சினிக்குமிடையே இருக்கிற அஃபேர் பத்தி...’

‘ஹோப் இட் இஸ் நாட் ஆட்டோபயாகிராஃபிகல்.’

‘எனக்கு மச்சினியே கிடையாது.’

‘ஓ! *a wish fulfillment story. then*’

‘தேவலையே! நீயும் இலக்கிய பரிபாஷையெல்லாம் நிறைய பிக் அப் பண்ணிண்டு வரயே!’

ராம் கடகடவென்று சிரித்தான். ‘யா, யு நோ... தில்லியிலே நான் மூவ் பண்ற சர்க்கிள் அப்படி; லிட்டரேச்சர்லே இன்டரஸ்ட் உள்ளவங்க – அதுவும் மாடர்ன் டமில் ரைட்டிங்க்ஸை குளோஸா ஃபாலோ பண்ற கேரக்டர்ஸ் – அங்கே நிறைய இருக்காங்க... ஒவ்வொருத்தனும் கதைகளையும் ஆத்தர்ஸையும் எப்படிப் புட்டுப் புட்டு வைக்கிறான்கறே! *Those guys are fantastic, I tell you!* உன் பெயரைக்கூட அவர்கள் மென்ஷன் பண்ணிக் கேட்கிறேன், அடிக்கடி.’

‘அப்படியா?’

‘ஆமாங்கிறேன். நான் உன் கிளாஸ்மேட், க்ளோஸ் ஃபிரண்ட்னு சொன்னேனோ இல்லையா, என் மதிப்பு அப்படியே உசந்து போச்சு. ஐ பிகேம் எ கிரேட் ஹீரோ. உன் அப்பியரன்ஸ் பத்தி, ஃபேமிலி பத்தி, வொர்க்கிங் ஹாபிட்ஸ் பத்தியெல்லாம் தூண்டித் துருவி என்னென்னெல்லாம் கேள்விகள்! அதுவும்... (கண் சிமிட்டல்) லேடீசுக்கு உன் கதைகள் ரொம்பப் பிடிச்சிருக்கப்பா. மிஸ் ஷோபான்னு ஜே.என்.யு.விலே அமெரிக்கன் ஹிஸ்டரி படிக்கிற பெண் ஒருத்தி... அவ அப்படியே உன் கதைகளிலிருந்து வரிக்கு வரி கோட் பண்ணினா, ஏன் அவர் இப்பல்லாம் நிறைய எழுதறதில்லே? அவரை நிறைய எழுதச் சொல்லுங்க சார், அப்படின்னா. உன் எழுத்துன்னா அவளுக்குப் பைத்தியமாம்.’

வேணு சிரித்தான்.

‘என்னடா, பிளஃப் அடிக்கிறேன்னு நினைக்கிறியா?’

‘சேச்சே! சந்தோஷத்தினாலே சிரிச்சேன்.’

‘நிஜமாகவே நீ சந்தோஷமாக இருக்கலாம். நிறையப் பேர் ஆங்காங்கே என் கதைகளை ஃபாலோ பண்ணிக்கொண்டு தானிருக்கிறார்கள். ரசித்துக் கொண்டுதானிருக்கிறார்கள். சற்று முந்தி உன் ஆபீசிலிருந்து நாம் கிளம்புகிற சமயத்தில் நீ அதைரியப்பட்டியே, எழுதி என்ன பயன், எதற்காக எழுதிண்டே போகணும், என்றெல்லாம் அலுத்துண்டியே, அதெல்லாம் அனாவசியம் வேணு! உனக்குத் தெரியலை... வீணே மனசைத் தளரவிடாதே!’

வேணு உலர்ந்த புன்னகை செய்தான். ‘நீ அந்த ஜே.என்.யு. கேர்களுடைய போட்டோவையாவது கொண்டு வந்திருக்கக் கூடாதா ... அதைப் பார்த்து எனக்கு ஒரு இன்ஸ்பிரேஷன் வந்திருக்கும்.’

ராம் சிரித்தான். ‘ஐ நோ... நான் சொல்வதை நீ நம்பவில்லை, அல்லவா! அந்தப் பெண் என் கற்பனை என்று நினைக்கிறாய்’ சிகரெட்டை ஆஷ் டிரேயில் நசுக்கி அணைத்து, மடக்மடக்கென்று தண்ணீர் தம்ளரைக் காலி செய்தான்.

வெயிட்டர் ஜூஸ் தம்ளர்களுடன் வந்தான். அவன் தம்ளர்களை வைத்துவிட்டுச் செல்லும் வரை ராம் பேசாமலிருந் தான். பிறகு சொன்னான்: ‘புதுமைப்பித்தன் எழுதிய கடிதம் என்ற சிறுகதையைப் படித்திருக்கிறாயா?’

வேணுவின் முகத்தில் ஆச்சரியம். (இவன் புதுமைப்பித்தன் வேறு படிக்கத் தொடங்கிவிட்டானா?) ‘ஞாபகமில்லை’ என்றான். “என்ன கதை, சொல்லு? சொன்னால் நினைவு வந்துடும்... படித்து நாளாச்சே! அந்தக் காலத்திலே ஒரு வரி விடாமல் படிச்சிருக்கேன் ...”

‘உன்னை மாதிரிதான் அதிலே ஓர் எழுத்தாளன். என் கதைகளை யார் புரிந்துகொள்கிறார்கள், எழுதி என்னதான் பயன், என்றெல்லாம் தன் நண்பனிடம் அலுத்துக் கொள்கிறான். சில நாள் கழித்து ஏதோ முன்பின் தெரியாத ஒருவன் மன மகிழ்ந்து எழுதிய ஒரு பாராட்டுக் கடிதம் எழுத்தாளனுக்கு வருகிறது... எழுத்தாளனுக்கு ஒரே பூரிப்பாகவும் நிறைவாகவும் இருக்கிறது ... ஆனால் கையெழுத்தைக் கூர்ந்து பார்த்தால் தெரிந்த கையெழுத்தாக இருக்கிறது. சே! தன் சோர்வை அகற்ற நண்பன்தான் இப்படி வேறு பெயரில் எழுதியிருக்கிறான் என்று தெரிந்து கோபமும் மறுபடி ஆயாசமும் ஏற்படுகிறது.’

‘தெரியும், தெரியும், ஞாபகம் வந்துவிட்டது ... கடைசியில் எழுத்தாளன். இன்றில்லாவிட்டாலும் எதிர்காலத்தில் தன் கதைகளைப் புரிந்துகொள்கிற ஒருத்தன் வருவான்; அப்போது

தானில்லா விட்டாலென்ன, தன் கதைகளிலிருந்தால் போதும், என்று தன்னைத் தேற்றிக் கொள்கிறான் ... இல்லையா?'

'ஆமாம்'

'சுவையான சிச்சுவேஷன் ...' என்று வேணு அக்கதையை நினைவு கூறுவது போலச் சிறிதுநேரம் பேசாமலிருந்தான். 'புதுமைப்பித்தன் பெரிய ஆள் ...' என்றான்.

'ஹீ இஸ் எ ஜீனியஸ்.'

இட்டிலி வந்துவிட்டது. வேணுவின் பசிக்கு வேண்டியிருந்தது இட்டிலிதான், புதுமைப்பித்தன் அல்ல. ஆனால் வெறுமனே பரக்கப் பரக்க இட்டிலியைத் தின்ன முற்படுவது தன்னை ஒரு பிச்சைக்காரனாகக் காட்டும், என வேணு நினைத்தான். ராம் தன்னிடம் எதிர்பார்ப்பது இலக்கியக்கருத்துகள் அல்லது குறைந்த பட்சம் இலக்கிய வம்பு, நான் ஆர்ட்டிஸ்ட், அவன் ஸ்பான்சர், *impresario*, என் ஏஜெண்ட், என் புகழின் ரட்சகன், என் விசிறிகளின் பக்தியைக் குடம் குடமாக, குடலை குடலையாக, என் காலடியில் சமர்ப்பிக்கும் பூசாரி; இந்த இட்டிலி, ஊத்தப்பம், ஜூஸ் எல்லாம் அவன் அடிக்கும் உடுக்கு. டகடும் டகடும், டகடும்! நான் இப்போது ஆடவேண்டும், அவனுக்குப் பிரத்தியட்சம் ஆக ேண்டும்.

அல்லது இது ஒரு சவாலாகவும் இருக்கலாம். எனக்கு மட்டுமே சொந்தமென்று நான் நினைப்பதாக அவன் நினைக்கிற இலக்கிய உலகம் தனக்கும்தான் சொந்தமென்று முழங்கி என் பிரத்தியேகத் தன்மையைச் சீண்டுதல், என் காலை வாருதல், என் அகந்தையை ஆழம் பார்த்தல் ...

வேணு இட்டிலித் துண்டைச் சட்னியுடன் சேர்த்துத் தின்றான். பேஷ்! பிரமாதமாயிருந்தது. இன்னொரு துண்டைச் சாம்பாருடன் சேர்த்து. அதுவும் ஃபஸ்ட் கிளாஸ். திருநெல்வேலி, தென்காசி முதலிய பிரதேசங்களிலெல்லாம் இட்டிலி இன்னமும் கூட நன்றாகயிருக்கும். புதுமைப்பித்தன் ஏன் இதைப்பற்றி எந்தக் கதையிலும் எழுதவில்லை? ஆசாமிக்கு ஸ்வீட்தான் பிடிக்கும் போலிருக்கிறது. 'அல்வா எனச் சொல்லி அங்கோடி விட்டாலும் ...'

'வெறும் சூத்திரங்களை வைத்துக்கொண்டு வாழ்க்கையை வென்று விட முடியாது... ஓர் எழுத்தாளனாலும்கூட' என்றான் வேணு.

'புரியவில்லை'

'நீ அந்தக் கதையைக் குறிப்பிட்டாயே, அதற்காகச் சொன்னேன். 'எதிர்காலத்தில் வரப்போகும் ரசிகன்' என்ற நம்பிக்கை மட்டுமே ஓர் எழுத்தாளனுக்குப் போஷாக்குத் தரமுடியுமா? இஸ் இட் பிராக்டிகல்? புதுமைப்பித்தன் தேவையேற்பட்டபோது சினிமாவுக்காக எழுதித் தன்னைக் காப்பாற்றிக்கொள்ள வேண்டிவந்தது, என்பதுதானே உண்மை? எழுத்தாளன் என்பது ஓர் உருவகம் மாத்திரம் அல்ல, வயிறும் வாயும் உள்ள ஒரு பிண்டமும் கூட. இந்தப் பிண்டம் ரசிகனுக்கு எதற்காக, அவனுக்குக் கதைதானே வேண்டும், என்கிற நயமான விரக்தியே அக்கதையில் வெளிப்படுகிறது. 'சிற்பியின் நரகம்' பிரச்னையின் ஒரு பக்கம் என்றால் இங்கே பார்ப்பது பிரச்னையின் மறு பக்கத்தை. பாராட்டு கிடைத்தாலும் மனம் மகிழ்வதில்லை, அந்தப் பாராட்டின் பரிசுத்தத்தைப் பரிசீலிக்க முயல்கிறது. தோழமையைத் தேடுகிறது, அதே சமயத்தில் தோழமையைக் கண்டு மருளவும் செய்கிறது.'

'ஃபன்டாஸ்டிக்!' என்றான் ராம் – அவன் முகம் ஆர்வத்தில் ஜொலித்தது. என் 'ஆட்டம்' இவனுக்குப் போதையேற்றத் தொடங்கிவிட்டது என்று வேணு நினைத்தான். தொடர்ந்து பேசினான். 'புகழும் பணமும் இருந்தும் ஹெமிங்வே தற்கொலை செய்துகொண்டானே! அதைப் பற்றியும் நினைத்துப் பார். அவனுக்கென்ன, ரசிகர்களுக்குப் பஞ்சமா!'

'அதைப் பற்றி நான் யோசித்ததுண்டு' என்று ராம் மறுபடி வேணுவை ஆச்சரியப்படுத்தினான். ஹெமிங்வே ஓர் அமெரிக்கர், *here, now* என்ற சித்தாந்தத்தைத் தொழுதவர். தன் 'நம்பர் ஒன் எழுத்தாளர்' என்ற பிம்பத்தைத் தொழுதவர். தன் நம்பர் ஒன் ஸ்தானம் சாஸ்வதமல்ல, யாரும் எக்கணமும் அதைப் பறித்து விடக்கூடும், என்ற இன்செக்யூரிட்டியை அவரால் தாளமுடிய வில்லை. அதுவே அவரைத் தற்கொலைக்கு விரட்டியது. புதுமைப்பித்தன் விஷயம் வேறே. அவர் ஒரு துறவி, அதாவது தோல்வி சார்ந்த துறவு அல்ல, ஞானத்துறவு. *He was a mystic.*'

'ஹெமிங்க்வேயின் 'கடலும் கிழவனும்', 'கிலிமஞ்சாரோ பனிச்சிகரங்கள்' ஆகிய படைப்புகளில் *mystic* சாயைகள் இல்லையா, என்ன?'

'தனிமை பற்றிய ஒரு தவிப்பு, ஒரு மருட்சி . . . ஆனால் 'தான்' சரணாகதியடைவதில்லையே! *Surrender of the ego . . . you know what i mean?'*

'புதுமைப்பித்தன் *mystic* தான். அதைப்பற்றிச் சந்தேகமில்லை' வேணு இப்போது தானும் புதுமைப்பித்தனைப் படித்திருப்பதாகச்

சந்தேகத்துக்கு இடமின்றி நிரூபிக்கும் நிர்ப்பந்தத்தில் சிக்கிக் கொண்டான்.

'அப்பா! சாமியாராகப் போற கேரக்டர்ஸுக்குப் பஞ்சமேயில்லை... அன்று இரவு, உபதேசம், அவதாரம், சித்தி... கந்தசாமிப் பிள்ளை என்னடான்னா, கடவுளை பிராட்வே பக்கத்தில் சந்திக்கிறாராம், காஷுவலா அவரைக் காப்பி ஹோட்டலுக்குக் கூட்டிப் போறாராம், தன் பத்திரிகைக்குச் சந்தா கேட்கிறாராம்... என்ன நையாண்டி, என்ன அனாயசமான தத்துவவீச்சு! எமகாதகப் பேர்வழியப்பா, அந்த மனுஷன்...'

'கயிற்றரவு...'

"கிளாசிக்!"

'அப்புறம் அமானுஷ்யக் கதைகள்... காஞ்சனை மாதிரி... புராண நிகழ்ச்சிகள்... சாப விமோசனம் மாதிரி...'

'தனித்தனிக் கட்டுரைதான் எழுதணும்' என்று வேணு இட்லியை முடித்துத் தண்ணீர் குடித்தான். 'ரியலிசம் அல்ல, ஃபேன்டஸியும் மிதாலஜியும் புஷ்டியான இலக்கிய ஊற்றுகள்னு ஜான் பார்த் ஒரு இண்டர்வியூவிலே சொல்லி இருக்கிறான். படித்தேன். புதுமைப்பித்தன் அன்றைக்கே இதை ஆன்டிசிபேட் பண்ணிட்டானே! அதை நினைச்சால் ஆச்சரியமாயிருக்கு.'

ஊத்தப்பமும் பூரியும் வந்துவிட்டன. ராமுக்குப் பூரி, வேணுவுக்கு ஊத்தப்பம். ஊத்தப்பமும் மிக ருசியாயிருந்தது. ராமின் தயவில் இன்று இந்த ஐந்து நட்சத்திர ஹோட்டலில் டிபன். ஒரு நாள் மனைவியைக் கூட்டிக்கொண்டு இங்கே வரவேண்டும். முடியுமோ என்னவோ? கணவனும் மனைவியும் பீச்சுக்குப் போய் உட்கார்ந்திருப்பது பற்றிய ஒரு புதுமைப்பித்தன் கதை... என்ன தலைப்பு அது, ஞாபகமில்லை... கணவன் வறட்டு அறிவுஜீவி, மனைவியுடன் எதையும் பகிர்ந்துகொள்ளாமல் ஒரு தனி உலகத்தில் வாழ்கிறவன்... நானும் அந்தக் கணவனைப் போலத்தான் ஆகிக்கொண்டு வருகிறேனா?

ராம் ஒரு வேளை அந்தக் கதையைப் படிக்காமலிருக்கலாம். அவ்வளவு பிரபலமான கதை இல்லை. எப்படியோ மனத்தில் தங்கிவிட்டிருக்கிறது... வேணு ராமிடம் அக்கதையைப் பற்றி பிரஸ்தாபித்தான்.

'தெரியும், படிச்சிருக்கேன்' என்றான் ராம். வேணுவுக்கு ஏமாற்றமாக இருந்தது. கோபமாகக்கூட இருந்தது. இவனையெல்லாம் யார் புதுமைப்பித்தனைப் படிக்கச் சொல்கிறார்கள்? பிசினஸ்மேனாக லட்சணமாக ஸ்பேர் டைமில்

விஸ்கியடித்துக்கொண்டு, பார்ட்டிகளுக்கும் டின்னர்களுக்கும் போய்க்கொண்டு இருக்கவேண்டியது தானே!

'இரண்டு உலகங்கள்' என்பது தலைப்பு நீ சொல்ற கதைக்கு...' என்றான் ராம். 'இதே தீமை, 'நினைவுப் பாதை' என்கிற கதையிலே இன்னமும் பவர்ஃபுல்லா டீல் பண்ணியிருக்கார்... மனைவியுடைய பாடை கிளம்பிண்டிருக்கு... கணவனுக்கு அதைப் பார்த்து மணப்பெண்ணாக அவள் நின்ற கோலம் நினைவுக்கு வர... தான் அவளை அறிந்து கொள்ளவேயில்லை என்று அப்பத்தான் உறைக்கிறது... அப்பா! மனத்தை உலுக்கும் ஒரு சிச்சுவேஷன்!'

இப்போது, இதைக் கேட்டதும் வேணுவுக்குக் கொஞ்ச நஞ்சம் இருந்த சந்தேகமும் நீங்கிவிட்டது. ஆமாம் இவன் ஷோ ஆஃப்தான் செய்கிறான். இலக்கியமும் இலக்கிய ரசனையும் உனக்கு மட்டும் சொந்தமல்ல, என்று சொல்லிக் கொண்டிருக்கிறான். என்னுடைய ஒரே உடுப்பான இலக்கிய உடுப்பையும் தான் பறித்துக்கொண்டு என்னை அம்மணமாக்க முயலும் குரூர விளையாட்டு.

'ஆமாம், உன்னைப் போன்றவர்களுக்கு அது உலுக்கும் சிச்சுவேஷன்தான்' என்றான் வேணு. இப்போது அவனுக்கும் ராமைப் பதிலுக்குக் காயப்படுத்த வேண்டுமென்ற ஆசை வந்துவிட்டது. 'அதாவது உன் மென்மையும், பெண்ணென்ற கவிதையைப் புரிந்துகொண்டுள்ள சூட்சுமமும் உலுக்கப்பட்டதாக நீ சொல்ல வருகிறாய்... இது உன் வர்க்கத்தைத்தான் காட்டுகிறது. மென்மை, ரசனை, இதெல்லாம்கூட ஒரு மட்டத்தில் இருப்பவர்களுக்கு லக்ஸுரி. அப்பா! கணவன் வீட்டுக்கு வெளியிலும், மனைவி வீட்டுக்குள்ளேயும் ஒரே நுகத்தடியில் கட்டப்பட்ட இரு மாடுகளாக உழை உழையென்று உழைத்துக்கொண்டு, ஒருவர் முகத்தை இன்னொருவர் சரியாகப் பார்க்கக்கூட முடியாமல் போகிற மிடில் கிளாஸ் அவலத்தையே அக்கதை சித்திரிக்கிறது. கம்பேடிபிலிடி, அறிந்து கொள்ளுதல், இதெல்லாம் பணக்காரர்களுக்குத்தான்.'

ராமின் முகம் சிவந்தது. கோபமல்ல, வியப்புத்தான் அதில் அதிகம் தெரிந்தது. 'இருக்கலாம்...' என்றான். 'நீ சொல்வது போல இருக்கலாம்...' என்றான். 'நீ சொல்வது போல இருக்கலாம்... நீ ஏன் இப்படிப் பதற்றப்படுகிறாய்?'

'பதற்றமில்லை, ஓர் உண்மையைச் சொன்னேன்.'

ராம் பூரியை முடித்தான். வேணு ஊத்தப்பத்தை முடித்தான்.

‘காப்பி?’ என்றான் வெயிட்டர்.

ராம் வேணுவைப் பார்த்தான். வேணு தலையசைத்து ஆமோதித்தான். உடனே இரண்டு கப்கள் காப்பி என்று சொல்லி விட்டு ராம் கண் சிமிட்டினான். ‘கடவுளும் கந்தசாமிப்பிள்ளையும்’ என்று சிரித்தான்.

வேணுவும் வேறு வழியின்றிச் சிரித்து வைத்தான்.

‘புதுமைப்பித்தனுடைய கதைகளையெல்லாம் நானும் என் வைஃபுமாக ஒரு மாசமாகப் படித்துக்கொண்டு வருகிறோம்... அதனாலே மனசிலே புதுமைப்பித்தனே ஓடிண்டிருக்கார்... தப்பா நினைச்சுக்காதே.’

‘படி, படி, நிறையப் படி.’

‘நான் இன்னொன்று சொல்கிறேன் – தயவு செய்து, இதுவும் என் கிளாஸ் மென்டாலிட்டியைக் காட்டுவதாக நினைக்காதே, வெறுமனே ஒரு எண்ணம்...’

‘சொல்லு’

‘புதுமைப்பித்தனுடைய தத்துவ விசாரத்தின் ஊற்று, ஒருவேளை நிறைவற்ற திருமண உறவாக இருக்குமோ, என்று தோன்றியது...’

‘அப்ஸர்ட்’

‘அவருடைய தம்பதியரைப் பற்றின கதைகள் எதிலேயும் மனைவி ஃபிகருக்கு கதாரீதியாக முக்கியத்துவமே தரப்படுவ தில்லை, கவனிச்சியோ?’

‘ஸோ?’

‘ஆனால், குழந்தை பாத்திரமாக வருகிற கதைகளிலெல்லாம் ஒரு பெண்குழந்தை – புதுமைப்பித்தனுக்கும் பெண்தானே! – தவிர்க்க முடியாமல் இடம் பெறுகிறது. கதையில் முக்கிய அங்கம் வகிக்கிறது. ‘சிற்றன்னை’, ‘மகாமசானம்‘, ‘ஒரு நாள் கழிந்தது’, ‘கடவுளும் கந்தசாமிப்பிள்ளையும்’, ‘சாமியாரும் குழந்தையும் சீடையும்’... எனவே, குழந்தை அவருடைய சப்கான்ஷியஸ்ஸை ஆக்கிரமித்துக்கொண்ட அளவு, மனைவி ஆக்கிரமித்துக் கொள்ளவில்லை என்றுதானே ஆகிறது?’

‘இதெல்லாம் ஸ்டுபிட் அனாலிசிஸ். ஒரு முடிவை மனத்தில் இருத்திக்கொண்டு, பிறகு அதற்கான சாட்சியங்களை நிறுவும் காரியம்...’

காப்பி வந்துவிட்டது.

'இருக்கலாம்' என்றான் ராம். 'அதுதான் சொன்னேனே… ஐ ஆம் ஜஸ்ட் ஸ்பெகுலேடிங்.'

காப்பியில் சீனியைக் கலக்கும்போது சட்டென்று வேணுவுக்கு இரண்டு கதைகள்… மிகவும் பிரபலமான கதைகள்… நினைவுக்கு வந்தன. 'வாட் அபௌட் காஞ்சனை?' என்றான். 'வாட் அபௌட் செல்லம்மாள்?' – இக்கதைகளில் மனைவி ஃபிகர் நன்றாக அமைந்திருக்கிறதே!'

'அக்ரீட். ஆனால் இக்கதைகளில் என்ன நடக்கிறது, அதை யோசித்துப்பார், காஞ்சனையில் பிசாசு மனைவியின் கழுத்தை நெரித்துக் கொல்லப் பார்க்கிறது… செல்லம்மாளிலோ, மனைவி ஒரு சீக்காளியாக்கப்பட்டு, சாகடிக்கப்படுகிறாள்…'

'ஸோ'

'மனைவியைக் கொல்ல வேண்டும் என்ற எழுத்தாளனின் சப்கான்ஷியஸ் வேட்கையைத்தானே இது புலப்படுத்துகிறது?'

'*How far fetched!* உனக்குப் பைத்தியந்தான் பிடித்திருக்கிறது.'

'இருக்கலாம்' என்று ராம் காப்பியை ஒரு வாய் உறிஞ்சினான். 'ஆனால் கே.என்.எஸ். அவருக்குமா பைத்தியம்?'

'கே.என்.எஸ்.ஸா!' வேணு மலைத்துத்தான் போனான்.

'கே.என்.எஸ்ஸைப் பார்த்தியா?'

'எப்பவாவது மாசத்திலே ஒரு நாள், இரண்டு நாள் போவேன் அவர் வீட்டுப்பக்கம்' என்றான் ராம் அலட்சியமாக. 'பக்கத்திலே தானே! நான் இருப்பது டிஃபன்ஸ் காலனி, அவர் சவுத் எக்ஸ்டன்ஷன்.'

கே.என்.எஸ்! வேணுவுக்குப் பேச்சே எழவில்லை. போனமாதம் கூடச் சென்னைக்கு வந்து இரண்டு வாரங்கள் தங்கியிருந்தார். வேணுவுக்கு அவரைப் பார்க்க வேண்டுமென்று ஆசை. ஆனால் கூடவே ஒரு கூச்சம், தன்னம்பிக்கையின்மை. அவருடைய இலக்கிய ஹோதா தன்னை அரவணைக்குமா, புறக்கணிக்குமா என்று புரியாமல், போகாமலே இருந்துவிட்டான். ராம் அதிர்ஷ்டசாலி, அவன் எழுத்தாளன் இல்லை.

'அவர் புதுமைப்பித்தனுடன் க்ளோஸா மூவ் பண்ணினவர் ஆச்சே! அவர் என்ன சொன்னார் தெரியுமா? *There may be something in what you say,* அப்படின்னார். 'ராமின் முகத்தில் என்ன ஒரு கொக்கரிப்பு, வெற்றிப் பெருமிதம்!

வேணு இப்போது உண்மையிலேயே அம்மணமாகிப் போனான். 'படவா!' என்று பல்லைக் கடித்துக்கொண்டான். காஞ்சனையில் வருகிற மோகினிப் பிசாசு இப்போது சட்டென்று இங்கே தோன்றி ராமின் கழுத்தை நெறித்துக் கொன்றால் எவ்வளவு நன்றாயிருக்கும்! அல்லது, 'செவ்வாய் தோஷ'த்தில் வருகிற ரத்தக் காட்டேரி...

மனத்தில் ஒரு பிளாக் அவுட். ரெஸ்டாரண்டிலிருந்து வெளியில் வரும்போதும் டாக்ஸியில் செல்லும்போதும் ராம் பேசிக்கொண்டு வந்த எதுவும் மனத்தில் பதியவில்லை. ஒரே சுயவெறுப்பு, சுய அனுதாபம் – சே! நான் ஒரு முட்டாள். நானும் இவனைப் போல பிசினஸ்மேனாகப் போயிருக்க வேண்டும். பணம்தான் முக்கியம். அது இருந்தால் பிற ஹோதாக்களும் பட்டங்களும் தானாக ஏற்பட்டுவிடும். இலக்கிய ரசிகன், எழுத்தாளன்...

ஆமாம், ராம் இனி கதைகளெழுதவும் கூடும். என் சாம்ராஜ்ஜியமென்று, அவனைப் போன்ற ஒட்டகங்கள் நுழைய முடியாத 'ஊசித் துவாரமென்று', நான் இருமாந்திருந்த இடத்தினுள்ளும் அவன் நுழைந்துவிடப் போகிறான். எனக்கென்று இனி எந்தக் கிரீடமும் மிச்சமில்லை.

வேணு வீட்டருகே மெயின் ரோடில் அவனை இறக்கிவிட்டு வைஃபை மிக விசாரித்ததாகச் சொல்லச் சொல்லிவிட்டு, 'பை' சொல்லிவிட்டு, ராம் சென்றான். வேணு அந்த இருளடர்ந்த திருவல்லிக்கேணிச் சந்தினுள் மாடுகளின் மீது தடுக்கி விழாமல் ஜாக்கிரதையாக நடந்துசென்று, தன் இரண்டு ரூம் அரண்மனைக்குள் நுழைந்தான். பிற்பகலில் பார்த்த ராமின் விசாலமான ஹோட்டல் அறை நினைவு வந்தது. எரிச்சலாக இருந்தது. அந்த அறையிலுள்ள அழகிய மஞ்சத்தில் படுத்தபடி, ராம் புதுமைப்பித்தனைப் படிப்பான். அவனுடைய வீட்டிலும் அத்தகைய படுக்கை இருக்கும். அவன், அவன் மனைவி, இருவருமே படுத்துக்கொண்டு புதுமைப்பித்தனைப் படிப்பார்கள்.

'காப்பி வேணுமா?' என்ற மனைவியின் விசாரணை எரிச்சலை அதிகமாக்கியது. 'ப்ச்' என்று சூள் கொட்டினான். அதற்கு என்ன அர்த்தமென்று புரியாமல் அவள் நின்றுகொண்டே இருந்தாள். அவன் பேண்ட்டை அவிழ்த்துவிட்டு வேட்டியைத் தேடினான்... பட்டென்று மனத்தில் குமைந்து கொண்டிருந்த எரிச்சலெல்லாம் குப்பென்று வெடித்தது: 'என் வேட்டியை எங்கே கொண்டு வச்சே?'

அவள் அமைதியாக அவன் அதுவரை தேடிக்கொண்டிருந்த இடத்திலிருந்தே வேட்டியை எடுத்துக் கொடுத்தாள். 'காப்பி கலக்கட்டுமா?' என்று மறுபடி விசாரித்தாள்.

'வேண்டாம், வேண்டாம், வேண்டாம்!' என்று அவன் மறுபடி வெடித்தான். இந்த இரண்டாவது வெடிப்புடன் கோபம் சட்டென்று வடிந்து போயிற்று. தன் மேலேயே வெட்கம் ஏற்பட்டது. தான் ஒரு டிபிகல் மிடில் கிளாஸ் கணவனாக நடந்துகொள்வதாகப்பட்டது. தன் மன உளைச்சல்கள், ஏமாற்றங் களுக்குப் பரிகாரமாக மனைவியை அடித்து நொறுக்கும் கணவனின் பிம்பம்...

குழாயடியில் கால் அலம்புகையில் சட்டென்று புதுமைப் பித்தனின் இன்னொரு சிறுகதை நினைவு வந்தது... ஆபீஸில் எளிய குமாஸ்தாவாகவும் வீட்டில் சர்வாதிகாரியாகவுமிருக்கிற கணவனைப் பற்றிய கதை... 'மண்ணாங்கட்டி' என்று அவன் முணுமுணுத்துக் கொண்டான். பெரிதாக மிடில் கிளாஸ் ஹஸ்பண்டை வைத்து என்ன சடையர் வேண்டிக் கிடக்கிறது? ராம் போன்றவர்களின் மனோரஞ்சகத்துக்காக, தன் வர்க்கத்தினரைக் கோமாளிகளாக்குதல்... துரோகி! உனக்கு வேண்டியதுதான். சொஃபிஸ்டிகேடட் வாசகரின் அங்கீகாரத்தை வேண்டித்தானே இப்படியெல்லாம் எழுதினாய்? நன்றாக இப்போது இவர்களிடம் மாட்டிக்கொண்டு திண்டாடு, இவர்களுடைய வாயில் புரண்டு எச்சில் படு! உன் செக்ஸ் லைஃபைக் கூட இவர்கள் விட்டு வைக்கப் போவதில்லை...

வேணு மனத்தில் இப்போது ஒரு சாந்தம். அதைப் பகிர்ந்து கொள்ள அவன் மனைவியைத் தேடிச் சென்றான்.

கருப்பு அம்பா கதை

'அப்பா, கதை சொல்லு' என்று சிணுங்கிய வாறு மாலு சங்கரனின் அருகில் வந்து படுத்துக் கொண்டு அவன் சிந்தனையைக் கலைத்தாள். ஆபீஸ் அரசியல் பற்றிய சிந்தனைகள் …

'உம் … சரி; சொல்கிறேன் …' என்று சங்கரன் அவளுடைய இரண்டு வயதுக் குஞ்சு உடலில் தட்டிவாறு இயந்திரம் போலத் தொடங்கினான்; 'ஒரே ஒரு காக்காய் இருந்ததாம் …'

'காக்காய்க் கதை வேண்டாம்' என்று மாலு கைகளையும் கால்களையும் படபடவென்று படுக்கையில் அடித்தவாறு ரப்பர் பந்து போலத் துள்ளத் தொடங்கினாள். தன்னுடைய திருப்தி, அதிருப்தி, மகிழ்ச்சி, துயரம் ஆகியவற்றை அவள் வெளிப்படுத்தும் முறைகள் எவ்வளவு கச்சிதமானவை. ரசமானவை! ஹூம்… வயதானால் இந்தக் கச்சிதத் தன்மை போய் மனிதர்களிடம் ஒரு வழாவழா கொழகொழாத்தனம் வந்துவிடுகிறது. பொய்மை வந்துவிடுகிறது, அவனுடைய ஆபீஸ் சகாக்களைப் போல.

'வேறே என்ன கதை வேணும்?' என்று மாலாவைக் கேட்டான்.

'கருப்பு அம்பா கதை.'

சரி, சரி, சொல்றேன்.'

அம்பா என்றால் மாடு. கருப்பு அம்பா என்றால் கருப்பு மாடு, அதாவது எருமை மாடு.

தனித்த மொழியும் எளிய சுகதுக்கங்களும் உள்ள மாலுவின் சின்னஞ்சிறு உலகம். அந்த உலகம் சங்கரனுக்கு ஓர் ஒளிவிடமாக விளங்குகிற, வஞ்சகமும் குரோதமும் நிறைந்த பெரியவர்கள் உலகத்தை 'ஸ்விச் ஆஃப்' செய்துவிட்டு அவன் பதுங்கக்கூடிய ஒரு 'வளை'...

வீட்டருகே எருமை மாடுகளுக்குக் குறைச்சலில்லை. நாய்க்கு அடுத்தபடியாக மாலுவுக்கு மிகவும் பரிச்சயமான பிராணி எருமை மாடுதான். சங்கரன் கிராமத்தில் வளர்ந்தவன். மாலுவின் வயதாயிருந்தபோது பெரும்பாலான நேரத்தை வீட்டிலிருந்த மாட்டுத் தொழுவத்தில் மாடுகளை வேடிக்கை பார்த்தவாறு கழித்தவன். மாட்டிலிருந்துதான் பால் வருகிறதென்பது அந்த வயதிலேயே அவனுக்குத் தெரியும். ஆனால் மாலுவுக்கோ, அவள் வளருகிற பெரிய நகரச் சூழ்நிலை காரணமாக, பாலுக்கும் மாட்டுக்கும் உள்ள சம்பந்தமே தெரியாது. பால்கார மாமாவின் சைக்கிளில் பாட்டில் பாட்டிலாகப் பால் காய்ப்பதாக அவள் நினைத்துக்கொண்டிருந்தாள்; சில நாள் முன்பு வரையில். ஆனால் சங்கரன் அவளுக்கு அம்பா கதை சொல்லத் தொடங்கியதில் இருந்து அவளுக்கு இவ்விஷயத்தில் கொஞ்சம் தெளிவு ஏற்படத் தொடங்கியிருக்கிறது.

'ஒரே ஒரு ஊரிலே ஒரு கருப்பு அம்பா இருந்துதாம்...' என்று சங்கரன் கதை சொல்லத் தொடங்கினான். மாலுவின் முகத்தில் ஆர்வமும் மகிழ்ச்சியும் துள்ளின. கதை என்கிற பெயரில் அவளிடம் எதையாவது சொல்ல வேண்டும். அவள் வேண்டுவது அதுதான். கதை முன்னுக்குப் பின் முரணானதாக, அபத்தங்கள் நிறைந்ததாக, சாரமற்றதாக இருக்கலாம். ஆனால் அவளை ஒரு பொருட்டாக மதித்து அவளுக்கென நாம் விசேஷப் பிரயத்தனம் எடுத்துக்கொள்வதாக அவள் உணரச் செய்யவேண்டும் – இது ரொம்ப முக்கியம். நடுவில் சிறிதளவு கூட இடைவெளி விடாமல் தொடர்ந்து பேசிக்கொண்டே போகவேண்டும் – இதுவும் ரொம்ப முக்கியம். அவனுடைய கற்பனைத் திறனுக்கும் துரிதமான சிந்தனைத் திறனுக்கும் ஒரு சவால். இந்தச் சவாலை மாலுவின் மீதுள்ள ஆசையினால் மட்டுமல்ல, தன் மீதுள்ள ஒரு கவலை மற்றும் பரிவு காரணமாகவும் அவன் தினசரி சந்திக்கத் தயாராகிறான். ஆமாம்; அவளுக்குக் கதை சொல்லத் தொடங்கி, அந்தக் கதையில் மெல்ல மெல்ல அவனும் ஆழ்ந்து போகும்போது, அவனுடைய மன உளைச்சல்கள் அல்லது உறுத்தல்கள் – அன்றைய தினத்து முகங்களும் நிகழ்ச்சிகளும் தந்த பரிசுகள் – மங்கி மறைந்துபோகின்றன. அவன் புத்துயிர் பெறுகிறான்...

எனவே கருப்பு அம்பா மாலுவுக்கு எப்படியோ அப்படியே அவனுக்கும் ஓர் இஷ்ட தெய்வம்தான். தினசரி அது புதிதாக என்ன செய்யப்போகிறது என்று அறிவதில் மாலுவுக்கு இருக்கிற ஆர்வமும் ஏக்கமும் அவனுக்குமுண்டு.

இன்று கதையில் கருப்பு அம்பாவுக்கு ஜலதோஷம் பிடித்துவிட்டது. அக்கு, அக்கு, என்று ஆட்டம் பாம் ('அப்பா, ஆட்டம் பாம் எப்படியிருக்கும்?') வெடிப்பது போலத் தும்மத் தொடங்கிவிட்டது. (சங்கரனுக்கு இரண்டு நாள்களாக ஜலதோஷம். எனவே தவிர்க்க முடியாமல் கருப்பு அம்பாவுக்கும் ஜலதோஷம் பிடித்துவிட்டது.) 'பாவம், அம்பாவுடைய குட்டிக்கு அம்பாவிடம் பால் குடிக்க முடியவில்லை, அது பால் குடிக்க மூஞ்சியைப் பக்கத்திலே கொண்டு போகறச்சேயெல்லாம் பெரிய அம்பாவின் உடம்பு தும்மலிலே குலுங்கிக் குலுங்கி அசைகிறது. குட்டியின் மூஞ்சியிலே பட்டுப் பட்டுன்னு அடி வேறே விழுந்து அதுக்குப் பாவம், மூஞ்சியெல்லாம் வீங்கிப் போகிறது. ஒரே வலி . . . அது பெரீசா அழ ஆரம்பிச்சுதாம் . . . எப்படி அழுதுதாம், சொல்லு?'

'ஏ(ங்) . . . ஏ(ங்) . . . ஏ(ங்) . . . ஏ(ங்) . . .' என்று மாலு அழுது காண்பித்தாள்.

'கரெக்ட். குட்டி அழறதைப் பார்த்து கருப்பு அம்பாவுக்கும் அழுகை அழுகையா வந்ததாம். அதுவும் 'ஏ(ங்) . . . ஏ(ங்) . . . ஏ(ங்) . . . ஏ(ங்) . . .' அப்படின்னு அழுததாம். இரண்டுமா ரொம்ப நாழி இப்பிடி அழுதுண்டே இருந்துதாம். அப்போ, அப்படீ ஒரு குதிரை வந்துதாம். குதிரை இருக்கே, கருப்பு அம்பா அழறதைப் பார்த்து, 'அம்பா, அம்பா, நீ ஏன் அழறே?'ன்னுட்டுக் கேட்டுதாம். 'எனக்குச் சும்மா சும்மா தும்மல் வந்து உடம்பெல்லாம் ஆடறது. அதனாலே குட்டிக்குப் பால் கொடுக்க முடியலை' அப்படின்னு கருப்பு அம்பா அழுதுண்டே சொல்லித்தாம். 'அப்படியா? அழாதே, அழாதே. என் முதுகிலே ஏறிக்கோ, நான் உன்னை டாக்டர்கிட்டே கூட்டிண்டு போறேன் அப்படின்னு குதிரை சொல்லித்தாம் . . . உடனே குட்டிக் கருப்பு அம்பா, 'நானும் டாக்டர்கிட்டே வருவேன் . . . ஏ(ங்) . . . ஏ(ங்) . . . ஏ(ங்) . . . ஏ(ங்) . . .'ன்ன அழுதுதாம். 'சரி, சரி, நீயும் வா. அசடு மாதிரி அழாதே'ன்னு கருப்பு அம்பா சொல்லித்தாம். உடனே குதிரை இருக்கே, 'ஐயோ! இரண்டு பேரும் என் முதுகிலே ஏறிண்டா என் முதுகு உடைஞ்சி போயிடுமே, நான் என்ன பண்றது . . . ஊ(ங்) . . . ஊ(ங்) . . . ஊ(ங்) . . . ஊ(ங்) . . .' அப்பிடின்னு அழுதுதாம். உடனே கருப்பு அம்பா இருக்கே, 'ஏ குதிரை, நீயும் அசடு மாதிரி

அழாதே. இந்தக் குட்டி மட்டும் உன் முதுகிலே ஏறிக்கட்டும். நான் நடந்தே வரேன்' அப்படின்னு சொல்லித்தாம். உடனே குதிரை சந்தோஷத்திலே 'ஈஈஈஈஈஈ'ன்னு சிரிச்சுதாம் ...

இப்படியாக மெல்ல மெல்லக் கதை டாக்டர் வீடு வரை வந்து சேர்ந்தது. மாலுவுக்கு இன்னமும் தூக்கம் வருகிற வழியாயில்லை. சங்கரனுக்கோ பொறுமை போய்க்கொண்டிருக்கிறது. கற்பனை வறண்டு கொண்டிருக்கிறது. ஆனால் அவன் இன்னமும் முழுவது மாக நம்பிக்கை இழக்கவில்லை. டாக்டரின் வீடு – அதுவும் மிருக டாக்டரின் வீடு – சாத்தியக்கூறுகள் நிரம்பியது. அவன் அந்த டாக்டரின் காம்பவுண்டில் ஏற்கெனவே காத்திருக்கும் மிருகங்களை வர்ணிக்கத் தொடங்கினான். வாலில் சிரங்கு வந்து வாலை ஆட்ட முடியாமலிருக்கும் ஒரு நாய்; கத்திக் கத்தி தொண்டை கட்டிப் போயிருக்கும் ஒரு கழுதை; சும்மா சும்மா மரத்துக்கு மரம் தாவிக் கொண்டிருந்ததிலும் கிளைகளிலிருந்து தொங்கி ஊஞ்சலாடிக் கொண்டிருந்ததிலும் கைகள் சுளுக்கிக் கொண்டு விட்ட ஒரு குரங்கு; நாளெல்லாம் கட்டை வண்டி இழுத்து இழுத்து கழுத்து, முதுகெல்லாம் வலியெடுத்துப் போய் ஐயோடெக்ஸ் தடவிக் கொள்வதற்காக வந்திருக்கும் ஒரு காளை மாடு; ரோடு ஓரங்களிலே, வீடுகளின் வேலிகளிலே எல்லாம் வளர்ந்திருக்கும் ஏதேதோ செடிகளையெல்லாம் தின்னுத் தின்னு அஜீரணம் வந்திருக்கும் ஓர் ஆட்டுக்குட்டி; நாள் முழுவதும் ரோடுகளிலே டாங்காவை இழுத்துக்கொண்டு ஓடி ஓடி லாரி, ஆட்டோ, ஸ்கூட்டர் சத்தங்கள், ஹார்ன் சத்தங்களெல்லாம் கேட்டுக் கேட்டுக் காதெல்லாம் புண்ணாகிப்போன ஒரு டாங்கா குதிரை; கண் பார்வையைப் பரிசோதித்துக்கொள்ள வந்திருந்த ஒரு சர்க்கஸ் கரடி; தும்பிக்கையை உயர்த்தி எல்லோருக்கும் சலாம் போட்டுப் போட்டு தும்பிக்கையெல்லாம் இளைச்சுப்போன ஒரு ஜூ யானை ...

இப்படி, டாக்டரிடம் சிகிச்சைக்காகக் காத்திருந்த மிருகங் களைச் சங்கரன் மாலுவுக்காக விவரித்துக்கொண்டே போனபோது திடீரென்று ஓர் அற்புதம் நிகழ்ந்தது; ஒரு ரசவாதம். அந்த மிருகங்களெல்லாம் திடீரென்று சங்கரனுக்குப் பரிச்சயமான சில மனிதர்களாக மாறிப் போனார்கள் – அவனுடைய ஆபீஸ் சகபாடிகள்; வாலாட்டுகிறவர்கள்; தொண்டை கிழிய ஜம்பமடித்துக் கொள்கிறவர்கள்; குழுவுக்குக் குழு மாறும் கட்சிமாறிகள்; சங்கரனைப் போலவே வேறு சில சுமை மாடுகள்; நுனிப்புல் மேய்கிற மேனாமினுக்கிகள்; வத்தி வைக்கிறவர்கள்; காலை வாருகிறவர்கள்; கூழைக்கும்பிடு போடுகிறவர்கள் ... இந்த ரசவாதம் நிகழ்ந்ததுதான் தாமதம், தொய்ந்து போகத்

தொடங்கியிருந்த சங்கரனுடைய கதை சொல்லும் ஆர்வம் மீண்டும் சுறுசுறுப்படைந்தது. அவன் உற்சாசமாகக் கதையைத் தொடர்ந்தான்.

'பேஷண்டுகளெல்லாம் தம் முறை வருவதற்காகக் காத்தவாறு கியூவில் நிற்கிறார்கள். கருப்பு அம்பாவும் தன் குட்டியுடன் நிற்கிறது. கியூ ரொம்ப மெதுவாக நகருகிறது. ரொம்ப நேரமாச்சு. கருப்பு அம்பாவுக்குக் காலெல்லாம் வலிச்சுப்போச்சு. ஆனாலும் பாவம், நின்றுகொண்டேயிருக்கிறது. சில மிருகங்கள் தந்திரமாகக் கம்பவுண்டர் மாமாவுக்கு காட்பரீஸ், பாப்பின்ஸ் எல்லாம்கொடுத்து தாஜா பண்ணி டாக்டரைச் சீக்கிரமாகப் பார்த்துவிட்டுப் போய்க்கொண்டிருக்கின்றன. ஆனால் கருப்பு அம்பாவுக்கு இந்தத் தந்திரம் தெரியாமல் அது பாவம், கியூவில் நின்றுகொண்டேயிருக்கிறது. அப்புறம் ஒரு குள்ள நரி வருகிறது. லேட்டாக வந்தும்கூட அதுவும் தந்திரமாக கம்பவுண்டரிடம் ஏதோ கொடுத்து டாக்டரைச் சீக்கிரமாகப் பார்க்க முயற்சி பண்ணுகிறது. இப்போது கருப்பு அம்பாவுக்குத் தாங்க முடியாத கோபம் வந்துவிடுகிறது. அது கத்திக்கொண்டே போய் நரியின் மேல் வேகமாக முட்டுகிறது. நரி, 'ஊ... ஆ...' என்று ஊளையிடுகிறது. சத்தம் கேட்டு டாக்டர் வெளியே ஓடி வருகிறார்...

உற்சாகத்துடன் ஆபீஸ் நிகழ்வுகளை மிருகங்கள் சம்பந்தப்பட்ட கதையாக உருமாற்றிக்கொண்டு போன சங்கரனுக்குத் திடீரென்று சந்தேகம் வந்தது; ஒருவேளை மாலுவின் புரிந்துகொள்ளும் சக்திக்கு மீறியதாகப் போய்விட்டதோ, கதை? கவலையுடன் மாலுவைக் கவனித்தான். அவள் அயர்ந்து தூங்கிக்கொண்டிருந்தாள். கருப்பு அம்பா கியூவில் நின்றுகொண்டிருந்தபோதே அவள் தூங்கிப் போயிருக்கவேண்டும்...

கதையின் இறுதிப் பகுதி சங்கரனின் சுய இரக்கத்தைத் தூண்டிவிட்டது. அவன் தன் மீதே பரிதாபப்பட்டவாறு சற்று நேரம் படுத்திருந்தான். ஆமாம், கியூவில் காத்து நிற்கும் அப்பாவி எருமை அவனேதான்...

அவன் மனைவி விஜி சமையல் காரியங்களெல்லாம் முடிந்து, கையில் பால் தம்ளருடன் அங்கே வந்தாள். 'சபாஷ்! அப்பாவுக்கு வெற்றியா?' என்றாள், தூங்கும் குழந்தையைக் கவனித்து சங்கரன் எழுந்து உட்கார்ந்து அவள் கையிலிருந்த பால் தம்ளரை வாங்கிக்கொண்டான். 'இந்தப் பாலுக்காக நான் தினம் வஞ்சனையில்லாமல் உழைக்கிறேன்' என்றான்.

'சார்! நான் தினம் பகல் சாப்பாட்டுக்கு இதேபோல உழைக்கிறேன், தெரியுமோன்னோ? தினம் பகலிலே அவளுக்கு மெனக்கெட்டுக் கதை சொல்லிக் கதை சொல்லித் தூங்கப் பண்ணினப்புறம்தான் எனக்குச் சாப்பாடு.'

'என்ன கதை சொல்லுவே அவளுக்கு – குருவிக்கதையா, காக்காய்க் கதையா?'

'அதெல்லாம் சொன்னால் உங்க பொண்ணு கேட்பாளா? அதான் அம்பா கதை சொல்லிச் சொல்லி அவளைக் கெடுத்து வெச்சிருக்கேளே! நானும் அம்பா கதைதான் சொல்லுவேன் – என்னுடையது வெள்ளை அம்பா, அவ்வளவுதான் வித்தியாசம்.'

'ஓகே!' என்று சங்கரன் தலையைப் பலமாக ஆட்டினான். 'புரிந்தது, புரிந்தது. பசுமாட்டுக் கதை... நீதானாக்கும், அந்தப் பசுமாடு?'

'அதெல்லாம் எனக்குத் தெரியாது.'

'பசுமாடு பிறந்த கதையா, வளர்ந்த கதையா, புக்ககத்துக்கு வந்த கதையா?'

'எல்லாம் தான். ஒவ்வொரு நாள் ஒவ்வொன்று.'

'ஓகோ! ஆமாம், புக்ககத்திலே என்ன ஆகிறது. பசு மாட்டுக்கு?'

'புதுசாக ஒண்ணுமில்ல, எல்லாப் பசுமாட்டுக்கும் ஆகிறதுதான்... சதா இடுப்பொடிய வேலை, அதற்கு மேலே குற்றங்குறைகள், புகார்கள், கருப்பு அம்பாவுக்கு இதொண்ணும் தெரியாது, ஜாலியா வெளியே போகும், வரும். வீட்டிலே இருக்கிற போதெல்லாம் ஹாய்யாகப் படுத்திண்டிருக்கும்...'

'யார் அந்தக் கருப்பு அம்பா?'

'நீங்கள்தான்' என்றாள் அவள்.

புறா

சண்முகத்துக்குச் சுமார் ஒரு மணி நேரத்துக்கு முன்பே பசி தொடங்கிவிட்டது. (காலை ஒன்பது மணிக்கு மெஸ்ஸில் சாப்பிட்டது) ஆனாலும் எழுந்திருக்கச் சோம்பியவனாக அவன் தொடர்ந்து அந்தப் புல்வெளியில் படுத்துக்கொண்டு, எதிரேயிருந்த அந்த முகலாயர் பாணிக்கட்டடத்தின் மாடங்களில் வரிசையாக உட்கார்ந்திருந்த புறாக்களைப் பார்த்தபடி இருந்தான், செங்கோட்டையின் உட்புறம். இவ்விதக் கட்டடங்களுக்கு அங்கே பஞ்சமில்லை. புறாக்களுக்கும் பஞ்சமில்லை. பள்ளிக்கூடத்தில் சரித்திரப் புத்தகத்தைப் படிக்கும்போது முகலாய சக்கரவர்த்திகள், அவர்களுடைய அரண்மனைகள் ஆகியவை பற்றித் தன் மனத்தில் தோன்றிய கற்பனைகளை அவன் இப்போது நினைவுக்குக் கொண்டுவர முயன்றான். நிச்சயம், அக்கற்பனைகள் பிற்காலத்தில் தில்லியிலும் ஆக்ராவிலும் அவன் கண்ட நிஜங்களுக்கு மிகவும் பின் தங்கியிருக்கவில்லை. ஒரு சாதாரண கிராமப் பள்ளிக்கூடத்தில் படித்த அவனால் இந்த அளவு பிருமாண்டக் கட்டடங்களைக் கற்பனை செய்ய முடிந்தது ஒரு சாதனைதானே!

சண்முகத்துக்குத் தன் மீதே பெருமையாக இருந்தது. அவன் தொடர்ந்து அந்தப் புறாக்களைப் பார்த்துக் கொண்டிருந்தான். ஷாஜஹான் காலத்திலும் இந்தப் புறாக்கள் இருந்திருக்கும். பகதூர்ஷா காலத்திலும் இருந்திருக்கும். லிட்டன், கர்ஸன், இர்வின் காலங்களில் இருந்திருக்கும். மவுண்ட்பேட்டன் காலத்தில் இருந்திருக்கும்.

அந்தச் சரித்திரகாலக் கட்டடத்தையும், அந்தப் புறாக்களையும் பார்க்கப் பார்க்க, தானும் ஒரு சரித்திர நாயகனாக மாறுவது போன்ற பிரமை சண்முகத்துக்கு உண்டாயிற்று. ஓர் அரசனாக ... இல்லையில்லை, ஓர் அரச குமாரனாக.

அவனுடைய பள்ளிக்கூடக் கட்டடத்திலும் புறாக்கள் உண்டு. பிற்பாடு டவுனில் கல்லூரியில் படிக்கும்போது அங்கும் புறாக்கள் உண்டு. அவையெல்லாம் கூடப் பழங்காலக் கட்டடங்கள்தான். கூரை மிக உயரத்திலும், ஏராளமான தூண்களும் பிறைகளும் கொண்டு அமைந்த கட்டடங்கள். இத்தகைய கட்டடங்கள்தான் புறாக்களுக்கு மிகவும் பிடிக்கின்றன. 'நீ ஓர் ஐடியலிஸ்ட், ஒரு ரொமான்டிக்' என்று நண்பன் பெருமாள்அவனுடைய புறா மோகத்தைக் கேலி செய்வான். 'புறா உனக்கு ஒரு லட்சியப் புனிதத்துவத்தின் குறியீடாக அமைந்து உன் கவனத்தைக் கவருகிறது' என்பான். பெருமாள் இப்போது இங்கே இருந்தால் எவ்வளவு நன்றாக இருக்கும்! சண்முகம் பெருமூச்செறிந்தான்.

வியாழனன்று காலையில் அவன் ஆபீசுக்குக் கிளம்பிக் கொண்டிருந்த சமயத்தில் பெருமாளிடமிருந்து கடிதம் வந்தது. சாதாரணமாக நண்பனின் கடிதங்களுக்கு உடனுக்குடன் அவன் பதிலெழுதி விடுவான். அன்றைக்கும் அப்படி எழுதுவதாகத்தான் இருந்தான். ஆனால் துரதிர்ஷ்டவசமாக ஆபீசில் மேலதிகாரியுடன் அன்று காலையிலேயே ஏற்பட்ட ஒரு சச்சரவின் காரணமாக அவனுடைய மனம் கசந்து போயிற்று. உற்சாகங்கள் வற்றிப் போயின. வெள்ளிக்கிழமை லீவு போட்டால் அந்தச் சம்பவம் காரணமாகத்தான் லீவு போட்டானென்பது தெரிந்துவிடுமென்பதற்காக, அன்று பல்லைக் கடித்துக்கொண்டு ஆபீஸ் போய் வந்தான். (மேலதிகாரிக்குத் தன்னைக் காயப்படுத்திவிட்ட திருப்தியை அளிக்க விரும்பவில்லை.) இன்று சனிக்கிழமை. ஏதோ அவசர வேலை இருப்பதாக அப்ளிகேஷன் எழுதிக் கொடுத்துவிட்டு இங்கே செங்கோட்டையில் வந்து உட்கார்ந்திருக்கிறான்.

புறாக்களை அவனுக்கு மிகவும் பிடிக்கும். சிறு வயதிலிருந்தே அவற்றுக்கும் அவனுக்குமிடையே ஏதோ ஓர் ஆத்மீகமான பிணைப்பு ஏற்பட்டு விட்டிருந்தது. புறாக்கள் ஒதுங்கியிருக்கும் தன்மையுள்ளவை. அவற்றின் தோற்றத்தில் அடக்கம் இருந்தது. அதே சமயத்தில் ஒரு கம்பீரமும் இருந்தது. ராஜ கம்பீரம். கட்டடங்களின் உச்சிகளில் அவை எப்படி மணிக்கணக்கில் அசையாமல் வீற்றிருக்கின்றன – மோனத்தவத்தில் ஆழ்ந்திருப்பவை போல! அவ்வப்போது, தவத்தில் உதித்த உண்மைகளைப் பிறருடன் பகிர்ந்துகொள்வதைப் போல, 'கூம் க்கூம்.' என்ற கூவல்; பிறகு மறுபடி மௌனம் ...

அடுத்த ஜன்மத்தில் புறாவாகப் பிறக்க வேண்டுமென்று சண்முகம் மிகவும் விரும்பினான். வஞ்சகமும் குரூரமும் அசூயையும் குரோதமும் நிறைந்த இந்த உலகத்தை விட்டு நினைத்த மாத்திரத்தில் உயரக் கிளம்பிப் பறக்க முடிகிற பறவையாகப் பிறக்கக் கொடுத்து வைக்க வேண்டும். அதிலும் புறாவாகப் பிறக்க மிகவும் கொடுத்து வைக்க வேண்டும். புறா மேன்மையின், முதிர்ச்சியின் சின்னம். சாத்வீகத்தின் சின்னம். எனவேதான் புறாவின் துயரம் சிபிச் சக்கரவர்த்தியை நிலை குலையச் செய்தது. தன் உயிரையே தியாகம் செய்ய அவர் தயாராகி விட்டாரே! ஒரு காக்காய்க்காகவோ குருவிக்காகவோ அவர் இவ்வாறு செய்ய முன் வந்திருப்பாரா? சந்தேகம்தான். காக்காய் தந்திரமும் கெட்டிக்காரத் தனங்களும் நிரம்பியது. தனக்கென்று திடமான கொள்கைகள் இல்லாதது. பிள்ளையார் கோயிலில் தேங்காய்ச் சில்லு பொறுக்கவும் போகும், குப்பை மேட்டிலும் போய் உட்காரும். எப்படியாவது வயிறு நிறைய வேண்டும். பொழுது கழிய வேண்டும். குருவி காக்காயைவிடச் சுத்தமான பிராணி என்றுபெயர். ஆனால் அதற்கும் கௌரவம் துளிக்கூடக் கிடையாது. அடக்கம் கிடையாது. சதா ஒரு பரபரப்பு, ஒரு சளசளப்பு. சே! சராசரி மனிதர்களுடன் கூடி வாழ்வதற்கு மிகவும் ஏற்ற ஒரு சராசரிப் பறவை! புறாவோ, மனிதனால் வளர்க்கப்படும் சந்தர்ப்பங்களில்கூடத் தன் கம்பீரத்தை இழப்பதில்லை. வெள்ளைக்காரன் சிறையில் இருந்த மகாத்மா காந்திதான் நினைவு வருகிறார், வீடுகளில் வளரும் புறாக்களைப் பார்த்தால். சிறைப்படுவதால் அவற்றின் சிறப்புக் குறைவதில்லை, ஆங்காங்கே பலரால் இறைச்சிக்காக மாய்க்கப்படுவதால் அதன் அழகும் அந்த அழகு பிறப்பிக்கும் உன்னத மனவெழுச்சிகளும் மாய்ந்து விடுவதில்லை. புறா புறாதான்.

ராமாயணத்தின் ஆரம்பத்தில் ராமனும் ஒரு புறாவைப் போலத்தான் இருக்கிறான். கம்பீரமானவனாக, சாந்தமுள்ளவனாக. சண்முகத்துக்கு இந்த ராமனை மிகவும் பிடிக்கும். ஆனால் பிந்தைய கட்டங்களில் அவனுக்குக் காக்காயின் தந்திரமும், குருவியின் நிதானமின்மையும், பருந்தின் உக்கிரமும் சீற்றமும் எல்லாம் வந்து விடுகின்றனவே! இதில் சண்முகத்துக்குச் சிறிதும் உடன்பாடில்லை. கவி என்னதான் சொல்ல விரும்புகிறார்? நல்லவர்கள் என்றும் நல்லவர்களாகவே இருப்பது சாத்தியமன்று, என்றா? தீமை செய்வோருக்கெதிராக நல்லவர்களும் சில சமரசங்களை மேற்கொள்ளத்தான் வேண்டும், என்றா? ஆனால் நல்லவர்கள் இவ்வாறு தமக்கென வகுத்துக்கொண்ட நியமங்கள், நியாய உணர்வுகளிலிருந்து பிறழ ஆரம்பித்தால் அதற்கொரு முடிவேது! எந்தச் செய்கைக்குத்தான் சமாதானம் கூற முடியாது!

சப்பைக் கட்டுக் கட்ட முடியாது? மிகவும் பாரபட்சமின்றிப் பார்க்கப் போனால் சீதையை அபகரித்துச் சென்ற ராவணனுக்கும் சீதையைத் தீக்குளிக்கச் செய்த ராமனுக்கும் என்ன வித்தியாசம்? எதுவுமில்லை.

ஆனால் நடேச சாஸ்திரி இதை ஒப்புக் கொள்ளமாட்டார். 'ராமன் ஒவ்வொரு கட்டத்திலும் அகங்காரத்தினால் உந்தப்பட்டு அல்ல, தர்மம் என அவன் நினைத்ததைக் காக்கும் பொருட்டே செயல்பட்டான்' என்பார். 'அவனுடைய செயல்களிலிருந்து அவனுடைய 'தான்' எப்போதும் விலகியே இருந்ததென்பதைப் புரிந்துகொண்டால் எந்த முரண்பாடும் தென்படாது' என்பார். 'ராவணனுடைய செயல்கள் அகந்தையின் வெளிப்பாடுகள் என்றால், ராமனுடைய செயல்கள் துறவியின் வெளிப்பாடுகள்...' என்று தொடங்கி, ராமனுடைய சில சர்ச்சைக்கிடமான செயல்களுக்குச் சமாதானம் கூற முற்படுவார். வெறும் பண்டித வியாக்கியானங்கள்! சண்முகத்தின் மனத்தை அவை தொடவேயில்லை. 'இவர் ராமனை ஒரு பாப்பான் ஆக்குகிறார்...' என்று அவன் நினைப்பான். ராமன் ஒரு க்ஷத்திரியனாகவே இருந்துவிட்டுப் போகட்டுமே! வீரமும் அவ்வீரத்துடன் இணைந்த ஓர் அகந்தையுமே அவன் அணிகலன்களாக இருந்துவிட்டுப் போகட்டுமே!

சண்முகம் ஆம்லெட்டையும் பிரெட்டையும் சேர்த்துக் கத்தியால் வெட்டி, வெட்டிய துண்டை ஃபோர்க்கினால் குத்தியெடுத்து வாயினுள் போட்டு மென்றவாறு, தன் செக்‌ஷன் ஆபீசரை நினைத்துக் கொண்டான்... பசி மிகவும் அதிகமாகி விடவே, அவன் புல்வெளி மெத்தையின் சுகத்தைத் துறந்து, செங்கோட்டைக்குள்ளேயே இருந்த இந்த ரெஸ்டாரன்டின் தகர நாற்காலியில் அடைக்கலம் புகுந்திருந்தான்... தன் செக்‌ஷன் ஆபீசரையே வெட்டி, குத்தி, மெல்லுவது போன்ற ஒரு மயக்கம் அவனுக்கு ஏற்பட்டதோ என்னமோ, முகத்தில் ஒரு லேசான புன்னகை.

ஆபீசிலும் இப்போது லஞ்ச் டயமாகத்தான் இருக்கும். செக்‌ஷன் ஆபீசர் சுப்பிரமணியன் டிபன் பாக்ஸைத் திறப்பார். குப்பென்று அறையில் தயிர் சாதத்தின் மணம் பரவும்... தயிர் சாதத்தின் மணம் சண்முகத்துக்குப் பிடிக்காத ஒன்றல்ல. ஆனால் செக்‌ஷன் ஆபீசருடன் சம்பந்தப்பட்டுப் போனதால், இப்போதெல்லாம் அந்த மணத்தின் மீதே அவனுக்கு ஓர் அலர்ஜி ஏற்பட்டு விட்டிருந்தது. கூடியவரை, ஒரு மணி அடிக்கச் சில நிமிடங்கள் இருக்கையிலேயே அவன் செக்‌ஷனை விட்டு வெளியேறிவிட முயலுவான், அந்த மணத்தைத் தவிர்ப்பதற்காக.

தயிர் சாதம் அவனுடைய வீட்டிலும்தான் உண்டு. ஆனால் வேறு சிலது கிடையாது. கொத்சு கிடையாது. ஓலன் கிடையாது. பச்சடி கிடையாது. இவையும் இன்னமும் பலவும், நடேச சாஸ்திரியின் வீட்டில்தான் கிடைக்கும். சுவையான சர்ச்சைகளில் ஈடுபட அல்ல; மாறுதலான சாப்பாட்டை ருசிக்கத்தான் தான் அவர் வீட்டுக்கு அடிக்கடிச் சென்றோமோ, என்று இப்போது சில சமயங்களில் சண்முகத்துக்குத் தோன்றுகிறது. ஆரம்பத்திலெல்லாம் அவருக்கு எவ்வளவு அவநம்பிக்கையாயிருந்தது, அவன் ஒரு நாஸ்திகனோ, பிராமண துவேஷியோ என்றெல்லாம்! அதுவும்கூட, இப்போது நினைத்துப் பார்க்கும் போது, வேடிக்கையாகத்தான் இருக்கிறது. பள்ளிக்கூட நாள்களில் அவர்களிடையே விசேஷமான நெருக்கம் எதுவும் கிடையாது. ஆனால் பிற்பாடு, கல்லூரிப் படிப்பெல்லாம் முடிந்தபின், கிட்டத்தட்ட ஒரு வருட காலம் 'வேலையில்லாத பட்டதாரியாக' அவன் கிராமத்திலேயே கிடந்தான். அந்தக் கட்டத்தில்தான் நடேச சாஸ்திரியுடன் அவனுக்குப் பரிச்சயம் வளர்ந்தது. வாரத்தில் இரண்டு முறையாவது அவன் அவர் வீட்டுக்குச் சென்று விடுவான். இருவரும் மணிக்கணக்கில் எது எதைப் பற்றியோ விவாதித்துக் கொண்டிருப்பார்கள். சண்முகம் தன்னுடைய இன்டெலெக்சுவல் பிம்பத்தைத் தீட்டிக் கூராகவும் பளபளப்பாகவும் வைத்துக்கொள்ள உதவிய ஒரு சாணைக்கல் நடேச சாஸ்திரி.

'என்னுடைய மீசையைப் பார்த்து அவர் பயந்து போயிருக்க வேண்டும். முதன் முதலில்' என்று, வாஷ்பேசினில் கழுவும் போது பேசினுக்கு மேலிருந்த கண்ணாடியில் தன் முகத்தைப் பார்த்தவாறே சண்முகம் நினைத்தான். என்னுடைய உடற்கட்டைப் பார்த்தும்தான். ராமனின் உடற்கட்டு அல்லது ராவணனின் உடற்கட்டா? சாஸ்திரிக்கு அவனுடைய பௌதிக ஆகிருதி அந்த அரசியல் கட்சியைத்தான் நினைவூட்டியது, அவரை மருளச் செய்தது. அவருடைய இனத்தோரைக் கிண்டல் செய்வதையும் தூஷிப்பதையுமே தன் கொள்கையாகக் கொண்டிருந்த கட்சி. அவருடைய பயம் தனக்கு ஒரு திருப்தியையும் லேசான கர்வத்தையும் அளித்தது என்பதையும் சண்முகம் இப்போது நினைவு கூர்ந்தான். அந்தக் கட்சியில் நிஜமாகவே சேர்ந்து அவரைப் போன்றவர்களின் 'பயபக்தி' என்ற காணிக்கையில் என்றென்றும் தன்னைக் குளிப்பாட்டியவாறிருக்க ஒரு சபலம்...

ஆனால் அந்தச் சபலத்துக்கு அவன் பலியாகவில்லை. அது அவன் இயல்பில்லை. செயற்கையான அணிகளை அரவணைத்துக் கொண்டும் போலியான பேண்ட்வேகன்களில் ஏறிக்கொண்டும் தன்னைப் பலம் பொருந்தியவனாகச், செய்து

கொள்கிற கெட்டிக்காரத்தனம் அவனுக்கு எப்போதுமே ருசித்ததில்லை. பிறர் தன்னைப் பார்த்துப் பயப்படுவதோ மரியாதை செய்வதோ அவனுக்கு ஏனோ பிடிப்பதேயில்லை. அது அவன் சுதந்தரத்தைப் பாதித்ததாலோ என்னவோ! பிறர் தன் மீது ஆதிக்கம் செலுத்தக்கூடாது, தானும் பிறர்மீது ஆதிக்கம் செலுத்தமாட்டான் – இதுதான் அவன் கொள்கை. தோழமையையும் சகஜ பாவத்தையுமே அவன் ஒவ்வொருவரிடமும் யாசித்தான்.

ஆனால் தோழமை உணர்வும்கூட எப்படியெல்லாம் தவறாகப் புரிந்து கொள்ளப்படுகிறது. வக்கிரமான எதிரொலிகளை எழுப்புகிறது! அடிப்படையாக மனிதர்களிடையே ஒரு நம்பிக்கை இருக்க வேண்டும். அத்தகைய நம்பிக்கையை உருவாக்குகிற ஒரு பொதுவான சூழ்நிலை நிலவ வேண்டும். அத்தகைய ஒரு சூழ்நிலை இன்று இல்லை. கைக்கூப்புபவர்கள் எல்லோருமே கூப்பிய கரங்களுக்கிடையில் துப்பாக்கியை ஒளித்து வைத்துக் கொண்டிருக்கும் கோட்சேக்களாகத் தோன்றுகிறார்கள். அவநம்பிக்கை; வேஷம்; வன்முறை... அவனுடைய செக்ஷன் ஆபீசரும்கூட, நடேசசாஸ்திரியைப் போலவே அவனைப் பார்த்து மிரள்கிறாரோ? மிரட்சிதான் மிரட்டலாக உருவெடுக்கிறதோ?

வியாழனன்று நிகழ்ந்த வாக்குவாதத்ததைத் தொடர்ந்து அவருடைய கழுத்தை நெறிக்கலாம் போல அவனுக்கும் கை பரபரக்கவில்லையா? ஆமாம். ஒவ்வொருவருமே கோட்சேயாகக் கூடிய சாத்தியக்கூறுகள் இருக்கின்றன. துப்பாக்கிகூட வேண்டாம், வெறும் கையாலேயே அவனால் சுப்பிரமணியத்தைக் கொன்று விட முடியும். உடல் பலத்தை அடிப்படையாகக் கொண்டதாக இந்த அமைப்பு இருந்திருக்குமானால் அவன்தான் ஆபீசராகவும் சுப்பிரமணியன் அசிஸ்டண்டாகவும் இருந்திருப்பார்கள். ஆனால் இந்த அமைப்பு உடல் பலத்தையும் அடிப்படையாகக் கொண்டதில்லை, மூளை பலத்தையும் அடிப்படையாகக் கொண்டதில்லை. காலைக்கடனின் போதுகூட ஈரத்தின் சுவடையே விரும்பாத 'உலர்ந்த' வெளுப்புத்தோல் பிறவிகள் வகுத்த உலர்ந்த விதிகள், பத்ததிகளை அடிப்படையாகக் கொண்ட அமைப்பு இது. இந்த விதிகள், பத்ததிகளை நன்கு பயின்றிருக்கும் மமதையில் சுப்பிரமணியன் அவன் போன்றவர்களைக் கிள்ளுக்கீரை போல நடத்துகிறார். அவருடைய இந்தக் கல்விக்காக அவன் அவர் முன் மண்டியிட வேண்டுமென்று எதிர்பார்க்கிறார். என்ன பைத்தியக்காரத்தனம்!

சுப்பிரமணியத்துக்குப் பதிலாக ஒரு அகர்வாலோ ஒரு சென் குப்தாவோ இருந்திருக்கக் கூடாதோ! அப்போது அவனுடைய

பிரச்னை இன்னமும் தெளிவாக இருந்திருக்கும். இப்போதோ ஒரே குழப்பம். அவன் வெறுப்பது ஒரு தனி மனிதனையா, ஓர் அமைப்பையா, ஓர் இனத்தையா?

நடேச சாஸ்திரியைக்கூட – மனத்தாழத்தில் – நான் வெறுத்துத்தான் வந்திருக்கிறேனா, அப்படியானால்? தேநீரை ஒரு வாய் உறிஞ்சியவாறு, நடேச சாஸ்திரியின் வீட்டில் காப்பியோ தண்ணீரோ கொடுத்தால் தான் எப்படி உதட்டில் பாத்திரம் படாமல் 'தூக்கி' குடிப்போம் என்பதை அவன் நினைத்துப் பார்த்தான். அவனுடைய வீட்டிலும் தூக்கிக் குடிக்க மாட்டார்கள் என்பதில்லை. ஆனால் அவர் வீட்டில் இந்தச் செய்கை ஒரு விசேஷ அர்த்தம் பொதிந்ததாக மாறிவிடுவது போலிருக்கும்... வெள்ளித் தம்ளரில் தான் அவனுக்குக் காப்பி கொடுப்பார்கள். வெள்ளிக்குத் தீண்டல் கிடையாதாமே! அதேபோல, சாப்பிட உட்கார்ந்தவுடன் சாஸ்திரி நீர் சுற்றுவது! அவனைத் தனிமைப்படுத்தும். ஒரு மனிதனுடைய தர்மம் அல்லது சுவாபாவிகமான பழக்கவழக்கங்கள், அவனையுமறியாமல் இன்னொரு மனிதனை வடுப்படுத்தும் சாதனங்களாகிப் போகின்றன. ராமன் தன் தர்மத்தைக் காப்பாற்ற முயல முயல, லட்சுமணன், பரதன், ஊர்மிளை, சீதை, வாலி, ராவணன் முதலிய பலருடைய வாழ்க்கைகள் வெவ்வேறு விதங்களில் நிலை குலைந்து சிதறிப் போயின. தசரதனும் ராமனும் கூட பீரோக்ராட்டுகள்தான். இக்ஷ்வாகு குல தர்மம் என்ற ரூல் புத்தகத்தின் கைதிகள். சாஸ்திரியும் சுப்பிரமணியனும், இதேபோல, தம் இனத்தவரிடையே பரம்பரையாகப் புழங்கி வரும் ரூல்களின் கைதிகள். சாஸ்திரியின் வீட்டில் அவன் சாப்பிட்ட பிறகு இலையை எடுத்துப் போட முயலுகையில் அவர் எப்போதும் ஆட்சேபித்ததே இல்லை. ஆட்சேபிக்க வேண்டியவள் மனைவிதான் என்று அவர் இருந்திருக்கலாம். இலையெடுப்பது அவள் டிபார்ட்மெண்ட்தானே, அவர் குறுக்கிடலாமா? அவளோ, கணவர் எப்படி எடுத்துக் கொள்வாரோ என்று தயங்கியவாறு ஆட்சேபிக்காமல் இருந்திருக்கலாம். துவேஷம் இருக்கவில்லை என்று வைத்துக் கொண்டாலும் ஒரு தயக்கம், ஒரு சங்கடம், நிச்சயம் இருந்திருக்கிறது அவர்கள் மனத்தில், பாவம்! ரூல்களின் அடிமைகள்! கண்ணையும் மனத்தையும் இறுக மூடிக்கொண்டு ரூல்களை எழுத்துப் பிசகாமல் பின்பற்றுவதில் பல வருடப் பழக்கம்...

ஆம். இப்போது அவனுக்குப் புரிகிறது. சாஸ்திரியின் வீட்டில் வெள்ளித் தம்ளரில் தண்ணீர் குடிக்கும் போதும், இலையை எடுத்துப் போடும்போதும், அவன் அவரை வெறுத்துத்தான்

வந்திருக்கிறான். இன்னமும் ஏதேதோ செயல்களின் மூலம் சாஸ்திரியும் அவருடைய மனைவியும் அவர்களையுமறியாமல் – புண்படுத்தும் நோக்கமேயில்லாமல் – அவனைப் புண்படுத்தி இருக்கலாம். அவர்களுடைய முக வெட்டும் சம்பாஷணைக் கொச்சையும் பாவனைகளும் கூட – அவனுடையவற்றிலிருந்து நுணுக்கமாக வேறுபட்டிருந்தால் – அவனைப் புண்படுத்தி இருக்கலாம். ஆனால் இதையும் பொருட்படுத்தாமல் அவன் ஏன் மீண்டும் மீண்டும் அவர்கள் வீட்டுக்குச் சென்றான்; அவனும் ரூல்களின் கைதி என்பதாலா? விளக்கில் போய்ப் போய் விழும் விட்டில் பூச்சியைப் போல . . .

இதெல்லாம் பிறக்கிறபோதே ஒருவன் மீது பெற்றோராலும் சுற்றத்தாராலும் திணிக்கப்படுகிறவை. இந்த இனம், ஜாதி பற்றிய பெருமை சிறுமைகளும், விருப்பு வெறுப்புகளும். நோய்க்கிருமிகள்போல, சிறிய அளவிலோ பெரிய அளவிலோ எங்கும் எவருக்குள்ளும் இவை இருக்கின்றன. சுப்பிரமணியத்துடன் ஃபைல்கள் குறித்த சில அபிப்ராய பேதங்கள் பெரும் போராக மாறுவதற்கு என்னுள் இத்தகைய சம்பவங்கள் நிகழ்த்தும் ஒரு பிரத்தியேக ரசவாதமே காரணம். என் பிரக்ஞையில் சதா இடறாமலிருந்தாலும்கூட என் மனத்தின் அடிவாரத்தில் இங்கொன்றும் அங்கொன்றுமாக இருக்கிற கீறல்களும் சிராய்ப்புகளுமே காரணம். பிறருடைய சிராய்ப்புகளுக்கும் பகைமை உணர்வுகளுக்கும்கூட நான் வாரிசாகி விடுகிறேன் என்பதும் ஒரு துரதிர்ஷ்டமான உண்மை. ‘அரக்கர் என்பவர் கொடியவர்’ என்று விசுவாமித்திரர் ராம, லட்சுமணர்களுக்குப் போதித்தது எவ்வளவு அநியாயம்? ஓர் இனம் முழுவதுமேயா மோசமாயிருக்க முடியும்? இது ஓர் அரசியல் நோக்குள்ள இனத்துவேஷப் பிரசாரமின்றி வேறென்ன? இந்தப் பிரசாரமே அவனுடைய செயல்கள் யாவற்றையும் வண்ணப்படுத்தியது. அவனுடைய நியாய உணர்வுகள் திசை தவறக் காரணமாயிற்று. ராவணன் உண்மையில் பத்து சதவிகிதம் கொடியவன் என்றால் ராமனுடைய பிரசாரமும் பயமும் கலந்த கற்பனையில் அவன் நூறு சதவிகிதம் கொடியவனாகிப் போயிருக்கலாம் . . .

‘சுப்பிரமணியன்தான் என்னுடைய ராவணனா, அப்படியானால்?’ – சண்முகம் பக்கென்று சிரித்துவிட்டான். அவன் இப்போது செங்கோட்டைக்கு வெளியேயிருந்த நடைபாதையில் நின்றிருந்தான். சாலையின் மறுபுறமிருந்த பிரும்மாண்டமான மைதானத்தில் ராம்லீலாவுக்கான ஆயத்தங்கள் நடந்து கொண்டிருக்கின்றன. தசராவுக்கு இன்னமும் ஒரு வாரம்தான் இருந்தது. ஒன்பது நாள்கள் ராமாயணத்தை

நாடகமாக நடித்து, பத்தாவது நாள் ராவணனின் உருவத்தைக் கொளுத்துவார்கள். இதுதான் இந்த ஊர் வழக்கம். நல்ல சக்திகளுக்கும் தீய சக்திகளுக்கும் இடையே நடக்கும் போரில் தீய சக்திகள் அழிந்துபோவதாக இதற்கொரு விளக்கம்... தீய சக்திகள் உண்மையிலேயே இத்தனை திடமான கன பரிமாணங்களும் முகமும் கொண்டிருக்குமானால் அது எவ்வளவு சௌகரியமானது, சுலபமானது! உண்மையை எளிமைப்படுத்துதல், கொச்சைப்படுத்துதல்... சட்டென்று பெருமாளின் நினைவு வந்தவனாக சண்முகம் லேசாகப் புன்னகை செய்துகொள்கிறான்... பெருமாளுக்கு மிகவும் பிரியமான, அவன் அடிக்கடிப் பயன்படுத்தும் வார்த்தை இது – கொச்சைப்படுத்துதல்!

பெருமாளுக்குப் பதிலெழுத வேண்டும், இன்றிரவு நிச்சயம் எழுதிவிடவேண்டும். தசராவைப் பற்றிப் போன வருடமே எழுதியாயிற்று, எனவே அதைப் பற்றி இப்போது எழுத முடியாது. போன வருடந்தான் சண்முகத்தின் முதல் தசரா. இது இரண்டாவது, பெருமாள் தன் கடிதத்தில் குறிப்பிட்டிருந்தது போல, சண்முகம் தில்லிக்கு வந்து இரண்டு வருடங்களாகின்றன.

'நீ அங்கு வேலைக்குப் போய் இரண்டு வருடங்களாகின்றன, ஆனால் உன் வேலையைப்பற்றி எதுவுமே எழுத மாட்டேன் என்கிறாயே!' என்று பெருமாள் எழுதியிருந்தான். ஹூம்! என்ன எழுதுவது? என்ன இருக்கிறது எழுதுவதற்கு? செக்ஷன் ஆபீசருக்கும் அவனுக்கும் நிகழ்ந்தவாறிருக்கும் பூசல்களைப் பற்றியா? சேச்சே! அது அப்பூசல்களுக்கு அளவு மீறிய முக்கியத்துவம் அளிப்பதாக முடியும். என்னை நானே மேலும் சிறுமைப்படுத்திக் கொள்வதாக முடியும். அவர் அவருடைய இனத்தின் ஒரு கொச்சையான பிரதிநிதியாக இருந்தால் இருந்துவிட்டுப் போகிறார். ஆனால் என்னுடைய மட்டத்தையும் அவர் கொச்சைப்படுத்த நான் அனுமதிக்கக்கூடாது. அனுமதிக்க மாட்டேன்.

தரியாகஞ்ச் வரை பொடி நடையாக நடந்து வந்து, அங்கிருந்த ஒரு பஸ் ஸ்டாண்டில் சற்றுநேரம் உட்கார்ந்திருந்தான். புளி மூட்டைபோல அடைந்திருந்த சில பஸ்களை வேண்டுமென்றே தவறவிட்டான். முண்டியடித்துக்கொண்டு இப்பஸ்களினுள் தம்மைத் திணித்துக்கொள்ள முயன்ற நிரந்தரமான தில்லிவாசிகளை எரிச்சலுடன் பார்த்தான். 'எனக்கு இந்த ஊர் பிடிக்கவில்லை. இந்த வேலை பிடிக்கவில்லை. இங்கிருக்கும் யாரையுமே பிடிக்கவில்லை. இதற்கு யார்தான் என்ன செய்வார்கள்!' என்று தன் வெறுப்பையும் கோபத்தையும்

திசை திருப்பிவிட முயன்றான். கிட்டத்தட்ட முக்கால் மணி நேரத்துக்குப் பின் காலியாக ஒரு பஸ் வந்தது. அதில் ஏறிக்கொண்டு கனாட் பிளேசுக்கு ஒரு டிக்கெட் வாங்கிக் கொண்டான்.

கனாட் பிளேசின் உள்வட்டத்தினுள் நிழல்கள் விழத் தொடங்கிவிட்டன. புறாக்கள் ஆங்காங்கே வரிசையாக உட்காரத் தொடங்கிவிட்டன. நிழலுக்குள்ளிருந்து சில பறவைகள் சற்றே மேலெழும்பிப் பறக்கும் கணங்களில் வெய்யிலில் அவற்றின் சிறகுகளின் அடிப்புற வெண்மை பளீரிட்டது. புறா பறந்தாலும் அழகு, உட்கார்ந்தாலும் அழகு. யாருக்கும் அவை கவலைப்படுவதில்லை, எதுவும் அவற்றின் கம்பீரத்தையும் அமைதியையும் குலைத்துவிட முடிவதில்லை.

சண்முகம் அந்தப் புறாக்கள் தெளிவாகக் கண்ணில் படும் வண்ணம், அங்கிருந்த புல்வெளியில் போய் உட்கார்ந்தான். பெருமாளுக்கு எதைப்பற்றி எழுத வேண்டுமென்று இப்போது அவனுக்குத் தெரிந்துவிட்டது. தில்லியிலுள்ள பறவைகளைப் பற்றித்தான் அவனுக்கு எழுத வேண்டும். முக்கியமாக, புறாக்களைப் பற்றி எழுத வேண்டும். தில்லியின் பழங்காலக் கட்டடங்களின் கம்பீரத்துடனும் தொன்மையான சிற்ப லாகவத்துடனும் புறாக்கள் எப்படி அழகாகப் பொருந்துகின்றன என்று எழுத வேண்டும். புதிய அடுக்குமாடிக் கட்டடங்களிலும்கூட புறாக்கள் உட்காரத் தொடங்குவதால் எப்படி இக்கட்டடங்கள் தம் வறண்ட தன்மையை இழந்து ஜீவகளையும் செழுமையும் பெறுகின்றன என்று எழுத வேண்டும். புறாக்கள் பழமையையும் புதுமையையும் இணைக்கும் பாலங்களாக, சரித்திரத் தொடர்ச்சியைக் கொடுப்பனவாக இருக்கின்றனவென்று எழுத வேண்டும். சரித்திரத்தின் பிரநிதிகளாக, சரித்திரத்தின் காவலர்களாக அவை விளங்குவதாக எழுத வேண்டும்... ஆமாம். புறாக்களைப் பற்றி மட்டும்தான் எழுத வேண்டும். என் வேலையைப் பற்றி எழுதக்கூடாது. ‘எல்லா ஆபீஸ்களும் ஒன்றுதான். எல்லா வேலைகளும் ஒன்றுதான். குறிப்பாகச் சொல்லும்படி என்ன இருக்கிறது?’ என்று மழுப்பிவிட வேண்டும். சிறுமைகளையும் குரோதங்களையும் அவனுடன் பரிமாறிக்கொள்வது எங்கள் பரிமாற்றங்களின் மட்டத்தை நட்பின் கௌரவத்தை இழிவு படுத்துவதாகும். கல்லூரியில் படித்த, நல்லிலக்கியங்களில் ஊறிய, லட்சிய வேகமும் கொள்கைத் தூய்மையும் மிக்க, நவயுக இளைஞன் சண்முகம் உண்மையானவன் என உறுதிப்படுத்தும் ஒரே சான்று பெருமாள்தான்; அவனுடன் கொண்டிருக்கும் கடிதத் தொடர்புதான். அதை எக்காரணம்

பொருட்டும் கறைப்படுத்தலாகாது. ஒன்று செய்யலாம், தில்லியில் காக்காய்களும் பருந்துகளும்கூட நிறைய இருக்கின்றன என்று பூடகமாகக் குறிப்பிடலாம். ஆமாம், அப்படிச் செய்யலாம். 'உன் நண்பன், தான் எந்தப் பறவையாக மாறுவதென்று இன்னமும் முடிவு செய்யவில்லை – காக்காயாகவா, பருந்தாகவா, புறாவாகவா? – எந்த முடிவுக்கும் அவன் இன்னமும் வரவில்லை.'

புறாக்களைப் பார்த்தபடி, நண்பனுக்கான கடித வாசகங்களை உருவாக்கியபடி, சண்முகம் தொடர்ந்து புல்வெளியில் அமர்ந்திருந்தான் ...

சின்ன ஜெயா

தினம் காலை ஏழு, ஏழரை வரையில் அடித்துப் போட்டாற்போலத் தூங்குகிற ஜெயாவுக்கு அன்று மூன்றரைக்கல்லாம் விழிப்பு வந்து வெறுமனே படுக்கையில் புரளத் தொடங்கிவிட்டாள். வயிற்றில் குடையத் தொடங்கியிருந்த பயந்தான் காரணம்.

திறந்திருந்த ஜன்னல் வழியே வானத்தில் தெரிந்தது துண்டு நிலா. எங்கோ நாய் ஊளையிடும் சத்தம். யாரோ அசிங்கமாகத் தொண்டையைச் செருமிக்கொண்டு காறித் துப்புகிற சத்தம். டிரக் ஒன்றின் உறுமல்.

ஒவ்வொரு சத்தமும் அவளுடைய அந்தரங்கத்தைக் குலைத்து அவளை அம்மணமாக்குவது போலிருந்தது.

வராந்தாவில் அரவம். 'டிக்' என்று ஸ்விட்ச் போடும் சத்தம். அப்பா, பாத்ரூம் போவதற்காக எழுந்து வந்திருக்கிறார், இப்போது பாத்ரூமுக்குள் போயிருப்பார், வேட்டியைத் தூக்கி... என்று பாய்ந்த கற்பனைகளுக்கு அவள் லகான் போட முயன்றாள். முன்பு ஒரு தடவை அப்பா குளித்துக் கொண்டிருந்தபோது தவறுதலாக அவள் பாத்ரூம் கதவைத் திறந்து விட்டாள். அப்பா ஷவருக்கு அடியில், ஆனால் நல்ல வேளையாகக் கதவுக்குப் பின்புறத்தைக் காட்டிக்கொண்டு நின்றிருந்தார். ஒரே கணந்தான்; ஆனால் அந்தக் காட்சி அதன் பிறகு அடிக்கடி மனத்தில் உறுத்தியவண்ணமிருக்கிறது. அப்பாவும், ஓர் ஆண்தான். இப்போது வயதான கிழவர், ஒரு காலத்தில் வாலிபர். அம்மாவைக்

கல்யாணம் பண்ணிக்கொண்ட அந்தக் காலத்தில் அவர் எப்படியிருந்தாரென்று கூடத்தில் தொங்குகிற போட்டோ சொல்கிறது. அப்பா நேராகக் கேமராவைப் பார்க்க, அம்மா தரையைப் பார்க்கிறாள். ஓ, இந்த அப்பா லேசுப்பட்டவரில்லை. எவ்வித சங்கோசமும் தயக்கமும் அவருக்கு இருந்திருக்கும் என்று தோன்றவில்லை.

வெட்கம் கெட்ட அப்பா, வெட்கம் கெட்ட ஆண்கள். திருப்பித் திருப்பி இதுதான். இதுதான் இவர்களுக்கு வேண்டும்.

சீ . . .

மீண்டும் அந்தக் குழந்தை வீறிடும் சத்தம். இரண்டு வீடு தள்ளியிருக்கிற அந்தக் குழந்தையாகத்தான் இருக்கும். பெண்குழந்தை. அதைத் தொட்டிலில் போட்ட அன்று அவளும் அம்மாவும் போய்விட்டு வந்தார்கள். அப்போது சிரித்துக் கொண்டுதானிருந்தது. 'நீ கூடச் சின்னக் குழந்தையா இருந்தப்போ ரொம்ப நாளைக்கு ராத்திரி தவறாமல் அழுது ஆர்ப்பாட்டம் பண்ணுவாய்' என்று அம்மா ஜெயாவிடம் சொன்னாள். ஜெயா அந்த இரவு நேரங்களைக் கற்பனை செய்து பார்க்க முயன்றாள். அம்மாவால் தூங்க முடிந்திருக்காது. அப்பாவுக்கு அந்த இரவு நேரங்களில் கல்யாணம், மனைவி, குழந்தை எல்லாவற்றின் மீதும் வெறுப்பு ஏற்பட்டிருந்தால் ஆச்சரியப்படுவதற்கில்லை. அதனால்தான் அவளுக்கு அடுத்ததாக ரமணன் பிறக்க ஐந்து வருடங்கள் பிடித்திருக்கின்றன. 'ரமணன் அழவே மாட்டான்' என்று அம்மா சொல்லுவாள். ஆமாம், அழமாட்டான்தான். ஆனால் அவனுடைய விஷமத்தனங்களும் லூட்டிகளும் அப்பா அம்மாவை அழச்செய்துவிட்டன. இவனைப் போல பொல்லாத பிள்ளை அந்தக் குடும்பத்தில் என்றைக்குமே இருந்ததில்லை என்று பந்துக்களெல்லாரும் சொன்னார்கள், யாரையும் மதிக்காமல், தன்னிச்சையாக வளர்ந்தான்; படித்தான்; வேலை தேடிக்கொண்டான். இப்போது ஒரு பஞ்சாபிப் பெண்ணை மணந்துகொண்டு வெளிநாடு போய்விட்டான்.

அழுகிறவர்களைவிட அழ விடுகிறவர்களே நல்லவர்களென்று எல்லோருக்கும் தோன்றி விடுகிறது. அதுதான் வேடிக்கை. அழுகிறவர்களுக்காக நமது நேரத்தையும் அனுதாபத்தையும் செலவிட வேண்டும். சலிப்பூட்டும் ஒரு சுமை இது. ஆனால் அழுகிறவர்களால் நாம் பிறருடைய அனுதாபத்துக்குப் பாத்திரமாக முடிகிறது. ரமணனின் செயலால் அப்பாவுக்கும் அம்மாவுக்கும் ஊராரின் அனுதாபம் ஏராளமாகக் கிடைத்திருக்கிறது.

'ஒரே பிள்ளை இப்படிப் பண்ணிட்டானே! பாவம் . . . வயசான காலத்திலே உங்களுக்குக் கஷ்டந்தான்' என்ற

அனுதாபம் வேறு; 'பாவம்... இந்தப் பெண்ணைக் கல்யாணம் செய்து கொடுக்கிற பொறுப்பு வேற உங்களுக்கு.'

அந்த பொறுப்பை அவர்கள் நிறைவேற்றாவிட்டாலும்கூட யாருக்கும் அது ஒரு பெரிய குற்றமாகப்படாது. வயதாகி விட்டதென்ற சால்ஜாப்பு இருக்கவே இருக்கிறது. பாவம், வயதாகிவிட்டது. அவர்களால் ஓடியாட முடியாது. பிள்ளை செய்திருக்க வேண்டும், ஆனால் அவன் ஓடிவிட்டான். இப்படிப் பிள்ளைகள் பிறந்தால் கஷ்டந்தான்.

பாவம், பாவம், பாவம்.

அவள் பாவம் இல்லை, அவர்கள்தான் பாவம்.

அவர்களுடைய அறுவையை அவள் தினசரி சகித்துக் கொள்ள வேண்டியிருப்பது எவ்வளவு பெரிய தொந்தரவென்று யாருக்கும் தெரியாது. அவர்கள் எத்தகைய சுயநலப் புலிகள் என்று தெரியாது. அவளுடைய உரிமைகள் அவ்வீட்டில் எவ்வாறு மறுக்கப்படுகின்றனவென்று தெரியாது. தனியே சில நிமிடங்கள் யோசனையில் ஆழ்ந்திருக்கவோ அல்லது தன்னிச்சையாக ஜன்னல் வழியே வெளியே வெறிக்கவோ கூட அவளால் முடியாது. அப்படி உட்கார்ந்தால் அவள் ஏங்கிப்போய் உட்கார்ந்திருப்பதாக அவர்கள் நினைத்துக் கவலைப்படுவார்களே என்று பயந்து அவள் எப்போதும் ஒரு செயற்கையான சுறுசுறுப்பைக் காண்பித்தபடி இருக்க வேண்டும். அவள் சிடு சிடுக்கத் தொடங்கினால் அதுவும் திருமணமாகாத சலிப்பு என்று நினைத்து விடக்கூடும். எனவே அவள் தன்னிச்சையாக இருக்க முடிவது ஆபீசில்தான். உரிமையுடன் சிடு சிடுப்பாக இருக்க முடிவதும் அலுத்துக் கொள்ள முடிவதும் ஆபீசில்தான். இன்று ஆபீசில்கூட அவ்வாறு சிடு சிடுப்பாக முடியப் போவதில்லை...

பாத்ரூமில் ஃபிளஷ் இழுக்கும் ஓசை, தாழ்ப்பாளைத் திறக்கும் ஓசை. அப்பா சிறுநீர் கழித்து முடிய இவ்வளவு நேரமாகி இருக்கிறது. ப்ரோஸ்டேட் உபத்திரவம். வயதினால் ஏற்படும் கோளாறுகள்... அவளுக்கும் வயதாகி கொண்டிருக் கிறது. இன்னமும் பத்து வருடங்களானால் அவளும் தன் உடல் கோளாறுகளைச் சீராட்டத் தொடங்கலாம். மாத்திரைகள் சாப்பிடத் தொடங்கலாம். அவளுக்கு எஞ்சியிருக்கும் முழு ஆரோக்கியமான காலகட்டம் பத்தே வருடங்கள். அவளுக்கு முப்பது வயது, எனவே அவளை மணக்கிறவனுடைய வயது முப்பத்தைந்து, நாற்பது என்று இருக்கலாம். அவனுக்கு எஞ்சி யுள்ள முழு ஆரோக்கியமான நாள்கள் இன்னமும் குறைவாக இருக்கும். அவள் அறுசுவை உண்டி சமைத்துப் போட்டால்கூட

அவனுக்குப் பல பண்டங்கள் ஜீரணமாகாத நிலையை அவன் எட்டியிருக்கலாம். பல பண்டங்களை அவன் ஏற்கெனவே விலக்கி வைத்திருக்கலாம். உதாரணமாக மசால் வடை அவளுக்கு நன்றாகப் பண்ணத் தெரிந்த சில பண்டங்களில் ஒன்று.

'சபாஷ்!' என்று அவள் தன் கெட்டிக்காரத்தனமான எண்ண ஓட்டத்துக்காகத் தன்னைத்தானே பாராட்டிக் கொண்டாள். தன் எண்ணங்கள் ஓடும் திசை அவளுக்குப் பிடித்திருந்தது. இந்தத் திசைதான் அவளை இன்று கங்காதரனிடமிருந்து காப்பாற்றும். கங்காதரனின் வயது நாற்பதுக்கு ஓரிரு வருடங்கள் கூடவாகவே இருக்கும். நாற்பத்திரண்டு வயதுத் தனிக்கட்டை ஒருவன் கண்ட ஹோட்டல்களில் சாப்பிட்டுத் தன் ஜீரண சக்தியைக் கெடுத்துக் கொண்டிருக்கக் கூடிய சாத்தியக் கூறுகள்தான் அதிகம். மசால் வடை என்ன, சாதாரண தேங்காயரைச்ச குழம்புகூட அவனுக்கு ஜீரணமாகாமலிருந்தால் ஆச்சரியப்படுவதற்கில்லை. அவன் பொருட்டு அவள் தன் ருசிகளைத் தியாகம் செய்யவேண்டி இருக்கும். அல்லது தனக்கு ஒரு விதமாக, அவனுக்கு ஒரு விதமாக என டபிள் சமையல் செய்ய வேண்டியிருக்கும். இரண்டே பேருக்காக இரண்டு விதச் சமையலாவது! யாராவது கேட்டால் சிரிப்பார்கள்.

அப்புறம் வேறு ருசிகள், பழக்கங்கள், நாற்பத்திரண்டு வயதுக்காரன் ஒருவனுடைய பழக்கங்கள் நன்கு ஸ்திரப்பட்டிருக்கும். புதிய நிகழ்ச்சிகளுக்கேற்ப வளைந்து கொடுக்கும் தன்மை அவனில் குறைந்து போயிருக்கும், கல்யாணம் என்ற நிகழ்ச்சி உள்பட. சக பிரம்மச்சாரிகளுடன் வெட்டியாகப் பொழுது போக்குதல், ஊதாரிச் செலவு, இதெல்லாம் பழகிப் போய் இருக்கும். 'தான்' என்ற சுயநல உணர்வு பழகிப் போயிருக்கும். இதைச் சீராட்டுதல் பழகிப்போயிருக்கும். அன்றன்றைய பொழுதை இன்பமாகக் கழிப்பதொன்றே வாழ்வின் லட்சியமாகப் பழகியிருக்கும். விட்டுக்கொடுத்தல் என்றால் என்ன என்று தெரியாது. தியாகம் என்றால் என்ன என்று தெரியாது.

அட, தனக்குத் தியாகம் செய்யத் தெரியாவிட்டால் பரவாயில்லை. பிறருடைய தியாகத்தை உணரவாவது தெரிந்திருக்குமா? ஊஹூம்; நிச்சயம் தெரிந்திராது. இதற்கெல்லாம் ஒரு பக்குவம் வேண்டும். குடும்பப் பொறுப்புகளைச் சுமந்து பழக்கப்பட்டவர்களுக்கு மட்டுமே ஏற்படக்கூடிய பக்குவம். உதாரணமாக பரிமளமும் கோகிலாவும். அவர்களுக்கு ஜெயாவின் தியாகத்தைப் பற்றித் தெரியும். அதைக் கொண்டாடத்தெரியும். அவளுடன் கூடப்பிறந்தவனின் பொறுப்பின்மைக்கு ஈடு செய்யும்

வகையில் அவன் தன் பெற்றோரின் வயதான காலத்தில் அவர்களுக்கோர் ஊன்றுகோலாக விளங்குவது எவ்வளவு அழகிய, போற்றத்தக்க செயலென்று அவர்கள் பாராட்டாத நாள் இல்லை. அவர்கள் புரிந்துகொண்டிருக்கிறார்கள். பெண்ணாக இருந்தால்கூட அவள் தன் திருமணத்தை ஒத்திப்போட்டவாறே இருப்பது, தான் சென்றுவிட்டால் அப்புறம் தன் பெற்றோர் கதி என்ன ஆகுமோ என்ற கவலையினால்தான் என அவர்கள் புரிந்துகொண்டிருக்கிறார்கள்.

ஆனால் கங்காதரனுக்கு இதெல்லாம் புரியுமா என்ன? ஊஹூம், நிச்சயமாக இல்லை. அவன் ஓர் ஆண், அவனுக்கு அவள் வெறும் பெண். உணர்ச்சிகளுள்ள பிராணி இல்லை, வெறும் சதைப்பிண்டம், போதை வஸ்து, சிகரெட், சினிமா, மது, அடுத்த கட்டம் – சீ!

மறுபடி அவளுக்கு உடலெங்கும் புல்லரிப்பு பரவியது. பயம். இன்று இந்த கங்காதரன் என்ற ஆணுடன், அபிப்பிராயங்கள் ஸ்திரப்பட்டுவிட்ட நேற்றைய மனிதனுடன், அவள் செக்ஷனில் அடிக்கடி தனியே விடப்பட நேரலாம். இன்று மட்டுமில்லை. இன்னமும் ஒரு வாரத்துக்கு பரிமளமும் கோகிலாவும் லீவு. ஏழு நாள்கள்! இந்தப் பரந்த உலகத்தில் அவளுக்கு ஆதரவாக உள்ள – அவளுடைய தியாகத்தைப் புரிந்துகொண்டுள்ள – இரண்டே இரண்டு நேச உள்ளங்களின் துணையின்றி ஏழு நாள்கள்!

எங்கோ மணியடிக்கும் சத்தம். நாலு மணி. நாலே மணிதானா? நேரம் ஊருகிறது. அவள் படுக்கையில் எழுந்து உட்கார்ந்தாள். அதற்கு மேலும் படுத்திருக்கப் பிடிக்கவில்லை. விளக்கைப் போட்டாள். மேஜை மேலிருந்த புத்தகத்தை எடுத்தாள். புத்தகத்துக்குள்ளிருந்த ஒரு புகைப்படம் கீழே விழுந்தது. ஜெயாவும் ரமணனும். சின்ன வயதில் எடுத்த புகைப்படம். அவள் அந்தப் புகைப்படத்தையே பார்த்தவாறு கட்டிலில் வெகுநேரம் உட்கார்ந்திருந்தாள். மனத்துக்கு ஆறுதலாக இருந்தது. சின்ன ஜெயா, கவலைகள் குழப்பங்கள் இல்லாத ஜெயா, ஆண் பார்வைகளை ஈர்க்காத ஜெயா.

ஆண் பார்வை; கங்காதரனின் பார்வை...

மறுபடி மனத்தில் கிலி மத்தளம் வாசித்தது. தனி ஆவர்த்தனம். விளக்கு வெளிச்சம் பளாரென்று கண்ணில் வந்து அறைவது போலிருந்தது. இந்த வெளிச்சத்துக்கும் மனத்தின் பயங்களுக்கும் ஏதோ தொடர்பிருப்பது போலத் தோன்றியது. அவள் அவசரமாக விளக்கை அணைத்துவிட்டு, மறுபடி படுக்கையில் விழுந்தாள். தனிமை, பயங்கரத் தனிமை,

வெளி மனிதர்கள் பார்வையில் அந்த வீட்டில் அவளும் அவள் பெற்றோர்களுமாக மூன்று பேர். ஆனால் உண்மையில் அங்கே அவள் தனி. அவளுடைய பெற்றோர் இன்னோர் உலகில் வாழ்கிற அந்நியர்கள். 'எல்லாப் பிள்ளைகளையும் வேண்டாம், வேண்டாமென்று சொல்லிண்டேயிருக்கியே, பின்னே நீயாவது யாரையாவது பார்த்துப் பண்ணிக்கோ' என்று சொல்லும் அந்நியர்கள். கல்யாணம் என்பது அவர்களுக்குக் கழிய வேண்டிய ஒரு கடன். எப்படியாவது அது கழிந்தால் போதும். அவளுடைய ருசிகளைப் பற்றி அக்கறையில்லை. அவளுடைய பயங்கள் தொடர்பாக எவ்வித அனுதாபமுமில்லை.

அவளுக்கு ஆண்களைப் பார்த்தாலே பயமாயிருக்கிறது. ஆண் ஒருவனுக்காகத் தன்னை மாற்றிக்கொள்ள வேண்டுமே, அதை நினைத்தால் சலிப்பாக இருக்கிறது. மாறுதல்கள் ஒரு வயதுக்கு மேல் கொடூரமானவை, சுயகௌரவத்தைக் குலைப்பவை. இத்தனை வயதுக்கு மேல் ஒருவனிடம் தன்னை... சே! உவே!

அவள் பெரியவளாகவே ஆகியிருக்கக்கூடாது. இந்தச் சமூகத்தில் பெண் பெரியவளாவதே ஓர் அசிங்கம். அவள் தாவணி அணியத் தொடங்கிய நாளிலிருந்தே வீட்டில் தோழமையின்றித் தவிக்கத் தொடங்கியாயிற்று. அவள் வேண்டியது ஒரு தங்கை. அவளுக்குக் கிடைத்தது ஒரு தம்பி.

ஆனால் அப்பா அம்மாவை விட இந்தத் தம்பி எவ்வளவோ நல்லவன்தான். இவர்கள் பதிமூன்று வயதிலேயே 'இனி நீ பெரியவள், இனி நீ அடங்கியிருக்கணும்' என்றெல்லாம் அவளுடைய டீன் ஏஜ் குதூகலங்களை மூளிப்படுத்தி அவளுக்கு இளமைப் பருவமென்று ஒன்று இல்லாமலே செய்ததற்கு மாறாக இவன் சுயேட்சைத் தன்மையிலும் சாகசத்திலும் துருதுருப்பிலும் இவளை மிஞ்சியதன் மூலம் இவளைச் சின்னவளாக உணரச் செய்திருக்கிறான். முந்தையதைவிடப் பிந்தையது தேவலை.

எப்போது தூக்கம் வந்ததென்று தெரியவில்லை. திடீரென்று மறுபடி விழிப்புக் கொடுத்தபோது மணி ஏழு. அம்மா ஏற்கெனவே குளித்து குக்கரை வைத்திருந்தாள். அப்பா பூஜை அறையில். அவர்களும் இப்போது இவளைச் சின்னவளாகவே கற்பனை செய்வதில்தான் பாதுகாப்பாக உணர்கிறார்கள். அப்போதுதான் அவளுக்கு இன்னமும் கல்யாணமாகாதது குறித்த குற்ற உணர்ச்சி தாக்காமலிருக்கும். 'பாவம் குழந்தை தூங்குகிறது, தூங்கட்டும்.'

'அப்பவே என்னை எழுப்புவதற்கென்ன?' என்று அம்மா விடம் சிடுசிடுத்தாள். ஒன்பது மணிக்கு ஆபீசுக்குக் கிளம்பும்

வரை இதே சிடுசிடுப்புத்தான். கிளம்பும்போது தன் சின்ன வயது போட்டோவை ஞாபகமாக எடுத்துக்கொண்டாள். செக்ஷன் ஆபீசர் அறையைவிட்டு வெளியே செல்ல நேரும்போ தெல்லாம் அவளும் கங்காதரனும் மட்டும்தான் அறையில் தனித்திருப்பார்கள். அப்போது இந்த போட்டோ அவளைக் காப்பாற்றும். அது அவளைச் சின்னவளாக உணரச் செய்யும். கங்காதரனுக்கெதிராக அவளுக்குள் அரணெழுப்பிக் காக்கும். மேலும் முன்பே அவளுக்கு இல்லாமலாகி விட்ட இளமைப் பருவத்தை இப்போதாவது அவள் அனுபவிக்க வேண்டும். பரிமளமும் கோகிலாவும்தான் சரி, அவர்கள் அவளைச் சின்னவளாக உணரச் செய்கிறார்கள். ருசியான அனுபவம், தளைகளற்ற சுதந்தர உணர்வு... கேவலம் ஓர் ஆணுக்காக இவற்றை அவள் இழக்க வேண்டுமா என்ன?

இல்லை; இவள் இந்த ஒரு வாரமும் சின்னவளாகவே இருக்கப் போகிறாள். இந்தப் போட்டோவில் இருக்குமளவுக்குச் சின்னவளாக... பஸ் ஸ்டான்டில் போய் நிற்கும்போது அவளுக்குள் எவ்வித பய உணர்ச்சியும் இல்லை.

அகதிகள்

'அகதிகளை நான் முதல் முதலாகப் பார்த்தது – அகதி என்ற ஒன்று எனக்குப் புரியத் தொடங்கியது 1947இல்' என்றேன் நான்.

'அப்படியா?' என்றார் நண்பர்.

நாங்கள் அகதிகளைப் பற்றிப் பேசிக்கொண் டிருந்தோம். இலங்கை அகதிகளிலிருந்து தொடங்கி, உலகெங்குமுள்ள அகதிகளைப் பற்றிப் பேச்சு.

'1947இல்'... அப்போதுதான் எனக்கு ஐந்து வயதாயிருந்தது...' என்று அந்த நாள்களை நான் நினைவு கூர்ந்தேன். அப்போதுதான் நான் பள்ளியில் சேர்ந்திருந்தேன். திடீரென்று ஒரு நாள் எங்கள் பள்ளிக்கூட வெராந்தாக்களில் பரதேசிகளைப் போல நிறையப்பேர் மூட்டை முடிச்சுகள், சட்டி பானை களுடன் தென்பட்டார்கள். பல மாதங்களுக்கு அவர்கள் அங்கேயே இருந்தார்கள். அங்கேயே சமைத்தார்கள். சாப்பிட்டார்கள், தூங்கினார்கள், பல் விளக்கினார்கள், எல்லாம் செய்தார்கள், கேம்ஸ் பீரியட், ரீஸஸ், லஞ்ச் ஆகிய வேளைகளில் நாங்கள் எங்கள் வகுப்பறைகளிலிருந்து வெளியே வந்தபோதெல்லாம் எங்கள் பார்வையில் பட்ட வண்ணமிருந்தார்கள்.

அவர்களெல்லாம் ரெஃப்யூஜிஸ் என்று நாங்கள் பெரியவர்களிடம் கேட்டுத் தெரிந்துகொண்டோம். ரெஃப்யூஜிஸ் என்றால் என்னவென்று நாங்கள் எந்த அளவுக்கு அப்போது புரிந்துகொண்டோமென்று இப்போது நினைவில்லை. ஆனால் நாங்கள் அதைச்

சரியாகவும் முழுமையாகவும் புரிந்துகொண்டிருந்தாலும் ஆச்சரியப்படுவதற்கில்லை. இது குழந்தைகள் புரிந்துகொண்டிருக்கக் கூடியதுதான். நாய்க்குட்டியோ பூனைக்குட்டியோ ஆதரவில்லாமல், தங்க இடமில்லாமல், வெய்யிலிலும் குளிரிலும் தவித்துக் கொண்டிருப்பதைக் குழந்தைகள் பார்த்தால் உடனே அதை வீட்டுக்குள் கொண்டு வந்து வைத்துக்கொள்ள வேண்டுமென்று பெற்றோரை நச்சரிக்கும் அன்புள்ளம் அவர்களுடையது. கூட்டிலிருந்து குருவிக் குஞ்சுகள் தவறி விழுந்து இறப்பதை அவர்கள் பார்த்திருக்கிறார்கள். கூட்டின் பாதுகாப்பை இழந்த குருவிக்குஞ்சைப் பூனை கவ்விக்கொண்டு போவதைக்கூடச் சில குழந்தைகள் பார்த்திருக்கலாம். எனவே, ரெஃப்யூஜிகள் ‘கூட்டிலிருந்து தவறி விழுந்த குஞ்சுகள்’, வீடில்லாதவர்கள், என்று நாங்கள் சரியாகவே புரிந்துகொண்டிருக்கலாம். வீடு, அதன் சுகம், குழந்தைகளுக்கு மிக நன்றாகத் தெரியும். எனவே வீடில்லாமலிருத்தல் என்பது எவ்வளவு மோசமானது என்பது நிச்சயம் தெரியும். வீடு குழந்தைகளுக்குப் பிரியமானது.

ஆனால் ஒரு கட்டத்தில் வீட்டை வெறுக்கவும் தொடங்குகிறோம். இதுவும் – நண்பருடன் பேசிக்கொண்டிருக்கும் போது எனக்கு நினைவு வந்தது. நான் என் வீட்டினருகே அந்நியனாகிப் போய், சதா வெளியில் திரிந்துகொண்டிருப்பதையே விரும்பத் தொடங்கினேன் என்பது நினைவுக்கு வந்தது. சினிமா தியேட்டர்கள், ரெஸ்டாரண்ட்கள், லைப்ரரிகள். இது என்னைப் பற்றிய ஒரு புதிய தேடலாகவும் புதிய கண்டு பிடிப்பாகவும் இருந்தது. பிறர் பார்வையில் நான் புதிது புதிதாக வார்க்கப்பட்டுக் கொண்டிருந்தேன் – மிக புத்திசாலியாக, நகைச்சுவையாளனாக, கில்லாடியாக. ஆனால் என் வீட்டிலிருந்தவர்களோ என்னை அதே பழைய அம்பியாக, தம் ஆளுகைக்கு உள்பட்ட அற்பப் பிரஜையாக – சீ! நான் வீட்டில் தங்கும் நேரம் மிக மிகக் குறைந்து போனதில் ஆச்சரியமில்லை. தியேட்டர்களில், ரெஸ்டாரண்ட்களில், லைப்ரரிகளில் தென்பட்ட என் வயதுள்ள இதர இளைஞர்களை – அவர்கள் சலிப்புடன் சிகரெட் உறிஞ்சுவதை – நான் அனுதாபத்துடன் பார்த்தேன். அவர்களெல்லாருமே அப்போது அகதிகளாகத் தான் தோன்றினார்கள். நான் கூட . . .

ஆமாம். பதினாறு வயதான பிறகு அகதியாக இருத்தலென்பது என்னவென்று எனக்குப் புரிந்துகொள்ளக் கஷ்டமாக இல்லை.

அப்புறம் வன்முறை. திடீரென்று மனிதர் ஒருவரையொருவர் வெறுத்துக்கொண்டு பரஸ்பரம் வெட்டி, குத்தி, கொலை செய்தல். இதுவும்கூடச் சிறுவயதிலிருந்தே – நான் சொன்ன அந்த ஐந்து வயதிலிருந்தே – கேள்விப்பட்டு வந்திருப்பதுதான். மீண்டும் 1947.

பல வட இந்திய நகரங்களில் – தில்லியிலும்கூடப் பழைய தில்லி வட்டாரத்தில் – ஹிந்துக்கள் முஸ்லிம்களையும் முஸ்லிம்கள் ஹிந்துக்களையும் வெட்டிச் சாய்த்துக்கொண்டிருந்தார்கள். சூழ்நிலை மிக மோசமாக இருந்தது. வீசும் காற்றில்கூட பயமும் அவநம்பிக்கையும் குரோதமும் கலந்து வீசுவதாகத் தோன்றியது. அலுவலகம் போய்விட்டு வருவதற்கே மிகவும் துணிச்சல் தேவைப்பட்ட காலம். என் அப்பா தினசரி துணிச்சலாக ஆபீஸ் போய் வந்தார். மாலை, இரவு வேளைகளில் என் அப்பாவும் எங்கள் பேட்டையிலிருந்த இதர மாமாக்களும் தூங்காமல் குழுக் குழுவாகத் தெருவில் பாரா கொடுத்தபடி இருந்தனர். எப்போது என்ன நேருமென்று சொல்லமுடியவில்லை. அரசியலில் அலி சகோதரர்கள் போல எங்கள் வீட்டில் சிங் சகோதரர்கள் இருவர் வேலைக்காரர்களாக இருந்தனர். இரவு நேரங்களில் கையில் கத்தியுடன் அவர்கள் வீர நடை போடுவார்கள். முஸல்மான் ரவுடிகள் எவனாவது அந்தப் பக்கம் வந்தால் தீர்த்துக் கட்டிவிடப் போவதாகச் சொல்லிக் கொண்டிருப்பார்கள். கடைசி வரையில் அவர்களுடைய கத்திகள் உருளைக் கிழங்கையும் வெங்காயத்தையும் தவிர வேறெதையும் வெட்டியதாக எனக்குத் தெரியவில்லை. ஆனால் என் அம்மாவிடம் ஏதேதோ கதையளந்து விட்டுப் போவார்கள். அவளுக்கும் அது வேண்டித்தான் இருந்தது. நாடகப்பாணி அவளுக்குப் பிடிக்கும். பெரிதுபடுத்தல், உபசாரம், மிகையான ஜோடனை இதெல்லாம் பிடிக்கும். வாய்மொழிக் கல்வி மரபில் உருவானவள். அவளுடைய அப்பா அருட்பா பாடினது, அவளுக்கும் சகோதரிகளுக்கும் பாட்டுச் சொல்லிக் கொடுத்தது எல்லாம் அவள் மீது, அவளுடைய ரசனையின் சார்புகளின் மீது, ஆழ்ந்த பாதிப்புகளை உருவாக்கியிருப்பவை. அப்பாவோ வாய்மொழி மரபில்லை, அச்சு மரபு. சதா புத்தகம், படிப்பு. அதிகம் பேசுகிறவரில்லை. ரசமாகவும் சாங்கோபாங்கமாகவும் தன் வெளியுலக வெற்றிகளை வீட்டில் வந்து கூறி ஆர்ப்பாட்டம் செய்கிற ரகமில்லை. இந்த மனுஷர் எப்படி வெளியுலகில் போய் ஏதோ சம்பாதித்துக்கொண்டு வருகிறாரென்றுகூட அம்மாவைப் போன்ற ஒருத்தி பல சமயங்களில் ஆச்சரியப்பட்டிருக்கலாம். அப்பா அவளுக்கு ஆங்கிலம் கற்றுக் கொடுத்து ஆங்கில இலக்கியங்களை அவளுக்கு அறிமுகம் செய்விக்க முயன்றதெல்லாம் என் இளமையின் ரசமான நினைவுகளின் பகுதி. ஆனால் அச்சு மரபு அவளுடைய ஆழங்களினுள் பிரவேசிக்க முடியவில்லை. இன்றும் புத்தகம், கோஷ்டி பஜனை இரண்டினுள் ஒன்றைத் தேர்ந்தெடுக்கச் சொன்னால் என் அப்பா (தனிமை விரும்பி) முந்தையதையும் என் அம்மா (நேரடியான பங்கேற்பு, ஈடுபாடு ஆகியவற்றை விரும்புகிறவள்) பிந்தையதையும்தான் தேர்ந்தெடுப்பார்கள். ஒரு

காலத்தில் என் அறியாமையில் இது ரசனையின் பக்குவத்தைப் பொறுத்த விஷயமென்று நினைத்தேன். இல்லை, இது அவரவர் உருவான மரபைப் பொறுத்தது. என் அம்மா வாய்மொழி மரபு, அப்பா அச்சு மரபு. இரு வேறு மரபுகள், எனவே அவர்களிடையே எப்போதும் ஓர் இறுக்கம், உற்சாகமின்மை.

நண்பரின் குரல் என் நினைவுகளைக் கலைத்தது. இன வேறுபாடுகளைப் பற்றி, இதனால் கிளர்ந்தெழும் வேஷ உணர்வுகள் பற்றி அவர் பேசிக்கொண்டிருந்தார். சிங்களவரை விடத் தமிழர் தொன்மையான பண்பட்ட நாகரிகத்தின் வாரிசுகள்; எனவே சிங்களவருக்கு ஒரு தாழ்மையுணர்வு, குரோதம் ...

'நம் வீடுகளுக்குள்ளேயே வேண்டிய குரோதமும் பகைமை உணர்வுகளும் இருக்கின்றனவே' என்று நான் சொன்னேன். 'அன்பல்ல, வெறுப்புதான் உலகில் எங்கும் அதிகமாக இருக்கிறது. பொறாமை, வேஷம் இதெல்லாம்தான் மனிதர்களுக்கு இயல்பாக வருகிறது. இதற்கு நீர் பெரிய விளக்கங்கள் தரத் தேவையில்லை.'

நண்பருக்குச் சப்பென்று ஆகிவிட்டது. என் சிந்தனை வெகு தூரத்தை வெகு விரைவாகக் கடந்து விட்டது. அவருக்கு என் திசை புரியவில்லை. அவர் எப்போதும் வலதிலிருந்து இடமாகவோ, இடதிலிருந்து வலமாகவோ செல்கிறவர். நான் மேலிருந்து கீழாகச் செல்கிறவன். இது அவரைக் குழப்புகிறது. ஆமாம் மறுபடி, இரு வேறு மரபுகள்.

நண்பர் விடைபெற்றுச் செல்கிறார். நான் குளித்துவிட்டு வருகிறேன். அம்மாவைக் காணோம். ஏதோ பஜனைக்குப் போயிருப்பதாக மனைவி சொல்கிறாள்.

நானும் அப்பாவும் – இரண்டு அச்சு மரபுக்காரர்கள் – சாப்பிட உட்கார, என் மனைவி பரிமாறுகிறாள். அவள் பட்டதாரி. ஆனால் 'அச்சு மரபு' அல்லது 'வாய்மொழி' எனச் சுலபமாக வகைப்படுத்த முடியாதவள். படிக்கப் பிடிக்கும், பேசவும் பிடிக்கும். பிந்தையதுதான் நிறையப் பிடிக்குமென்றும் நினைக்கிறேன். படிப்பாளிகளின் முசுட்டுத்தனமும் மௌனமும் நிறைந்த என் வீட்டில் இவளுடைய கலகலப்பு ரொம்பத் தேவையான சரக்குதான். ஆனால் என் அம்மாவுக்கு இது பிடிக்காமல் போனதுதான் ஆச்சரியம். வாய் திறவாமல் பதவிசாக இருக்கிற பிற வீட்டு மருமகளைச் சிலாகித்து என் அம்மா அடிக்கடி கூறுவாள்.

அப்புறம் கடவுள், மனிதனின் உணர்ச்சிமயமான உருவகம். அதுவும் அச்சு மரபினால் 'கெடுக்கப்படாதவர்கள்' (என்று மக்கள் மரபு ஆய்வாளர்கள் சொல்வார்கள்) மிக மிக நெருக்கமாக

உணருகிற உருவகம். இது எதுவாகவுமில்லாமல் அதே சமயத்தில் எல்லாமாகவும் இருக்கிற ஒன்று. எழுத்துக்கும் ஒலிக்கும் அப்பாற்பட்டது. யாரும் எதுவும் இதன் பிரதிபலிப்புகள்.

என் அம்மாவும்கூட.

என் அம்மா அடிக்கடி கோயிலுக்கும் போகிறாள். முன்பைவிட அதிகமாக. இதெல்லாம் தனது வித்தியாசத்துக்கு ஒரு கௌரவம் அளித்துக்கொள்ள.

வாய்மொழி மரபுக்காரியான அவள் தாழ்மை உணர்ச்சியுடன் அச்சு மரபைத் துரத்திக் கொண்டேயிருந்தாள். ஆனால் 'வாய்மொழி' மிக உயர்ந்த ஆராய்ச்சித் தளத்தில் அங்கீகாரம் பெறுதலும், இதனால் என் மனைவி தனது அச்சு மரபுப் பயிற்சியை அசட்டையாக ஒதுக்கி இயல்பாயிருத்தலும் என் அம்மாவின் தலைமுறையிலேயே நிகழ்ந்துவிட்டது. நாகரிகச் சக்கரம் சுழன்றவாறு இருக்கிறது. ஒரு விதத்தில் வாய்மொழி மரபு, தமிழர்களைப் பற்றி என் நண்பர் சொன்னதுபோல, தொன்மை வாய்ந்தது. எனவே தாழ்வுணர்ச்சி கொள்ள வேண்டியவர்கள் நாங்களே.

தான் அச்சு மரபைத் துரத்தியதற்குப் பதில் தன் மரபிலேயே ஸ்திரமாக இருந்திருக்கலாமோ என்று என் அம்மாவுக்கும் தோன்றுகிறது. பாட்டை விருத்தி செய்திருக்கலாமென்று. ஒரு வீணான வாழ்நாள்; எல்லோருக்குமே இப்படித்தான் தோன்றுமா?

தம்மிடம் உள்ள திறனில் நம்பிக்கையுடன், வேறெதையும் துரத்தாமலிருப்பவர்களைப் பார்த்து ஒரு கோபம், எரிச்சல். எல்லோருக்குமே இப்படித்தானோ?

சாத்வீகமும் பொறுமையும்கூடப் பகைமை உணர்ச்சிகளையே தூண்டுகின்றன.

வித்தியாசங்கள்தான் ரசனையையும் கவர்ச்சியையும் தூண்டுகின்றன. உலகைப் படைக்கின்றன. வித்தியாசங்கள்தான் வெறுப்பையும் தூண்டுகின்றன. உலகை அழிக்கின்றன.

பிரும்மா, விஷ்ணு, சிவன்.

உலகம் தோன்றித் தோன்றி அழிகிறது.

எங்கள் வீட்டிலேயே எத்தனை வித்தியாசங்கள், எத்தனை அகதிகள்!

உலகமே ஒரு பெரும் முகாமாகச் சில சமயங்களில் தோன்றுகிறது.

சதா மனத்தளவில் ஒருவரிடமிருந்து ஒருவர் ஓடி ஓடி ஒளிந்து ஒளிந்து... சதா ஒருவரையொருவர் வெறுத்துக்கொண்டு, ஒருவரிடம் ஒருவர் பயந்துகொண்டு... ஆயுதங்களைப் பயன் படுத்தினால்தானா? ரத்தம் சிந்தினால்தானா?

இவை இல்லாமலே தினசரி பல கொலைகள், ரணகளங்கள்.

அன்னையே, நீ ஸ்திரமாக இன்றி ஆடு, ஊழிக் கூத்தாடு, எமது இந்தக் கீழான இயல்புகள் உன் ஆட்டத்தில் அழிந்து புதிய உயிர் துளிர்க்கட்டும்.

அந்தி

எங்களுக்குத் திருமணமான அடுத்த நாளிலிருந்தே, நானும் அவளுமாக ஒரு நடை பம்பாய் போய் வரவேண்டுமென்று என் மனைவி சொல்லத் தொடங்கிவிட்டாள். அங்குதான் அவளுடைய தாய்வழித் தாத்தாவும் பாட்டியும் இருந்தார்கள். தள்ளாமை காரணமாக அவர்களால் பெங்களூரில் நடந்த எங்கள் கல்யாணத்துக்கு வர முடியவில்லை. எனவே நாங்களாவது அவசியம் அவர்களைப் போய்ப் பார்க்கவேண்டும், ஆசிகளைப் பெற்று வரவேண்டுமென்பது என் மனைவியின் ஆசை.

எனக்கும் ஆசையாகத்தானிருந்தது. எழுபத்தைந்து பிராயத்துக்கு மேற்பட்டவர்களின்பால் எனக்கு எப்போதுமே ஒரு கவர்ச்சியும் ஈடுபாடும் உண்டு. நேரடியான போட்டா போட்டிகள், சர்ச்சைகளிலிருந்து மிரண்டும் ஒதுங்கும் என் பயந்த சுபாவமே இதற்குக் காரணமாக இருக்கலாம். சம வயதினருடன் – ஏன், சொந்த சகோதர சகோதரிகளுடன் கூட – போட்டி பொறாமைகளும், மாறுபட்ட கருத்தோட்டங்களும் சுமுகமான உறவைப் பாதித்த வண்ணமிருக்கின்றன. ஆனால், என்னைவிட முப்பத்தைந்து, நாற்பது வயது மூத்தவர்களுடன் எனக்கு எவ்விதப் போட்டியும் இல்லை. விரோதங்கள் இல்லை. தம் காலத்திய போக்குகள்.

மதிப்பீடுகளுக்கு ஆதரவாகவும், இக்காலத்திய போக்குகளுக்கு எதிராகவும் இவர்கள் பேசும்போது என் தலைமுறையின் வெற்றியாளர்களின் தலையில் குட்டப்படும் குட்டாக அது அமைந்து எனக்கு மகிழ்ச்சி கரை புரண்டோடும்.

ஆனால் எங்கள் பம்பாய் பயணம் தள்ளிப் போய்க் கொண்டே இருந்தது. கடைசியில் போன வருடம்தான் – எங்களுக்குத் திருமணமாகி, கிட்டத்தட்ட ஐந்து வருடங்களான பிறகு நாங்கள் பம்பாய்க்குப் போனோம். இதற்குள் என் மனைவியின் தாத்தாவுக்கும் பாட்டிக்கும் ரொம்பவே வயதாகிவிட்டது. நாங்கள் பம்பாய் சென்றபோது தாத்தாவுக்கு எண்பத்தொன்பது வயது, பாட்டிக்கு சுமார் எழுபத்து நாலு வயது.

வி.டி., மரைன் டிரைவ், மலபார் ஹில்ஸ் பகுதிகளுடன் ஒப்பிடுகையில் டோம்பிவிலி – இவளுடைய தாத்தா பாட்டி இருந்த இடம் – எண்பத்தொன்றிலும் கிராமம் போலத்தான் இருந்தது. இந்தத் தாத்தா பாட்டிக்கு, என் மனைவியின் தாயைச் சேர்த்து நான்கு பெண்கள்; ஒரே பிள்ளை. இந்தப் பிள்ளை தன் குடும்பத்துடன் மலபார் ஹில்ஸ் நவீன ஃபிளாட் ஒன்றில் இருந்தார். தன் பெற்றோரையும் அங்கு வந்து விடுமாறுதான் இவர் கூறிக்கொண்டிருக்கிறாராம். ஆனால் கிழவர் டோம்பிவிலியை விட்டு அசைய மறுக்கிறாராம்.

என் மனைவி தன் தாத்தா, பாட்டி பற்றி இந்த ஐந்து வருடங்களில் விவரமாகவே கூறியிருந்தாள். அவளுடைய தாத்தா அந்தக் காலத்து கறார். கண்டிப்புப் பேர்வழி, அவரைக் கண்டாலே எல்லோரும் நடுங்குவார்களாம். ஆபீசிலும் சரி, வீட்டிலும் சரி. ரயில்வேயில் ஸ்டோர்ஸ் டிபார்ட்மெண்டில் சூப்பிரெண்டண்ட் அவர். அரசியல்வாதிகள் நிர்வாக இயந்திரத்தை ஒன்றுமில்லாமல் செய்துவிட்ட இந்தக் காலத்தில் ஜெனரல் மேனேஜர்களுக்குக் கூட கவுரவமோ மரியாதையோ கிடையாது. ஆனால் அந்தக் காலத்தில், அதாவது இங்கிலீஷ்காரன் காலத்தில் (என்று தாத்தா சொன்னதாக என் மனைவி சொல்லியிருந்தாள்) வெறும் சூப்பிரெண்டண்டுகளுக்குக்கூட தன்மானமும் ஹோதாவும் உண்டு. திறமைசாலியாக இருந்தால் துரைமாருடன் சம அந்தஸ்த்தில் பழகக்கூடிய வாய்ப்புகளுண்டு. இத்தகைய பல வாய்ப்புகளைப் பெற்றவராம் அவளுடைய தாத்தா. இதனால் டிபார்ட்மெண்ட்டையே தன் முன் மண்டியிடச் செய்ய அவரால் முடிந்ததாம். அவருடைய வீட்டு வேலைகளைக்கூட ஆபீஸ் ஊழியர்கள் சலாம் போட்டுக்கொண்டு வந்து செய்துவிட்டுப் போவார்களாம். கேட்க வேண்டுமா? வீட்டிலும் அவர் ஒரு சர்வாதிகாரி...

அவளுடைய பாட்டியும் நமது பாரம்பரியமான – அதன் சிறப்புகள் இன்னமும் நன்கு அறியப்படாத – பெண்மையின் ஒரு சிறந்த பிரதிநிதி. படு சூட்டிகையானவள். சூட்சுமமும் விவேகமும் – கூடவே பொறுமையும் நிறைந்தவள். வீட்டுக்காரியங்கள், பொறுப்புகளைத் திறம்பட நடத்திக்கொண்டு சென்றது பாட்டிதான். மிஸ்டர் தாத்தா இத்துறையில் ஒரு பெரிய ஜீரோ. திடீர் திடீரென்று காரணமில்லாமல் கோபமடைந்து இரைவதும், சாமான்களைக் கண்டபடி தூக்கி எறிவதும்தான் வீட்டில் அவருடைய மாமூல். தாத்தா பாட்டியின் நான்கு பெண்களுக்கும் (என் மனைவியின் தாயார் உட்பட) திருமணம் நடந்தது பாட்டியின் முயற்சியால்தான். தாத்தாவுக்கு இதற்கெல்லாம் வேண்டிய பொறுமையோ குழையடிக்கிற சாமர்த்தியமோ போதவே போதாது. (என் மனைவி பெண் என்பதால் தன் பாட்டியைக் கொஞ்சம் அதிகமாகவே புகழ்ந்தாள். வெறும் சாம்பிள் மட்டும் இங்கு தந்தேன்.)

எனவே அந்த ஜூன் பிற்பகலில் டொம்பிவிலியில் என் மனைவியின் தாத்தா பாட்டியின் வீட்டை நெருங்கும்போது என் மனத்தில் ஒரே ஆர்வம். பரபரப்பு–சரித்திர நாயகர்களைச் சந்திக்கப் போவது போல.

பாட்டிதான் கதவைத் திறந்தாள். நொடியில் எங்களைப் புரிந்துகொண்டு வரவேற்றாள். அந்த வரவேற்பில் ஒரு சங்கோஜம் இருந்தது. நான்தான் அந்த சங்கோஜத்தின் காரணமென்று நினைத்து நான் சங்கடப்பட்டேன். அருமைப் பாட்டிக்கும் பேத்திக்கும் நடுவில் இப்படி வந்து முளைத்தேனே! பாட்டியின் முகத்தில் லட்சுமிகரமான என்ற வர்ணனைக்குரிய களை. வெறுமனே வேடிக்கை பார்க்கிறவர்களை ஊக்குவிக்காத களை... நான் மட்டும் ஓர் ஆணாக இல்லாமலிருந்தால் இன்னமும் கொஞ்சம் அம்முகத்தை வெறித்திருக்கலாம், அதன் சோபையில் என்னை ஆழ்த்திக் கொண்டிருக்கலாம்.

பாட்டி எங்கள் மூன்று வயதுப் பெண்ணைத் தன்னிடம் கூப்பிட, அவள் சிணுங்கியவாறு என்னோடு ஒட்டிக்கொள்ள, பாட்டி பிஸ்கெட்டைத் தேடி உள்ளே எழுந்து சென்றாள்.

நான் அந்தப் பழைய பாணி ஓட்டு வீட்டை மேலும் கீழும் பார்த்தவாறு, அதன் நான்கு சுவர்களுக்குள் நிகழ்ந்து வந்திருக்கும் வாழ்க்கை நாடகத்தைக் கற்பனை செய்தவாறு அமர்ந்திருந்தேன்.

என் மனைவி, அவளுடைய தாய் இருவருமே இந்த வீட்டில்தான் பிறந்தார்கள்...

திடீரென்று என் மனைவி கையில் ஒரு பாத்திரத்துடன் வந்தாள். 'பாட்டி டெய்ரியிலிருந்து பால் வரக் கிளம்பினாள்... எனக்கு இடம் தெரியுமே. நான் போறேன்னேன். இதோ வந்துடறேன்' என்று சொல்லி என் மனைவி வெளியே சென்றாள். அவளுடன் என் பெண்ணும் வெளியே ஓடினாள். நானும் பாட்டியும் தனியே விடப்பட்டோம்.

எனக்கு அவளிடம் பேச ஏதேதோ விஷயமிருப்பதாகத் தோன்றியது. ஆனால் எதை எப்படிப் பேசுவது தெரியவில்லை. அவளும் என்னிடம் ஏதோ பேச விரும்புவது போல...

'இந்த இன்ஜினியர்களெல்லாம் வந்துட்டா இன்னிக்கு' என்றாள் அவள் திடீரென்று.

எனக்கு ஒன்றும் புரியவில்லை.

'இங்கே உள்ளே சிக்னலிங் சிஸ்டம், டிராக்கின் ஏற்றச் சரிவுகள் எல்லாத்தையும் பரிசோதிச்சு, நவீன சாதனங்கள் பற்றி சிபாரிசுகள் செய்ய ஃபாரின்லேருந்து எக்ஸ்பர்ட்ஸ் வந்திருக்கான்கள்.'

'ஓ!' என்றேன். பாட்டி நிறைய ஆங்கில வார்த்தைகளை அனாயசமாகப் பயன்படுத்தியது எனக்கு ஆச்சரியமாயிருந்தது.

'ஜப்பானிலெல்லாம் வேகமாக ரயில் விடறான்னா அதுக்கேத்தபடி டிராக், சிக்னலிங் எல்லாம் மாடர்னைஸ் பண்ணி வச்சிருக்கான்... இங்கே மாதிரியா?'

பாட்டி இதே ரீதியில் பேசிக்கொண்டு போனாள். எனக்கு அவ்வளவுமே சரியாக நினைவில்லை, வியப்பில் வாயடைத்துப் போய் நான் உட்கார்ந்திருக்க, என் மனைவி திரும்பி வந்தாள். அவள் வந்ததும் பாட்டி பேச்சை நிறுத்திவிட்டாள்.

நாங்களெல்லோரும் காப்பி குடித்து முடிக்கிற சமயத்தில்தான் என் மனைவியின் தாத்தா வந்தார். தபால் ஆபீசில் தாமதமாகி விட்டதாக மன்னிப்புக் கேட்டுக்கொண்டார். இங்கிலாந்திலிருந்த தமது பழைய சகபாடி ஒருவருக்குக் கடிதம் எழுதிப் போட்டு விட்டு வந்தாராம்.

'உனக்குக் காப்பி கலக்கட்டுமா தாத்தா?' என்று என் மனைவி கேட்டாள்.

'டீதான் எனக்கு.'

கருப்பு அம்பா கதை

'சரி' என்று அவள் எழுந்தாள். ஆனால் 'நீ உக்காரு, நீ உக்காரு' என்று அவர் அவளைக் கையமர்த்தினார். 'நான் இதிலெல்லாம் இப்ப எக்ஸ்பர்ட்டாகி விட்டேன், தெரியுமோல்லியோ?' என்றார். சமையலறைக்குச் சென்று, தாமே டீ தயாரிக்கத் தொடங்கினார். நானும் அங்கு எழுந்து சென்றேன். உடனே அவர் சந்தோஷத்துடன் சமையலறையில் நேரத்தை மிச்சப்படுத்த தாம் செய்து வைத்திருந்த சில ஏற்பாடுகளை எனக்கு விளக்கினார். அலம்பிக் கவிழ்த்த பாத்திரங்களிலிருந்து துரிதமாகத் தண்ணீர் வடியும்படியாகச் சாய்வான ஒரு மரப்பலகை, அடுப்பின் மீது அதிக வெளிச்சம் விழும்படியாக ஒரு புதிய லைட் பாயிண்ட்...

இதிலெல்லாம் புதிதாக என்ன இருக்கிறதென்று எனக்குத் தோன்றியது. இவரா என் மனைவி வர்ணித்த சர்வாதிகாரி என்றும் ஆச்சரியமாயிருந்தது...

அன்றிரவு நாங்கள் தங்கியிருந்த வீட்டுக்கு (இது என் மனைவியின் சித்தி வீடு, அந்தத் தாத்தா, பாட்டியின் இன்னொரு மகள்) திரும்பிய பிறகு டோம்பிவிலி தாத்தாவையும் பாட்டியையும் பற்றி அவர்களெல்லோரும் நிறையப் பேசினார்கள், பாட்டிக்கு சித்தம் பேதலிக்கத் தொடங்கியிருக்கிறதாம். சம்பந்தா சம்பந்தமில்லாமல் ஏதேதோ பழைய சம்பாஷணைகளைத் திருப்பிச் சொல்கிறாளாம். தாத்தாவோ அல்லது வேறு யாராவதோ அவளிடமோ அல்லது அவள் காதுபடவோ பேசிய பேச்சுகள்...

ஓ! அப்படியானால் அவள் என்னிடம் அன்று பகலில் பேசியதெல்லாம்...

எனக்குப் புல்லரித்தது. அவள் படித்தவள்கூட இல்லை. ஆனாலும்கூட எப்போதோ கேட்டதை அப்படியே திருப்பிச் சொல்கிறாள் என்றால் அவள் எத்தகைய மேதையாக இருக்க வேண்டும்! இந்த மேதை, காலமெல்லாம் ஒரு சமையலறைக்குள் அடைந்து கிடந்து... சே!

அவளுடைய இன்றைய நிலையைப் புத்தி பேதலிப்பதாகப் பிறர் வர்ணிப்பதும்கூட ஒரு வகை மெத்தனமாக எனக்குப் பட்டது. இதற்கு வேறோர் அழகிய விளக்கம் இருக்கக் கூடாதா என்று தோன்றியது.

அதன் பிறகும் சில முறை அவளுடைய தாத்தாவையும் பாட்டியையும் பார்க்கப் போயிருந்தோம். ஒரு முறை தாத்தா சாப்பாட்டுப் பாத்திரங்களைத் தானே தேய்த்துக் கவிழ்த்துக்

கொண்டிருந்தார். அன்று பாட்டிக்கு ரொம்பவும் உடம்பு சரியாயில்லை, தாத்தாதான் சமைத்தாராம்.

இன்னொரு நாள், தாத்தா வீட்டிலில்லாத வேளை நாங்கள் போக, மறுபடி பாட்டி ஆங்கிலத்தில் வெளுத்துக் கட்டினாள்.

ரயிலில் எங்கள் ஊருக்குத் திரும்புகையில் என் மனைவிக்குத் தன் தாத்தா, பாட்டி ஞாபகமாகவே இருந்தது. திடீரென்று அவள் விசித்து விசித்து அழத் தொடங்கிவிட்டாள்.

'அழாதே, அழாதே' என்றேன் ஆதரவாக. ஆனால் நானும் கூட அழுது விடுவேன் போலத்தான் தோன்றியது.

'தாத்தா, பாட்டி இரண்டு பேரிலே யாரு முதலிலே போனாலும் சரி, இன்னொருத்தருக்கு எவ்வளவு வருத்தமா யிருக்கும்! அதை நினைச்சே பார்க்க முடியலை' என்று அவள் மறுபடியும் அழுதாள்.

பளீரென்று என் மனத்தில் ஒரு மின்னல். ஆம், இதுதான் விஷயம், என்று நினைத்தேன். தாத்தாவும் பாட்டியும் தம்மையுமறியாமல் அடுத்தவர் மறைவுக்குத் தம்மைத் தயார் செய்து கொள்கிறார்கள்.

தாத்தா பாட்டியாக மாறி சமைக்கிறார். பாட்டி தாத்தாவாகி ஆங்கிலத்தில்...

அவரவர் ஆயுள் முழுவதும் அணிந்து தீர்த்த சமூக வேஷங்களுக்காக ஒருவர் மேல் ஒருவர் பரிதாபப்படுவது போலிருக்கிறது. இந்த வேஷங்கள் ஏற்படுத்தியுள்ள கீறல்கள், தழும்புகளை இருவரும் ஒருவருக்கொருவர் ஆதரவாகத் தடவிக் கொடுத்துக் கொள்வது போலிருக்கிறது. பாட்டி அம்மாவாக, அடுக்களை ராணியாக இருந்த தன்மையைத் தாத்தாவும், தாத்தா அப்பாவாக, வெளியுலகவாசியாக இருந்ததைப் பாட்டியும் தத்தம் மயிர்க்கால்களில் உணரத் துடிப்பதாகத் தோன்றுகிறது.

இந்தத் தரிசனத்தை என் மனைவியுடன் பகிர்ந்துகொள்ள ஆவலாயிருந்தது. ஆனால் கூடவே ஒரு சந்தேகம் – தனக்குப் புனிதமான எதன் மீதோ நான் உரத்த நிறங்களைத் தடவிப் பாழாக்குவதாக இவள் நினைப்பாளோ?

நான் அவளிடம் எதுவுமே சொல்லவில்லை.

நாங்கள் தில்லி போய்ச் சேர்ந்த இரண்டு மாதங்களுக்கெல்லாம் டோம்பிவிலி பாட்டி இறந்துவிட்டதாகச் செய்தி வந்தது.

எனக்குச் சட்டென்று அந்தத் தாத்தா பாத்திரங்களைத் தேய்த்துக் கவிழ்த்துக்கொண்டிருந்த காட்சிதான் நினைவு வந்தது.

இப்போதும் அவ்வப்போது அவரை நினைத்துக் கொள்கையில், முன்னை விடவும் தீவிரமாக அவர் சதா சமையலறையில் முனைந்து கிடக்கக் கூடுமோ என்று தோன்றுகிறது.

இன்னொன்றும் தோன்றுகிறது – அவர் ஆங்கிலம் பேசுவதை நிறுத்தியிருக்கக்கூடும்.